தமிழக வரலாற்றில் தரங்கம்பாடி

ஆ.சிவசுப்பிரமணியன்

நியூ செஞ்சுரி புக் ஹவுஸ் (பி) லிட்.,
41-B, சிட்கோ இண்டஸ்டிரியல் எஸ்டேட்,
அம்பத்தூர், சென்னை- 600 098.
☎ : 26241288, 26258410, 26251968

Language : Tamil
Thamizhaga Varalatril Tharangampadi
Author : A.Sivasubramanian
First Edition : August, 2015
Copyright : Publisher
No. of pages : x + 238 = 248
Publisher :
New Century Book House Pvt. Ltd.,
41-B, SIDCO Industrial Estate,
Ambattur, Chennai - 600 098.
Tamilnadu State, India.
Email : info@ncbh.in
Online : www.ncbhpublisher.com

ISBN: 978-81-2343-050-8
Code No. A3353
₹ 185/-

Branches
Ambattur (H.O.) 26241288, 26258410, 26251968, 26359906
Thiruvanmiyur 044-24404873 **Spenzer Plaza (Chennai)** 28490027
Trichy 0431-2700885 **Tanjore** 04362-231371 **Tirunelveli** 0462-2323990
Madurai 0452-2344106, 2350271 **Dindigul** 0451-2432172
Coimbatore 0422-2380554 **Salem** 0427-2450817 **Hosur** 04344-245726
Ooty 0423-2441743 **Vellore** 0416-2234495 **Villupuram** 04146-227800
Pondicherry 0413-2280101 **Thiruvannamalai** 04175-223449

தமிழக வரலாற்றில் தரங்கம்பாடி
ஆசிரியர்: ஆ.சிவசுப்பிரமணியன்
முதல் பதிப்பு: ஆகஸ்ட், 2015

அச்சிட்டோர் : பாவை பிரிண்டர்ஸ் (பி) லிமிடெட்.,
16 (142), ஜானி ஜான் கான் ரோடு, இராயப்பேட்டை, சென்னை - 14
☎ : 044 - 28482441

அன்பு மாணவர்
திரு.நா.சுப்புராமுக்கு

நன்றியுரை

கவிஞர் சண்முகம் சரவணனின் கருத்தையேற்று 'உங்கள் நூலகம்' இதழில் 'படித்துப் பாருங்களேன்' என்ற தலைப்பில் நூல்களை அறிமுகம் செய்ய ஆரம்பித்து மூன்று ஆண்டுகள் கடந்துவிட்டன.

இத்தலைப்பின் கீழ் எழுதிய கட்டுரைகளைத் தொகுத்து சென்ற ஆண்டில் (2014) 'புத்தகத்தின் பெருநிலம்' என்ற தலைப்பில் நூலாக வெளியிடலாம் என்ற கருத்தை முன்மொழிந்து அதை அவர் செயல் படுத்தியும் காட்டினார். அதன் தொடர்ச்சியாக 'தமிழக வரலாற்றில் தரங்கம்பாடி' என்ற தலைப்பில் தற்போது இந்நூலையும் அவர் வெளிக்கொணர்ந்துள்ளார்.

இந்நூல் வெளிவரத் தூண்டுகோலாக அமைந்த தோழமை உறவுகள் குறித்து கட்டாயம் சொல்லியாக வேண்டும். 'உங்கள் நூலகம்' இதழில் கட்டுரை வெளியானவுடன் தொலைபேசியில் அழைத்து தம் விமர்சனங்களை முன் வைப்பதன் மூலம் என்னைத் தொடர்ந்து இயங்கும்படி இவர்கள் செய்து வருகின்றனர். மூத்த தோழரும், இளவயதில் இருந்தே

என்னை வழிநடத்திச் செல்பவருமான அன்பு அண்ணாச்சி இரா.நல்லக்கண்ணு, அன்பு மாணவர்களும் தோழர்களுமான மு.அப்பாத்துரை, ந.முத்து மோகன், அன்புத்தம்பி நா. இராமச்சந்திரன், பேராசிரியர் முனைவர். சங்கரன் ஆகியோருக்கும் என் நன்றி உரியது.

கையெழுத்துப்படி உருவாக்கத்தில் துணை நிற்கும் பேராசிரியர் ரகு அந்தோனி, அன்பு மாணவர் முனைவர்.செ. ஜெயவீரதேவன், தோழர்.காமராசன், மற்றும் ஞா.சரிதா, ஜி.சரவணன் ஆகியோருக்கும் என் நன்றி உரியது.

இந்நூலில் இடம்பெற்றுள்ள தரங்கம்பாடி தொடர்பான படங்களை வழங்கிய கவிஞரும் பேராசிரியருமான அரச முருகு பாண்டியனுக்கும், தரங்கம்பாடி தொடர்பான அரிய நூல்களைத் தந்துதவிய பேராசிரியர் மரிய லாசர் அவர்களுக்கும் என் நன்றி உரியது.

தேவையான நல்ல நூல்களைப் பெறுவதில் துணை நின்ற ஆய்வாளர் ரெங்கையா முருகன் (MIDS), தோழர். பாலு (NCBH), முனைவர்.அதியமான் (தமிழ்ப் பல்கலைக்கழகம்), நியூ செஞ்சுரி நிறுவனத்தின் பொது மேலாளர் தோழர்.தி.ரத்னசபாபதி, முனைவர்.கணேஷ்ராம் (தமிழ்ப் பல்கலைக்கழகம்), என் மகன் சி.ஆழ்வார் ஆகியோருக்கும் என் நன்றி உரியது.

●●●

நான் தூத்துக்குடி வ.உ.சி.கல்லூரியில் பணிபுரியும் போது அன்பு மாணவர் திரு.சுப்புராம் அனைத்திந்திய மாணவர் பெருமன்றத்தில் தோழர்.மு.அப்பாத்துரை யுடன் இணைந்து துடிப்புடன் செயல்பட்டவர். என் கள ஆய்வுகளில் எப்போதும் உறுதுணையாய் நிற்பவர். நாற்பத்தைந்து ஆண்டுகட்கும் மேலாக எங்கள் நட்புறவு இப்பொழுதும் தொடர்கிறது. அன்பின் வெளிப்பாடாக இந்நூலை அவருக்குக் காணிக்கை யாக்குகிறேன்.

ஆ.சிவசுப்பிரமணியன்
தூத்துக்குடி

பொருளடக்கம்

I. வரலாறு

1. தமிழக வரலாற்றில் தரங்கம்பாடி : 1 — 1
2. தமிழக வரலாற்றில் தரங்கம்பாடி : 2 — 15
3. தமிழக வரலாற்றில் தரங்கம்பாடி : 3 — 27
4. பேராயர் கால்டுவெல்லின் திருநெல்வேலி வரலாறு — 39
5. சித்திரா மாதவன் : தமிழ்நாட்டின் பண்பாடும் வரலாறும் — 52
6. மத்திய காலத் தென் இந்தியாவில் துணிகளும் நெசவாளர்களும் — 65
7. இந்தியப் பெருங்கடலில் பண்டைய மற்றும் மத்திய கால வாணிபச் செயல்பாடுகள் — 79

II. வரலாற்று வரைவியல்

8. நாட்டார் வழக்காறும் வரலாற்று வரைவியலும் — 95
9. போராட்டக் களமாக வரலாறு — 110

III. சமூகவியல்

10. காலனிய இந்தியாவில் சாதியும் முதலாளித்துவமும் — 123
11. வடலூர் சத்திய ஞான சபை வழக்கு — 138
12. பெரியாரின் குடியரசு — 150

IV. சமயம்

13. •டேவிட் லுடன் : இந்தியாவை இந்துமயமாக்கல் 158

14. •தெற்காசியாவின் சமய இயக்கங்கள் 169

15. ஸ்ரீமத் பகவத் கீதா 181

V. இலக்கியம்

16. சிலப்பதிகாரம் கவிதையியல் - பண்பாட்டியல் - மொழியியல் - அரசியல் 190

17. சொற்களின் மீதான காலனியத்துவம் 209

18. பெருமாள் முருகனின் மாதொருபாகன் 225

• பேராசிரியர் ரகு அந்தோனியுடன் இணைந்து

1

தமிழக வரலாற்றில் தரங்கம்பாடி: 1

மயிலாடுதுறையில் இருந்து நாகப்பட்டினம் செல்லும் சாலையில், பழமையின் எச்சங்களுடன் சுற்றுலாத் தலமாகக் காட்சியளிக்கும் கடற்கரையூர் தரங்கம்பாடி. நாகப்பட்டினம் மாவட்டத்தில் அடங்கிய வட்டம் ஒன்றின் தலைமையிடமாக இது விளங்குகிறது.

பதினாறாம் நூற்றாண்டுத் தமிழகத்தின் குறிப்பிடத்தக்க துறைமுகங்களுள் ஒன்றாகத் தரங்கம்பாடி விளங்கி யுள்ளது. போர்ச்சுக்கீசியர், டச்சுக்காரர், டேனீசியர், ஆங்கிலேயர் எனப்பல அய்ரோப்பிய நாட்டு வணிகர்கள் இங்குத் தங்கி வாணிபம் மேற்கொண்டுள்ளனர்.

வரலாற்றுத் தொன்மை

தரங்கம்பாடிக்கு மிக அருகிலுள்ள 'பொறையாறு' என்ற ஊர் குறித்த செய்திகள் சங்க இலக்கியங்களில் இடம் பெற்றுள்ளன. பெரியன் என்பவன் இவ்வூரை ஆண்டு வந்துள்ளான்.

> 'நாரைகள் இறால் மீனைப் பிடித்து உண்டு மகிழும் கடற்கரையில், நல்லதேரையுடைய பெரியன் என்பவனின் கள்மணம் கமழும் பொறையாறு போன்ற அழகினையுடையேம்'

என்று தலைவி கூற்றாக நற்றிணை *(131:6-8)* குறிப் பிடுகிறது. அகநானூறு *(100:11-12)*,

'கைவண் கோமான் புரியுடை நல்தேர்ப் பெரியன்' என்பவனது புன்னைமரம் அடர்ந்த சோலை சூழ்ந்த பொறையாற்றின் கடல்துறை'

என்று குறிப்பிடுகிறது. கல்லாடனார் என்ற புலவர் புன்னை மரங்கள் அடர்ந்த செழிப்பான நகர் என்ற பொருளில் 'புன்னைச் செழுநகர்' என்று இவ்வூரைக் குறிப்பிட்டு, இவ்வூரை ஆளுவோனாக, 'பொறையாற்றுக் கிழான்' என்பவனைக் குறிப்பிடுகிறார் (புறநானூறு:391:17).

மாசிலாமணீஸ்வரர் கோவில் என்ற பெயரிலான சிவன் கோவில் ஒன்று தரங்கம்பாடியில் உள்ளது. இக்கோவிலில் குலசேகரப் பாண்டியனின் முப்பத்தியேழாவது ஆட்சியாண்டுக் (கி. பி. 1305) கல்வெட்டொன்றுள்ளது. இக்கல்வெட்டில், 'சடங்கன்பாடியான குலசேரன் பட்டினத்து உடையார் மணி வண்ணீசுரமுடையார்க்கு' என்ற தொடர் இடம் பெற்றுள்ளது. தொடக்கத்தில் சடங்கன்பாடி என்ற பெயரில் தரங்கம்பாடி அழைக்கப்பட்டு வந்ததும், குலசேகரபாண்டியன் தன்பெயருடன் தொடர்புபடுத்தி குலசேகரன்பட்டினம் என்று பெயர் மாற்றம் செய்துள்ளான் என்பதும் இக்கல்வெட்டால் அறியக் கிடக்கிறது.

மாற்றம் செய்யப்பட்ட இப்பெயர், வழக்கில் இருந்துள்ளது. தரங்கம்பாடிக்கு அருகிலுள்ள திருக்கடையூர் கோவிலில் கிடைத்துள்ள கல்வெட்டொன்றில் இக்கோவிலுக்கு வணிகர்கள் சிலர் கொடை வழங்கியது இடம்பெற்றுள்ளது. இவ்வணிகர்களின் ஊராகக் குலசேகரன்பட்டினம் குறிப்பிடப்பட்டுள்ளது.

இதே கோவில் கல்வெட்டொன்றில் 'இதுக்கு தாழ்வு சொன்னார் உண்டாகில் பதினெண் விஷயத்துக்கும் கரை யார்க்கும் துரோகியாகக் கடவர்களாகவும்' என்ற காப்புரை இடம்பெற்றுள்ளது. இக்காப்புரையில் இடம்பெறும் 'பதினெண் விஷயம்' என்ற சொல் வணிகர் குழு ஒன்றைக் குறிப்பதாகும்.

தஞ்சை நாயக்கமன்னனான அச்சுதப்ப நாயக்கரது கல்வெட் டொன்று முற்றுப்பெறாத நிலையில் தரங்கம்பாடி மாசிலா மணீஸ்வரர் கோவிலில் கிடைத்துள்ளது. 1614 ஆம் ஆண்டைச் சேர்ந்த இக் கல்வெட்டில் 'சடங்கன்பாடி' என்றே தரங்கம்பாடி குறிப்பிடப்பட்டுள்ளது.

விலையின்றி உரிமையாகப் பெறும் பாக்கினை 'பாக்கு சுவந்திரம்' என்று சுட்டும் இக்கல்வெட்டு, பாக்கு தொடர்பான எண்ணல் அளவையை 'அமணத்து' என்று குறிப்பிடுகிறது. ஓர் அமணம் அல்லது அவணம் இருபதாயிரம் கொட்டைப்

பாக்குகளைக் கொண்டதாகும். தரங்கம்பாடியில் பாக்கு வணிகம் நிகழ்ந்ததை இதனால் அறிய முடிகிறது.

புன்னைச் செழுநகர் என்று பொறையாற்றைப் புறநானூறு குறிப்பிடுவதன் அடிப்படையில் நகரம் என்ற தகுதியினை இப்பகுதி சங்ககாலத்திலேயே பெற்றிருந்தது புலனாகிறது. குலசேகரன் பட்டினம் என்று இவ்வூரை அழைத்ததும், கல்வெட்டுகளில் இடம்பெறும் வாணிபம் மற்றும் வணிகர்கள் குறித்த செய்திகளும் வாணிப நகரமாக, தரங்கம்பாடி விளங்கியதை வெளிப்படுத்து கின்றன.

தரங்கம்பாடியில் டேனிசியர்

வாணிப நகராக விளங்கிய தரங்கம்பாடியின் வரலாற்றில் நிகழ்ந்த முக்கிய நிகழ்வு, டென்மார்க் நாட்டினர் (டேனிசியர்) இங்குக் குடியேறிக் கோட்டை கட்டிக் கொண்டதாகும். தென்கிழக்கு ஆசிய நாடுகளுடன் வாணிபம் செய்யப் பதினேழாம் நூற்றாண்டில் வாணிபக் கழகங்களை அய்ரோப்பிய நாட்டினர் நிறுவினர். நமக்கெல்லாம் நன்கு அறிமுகமான ஆங்கிலக் கிழக்கிந்தியக் கம்பெனி *1600*ஆம் ஆண்டில் இங்கிலாந்தில் நிறுவப்பட்டது. இதுபோன்றே பிரெஞ்ச் கிழக்கிந்தியக் கம்பெனி, டச்சு கிழக்கிந்தியக் கம்பெனி ஆகியன நிறுவப்பட்டன.

டென்மார்க் நாட்டினர் டேனிஷ் கிழக்கிந்திய கம்பெனி என்ற பெயரில் வணிக நிறுவனம் ஒன்றை டென்மார்க்கின் கோபன் ஹேகன் (Copenhagen) என்ற நகரில் கி.பி.*1616*ஆம் ஆண்டு நிறுவினர். டென்மார்க்கின் மன்னனான நான்காம் கிறிஸ்தியன் என்பவனின் ஆதரவு இந்நிறுவனத்திற்கிருந்தது. இந்தியாவுடன் வாணிபம் நடத்துவதில் இவர் ஆர்வம் காட்டினார்.

*1618*ஆம் ஆண்டில் இந்நிறுவனத்தின் கப்பல் ஒன்று சோழ மண்டலக் கடற்கரைப் பகுதிக்குள் வந்தது. நாகப்பட்டினத்தை மையமாகக்கொண்டு இப்பகுதியில் தம் வாணிப நடவடிக்கைகளை மேற்கொண்டிருந்த போர்ச்சுக்கீசியர்கள், மற்றொரு அய்ரோப்பிய நாடு தமக்குப் போட்டியாக வருவதை விரும்பவில்லை. இதனால் இக்கப்பலைத் தாக்கி மூழ்கடித்தனர்.

இதே ஆண்டில் ஒவஜெட்டே என்ற அட்மிரல் தலைமையில் இரண்டு போர்க்கப்பல்களும் டேனிஷ் கிழக்கிந்தியக் கம்பெனியின்

மூன்று வாணிபக் கப்பல்களும் இலங்கை வந்தன. இலங்கை மன்னனுடன் வாணிப ஒப்பந்தம் செய்துகொண்டு கண்டி நகரில் ஓவஜெட்டே தங்கினான். டென்மார்க் மன்னனின் தூதுவன் என்ற அரசியல் தகுதியையும் அவன் பெற்றிருந்தான்.

1620ஆம் ஆண்டு அக்டோபர் முப்பதாம் நாள், அவன் தஞ்சாவூர் வந்தான். அப்போதைய தஞ்சை நாயக்க மன்னன் இரகுநாத நாயக்கனை நவம்பர் ஏழாம் நாள் சந்தித்து, தன் நாட்டின் வாணிப நடவடிக்கைகளை அவரது ஆட்சிப்பகுதிக்குள் நடத்த அனுமதி வேண்டினான். இதை இரகுநாத நாயக்கன் ஏற்றுக் கொண்டதன் அடிப்படையில், டென்மார்க் மன்னன் நான்காம் கிறிஸ்தியனுக்கும், நாயக்க மன்னனுக்கும் இடையில் 1620 நவம்பர் 19ஆம் நாள் ஒப்பந்தமொன்று உருவானது. இரகுநாதன் நாயக்கரின் விருப்பப்படி போர்ச்சுகீசிய மொழியில் எழுதப்பட்ட இவ்வொப்பந்தம் பதினைந்து விதிமுறைகளைக் கொண்டதாய் இருந்தது. பதின்மூன்று பதினான்காவது விதிமுறைகளில் பின்வரும் செய்தி இடம்பெற்றிருந்தது.

தரங்கம்பாடி என்றழைக்கப்படும் கிராமமானது டென்மார்க் மன்னனின் சொத்தாக அடுத்த இரண்டாண்டுகள் விளங்கும்... டென்மார்க் மன்னரும் அவரது குடிகளும் அவர்கள் விரும்பும் வகையில் கோட்டை கட்டிக்கொள்ள அனுமதி வழங்கப்படுகிறது. இதற்குத் தேவைப்படும் அளவுக்கு சுண்ணாம்பும் கல்லும் நாங்கள் வழங்குகிறோம்.

இவ்வுடன்படிக்கை ஏற்பட்டு இரண்டாண்டுகளுக்குப் பின்னர் தரங்கம்பாடியைச் சுற்றியுள்ள பதினைந்து கிராமங்களை, தஞ்சை நாயக்கமன்னரிடம் இருந்து குத்தகையாகப் பெற்றனர். இக் கிராமங்களும் தரங்கம்பாடி ஊரும் டேனிசியரின் நிர்வாகத்திற்குள் இருந்தன.

தஞ்சை நாயக்கர் ஆட்சியை அடுத்து மராத்தியர் ஆட்சி தஞ்சைப் பகுதியில் உருவானது. மராத்தியர் ஆட்சியிலும், இப் பகுதிகள் டேனிசியர் பொறுப்பிலேயே இருந்தன. ஆண்டுதோறும் குத்தகைப் பணம் மட்டும் செலுத்தி வந்தனர். ஆங்கிலக் கிழக் கிந்தியக் கம்பெனி இந்திய மன்னர்களைத் தம் கட்டுப்பாட்டிற்குள் கொண்டு வந்த போது தஞ்சை மராத்திய மன்னர்களும் தம் சுயேச்சைத் தன்மையை இழந்தனர். மன்னர் பெற வேண்டிய

வருவாய் வரையறுக்கப்பட்டது. இவ்வகையில் தோஃபா என்ற பெயரில் டேனியர்கள் செலுத்தி வந்த இரண்டாயிரம் சக்கரம் பணம் மராத்தி மன்னரின் வருவாய் இனத்தில் சேர்க்கப்பட்டது.

டேனிஸ்பர்க் கோட்டை

இரகுநாத நாயக்கருடன் *1620*இல் செய்து கொண்ட உடன்படிக்கையின் அடிப்படையில் *1620-21*ஆம் ஆண்டுகளில் டேனிஷ் கிழக்கிந்தியக் கம்பெனி கோட்டை ஒன்றைக் கட்டியது. டேன்ஸ்பர்க் என்று பெயரிடப்பட்ட இக்கோட்டையைப் பாது காக்க நென்றிக்ஹஸ் என்பவர் தளபதியாக நியமிக்கப்பட்டார். முப்பத்தாறு பீரங்கிகள் இக்கோட்டையில் நிறுவப்பட்டன. இக்கோட்டையைக் குறித்து குடவாயில் பாலசுப்பிரமணியன் *(1999:299)* பின்வருமாறு விவரித்துள்ளார்.

> நான்கு மூலைகளிலும் கொத்தளம் கொண்ட அமைப்போடு கற்களால் கட்டப்பெற்ற புற அரண் கொண்ட சுவர் களோடு கோட்டை அமைப்பை ஏற்படுத்தினர். இவ்வரண் களைச் சுற்றிலும் அகழி அமைத்தனர். அகழியைக் கடந்து உள்ளே செல்ல இழுவைப் பாலத்தையும் அமைத்தனர். மூன்றுபுறமும் சிப்பாய்கள் தங்குமிடம் (Barracks) கிடங்குகள் (Ware House) சமையலறை, மற்றும் சிறை அறைகளை அமைத்து, கிழக்கே இரண்டு அடுக்கு மாளிகையை உருவாக்கினர். வளைந்த உட்கூரை பெற்றுத் திகழும் பூமிக்கு அடியில் அமைந்த தளத்தில், இராணுவத் தளவாடக் கிடங்கு, வணிகக் கிடங்கு ஆகியவற்றையும், மேல்தளத்தில் தேவாலயம், கவர்னரின் தங்குமிடம், தலைமை வணிகர், மற்றும் காப்டனின் தங்குமிடங்கள் ஆகியவற்றையும் அமைத்தனர். இவற்றிற்குக் கடலும், ஆறும் காப்பாக அமைந்தன.
>
> தரங்கம்பாடி என்னும் அவ்வூருக்கு எந்தவித மதிலரண்களும் இல்லாமல் இருந்தன. ஊரின் எல்லைகளைக் குறிக்கும் இடங்களிலும், சுங்கத் தீர்வை வசூலிக்கப் பெறும் இடத்திலும் நாயக்க மன்னரின் இலச்சினை பொறிக்கப் பெற்ற வழவழப்பான கற்கள் இருந்தன. டேனிஸ் பர்க் கோட்டையில் நிலையாகத் தங்கிக்கொண்டு ஆண்டு தோறும் நாயக்க மன்னருக்குப் பகுதி அளிப்பதற்கு உரிய

அனுமதியை கி.பி.1624இல் இரகுநாத நாயக்கர் வழங்கினர். கி.பி.1646இல் கோட்டைக்கு 300 மீட்டர்கள் மேற்காகத் தஞ்சை செல்லும் நெடுவழியில் பெரிய கத்தோலிக்க தேவாலயம் எழுப்பப் பெற்றது. கி.பி.1650இல் தரங்கம்பாடி நகரமாக வளர்ச்சி பெற்றது.

விஜயராகவ நாயக்கரின் இறுதிக் காலத்தில் தஞ்சை நாயக்க அரசுக்கு ஏற்பட்ட நலிவும் சோதனைகளும் டேன்ஸ்பர்க் கோட்டைக்குச் சாதகமாய் அமைந்ததாலும், தங்களுக்கென 50 சதுரமைல் பரப்பளவுள்ள சோழ நாட்டுப் பகுதியின் உரிமை கிடைத்ததாலும் டேன்ஸ்பர்க் கோட்டையும், தரங்கம்பாடி நகரமும் வலிமை பெற்ற பாதுகாப்புடைய நகரமாக மாறின. இதனால் விஜயராகவ நாயக்கரின் இறுதிக் காலத்திலும், தஞ்சை மராட்டியர்களின் தொடக்க காலத்திலும் தரங்கம்பாடி முழுவதற்கும் கோட்டைச் சுவர் எழுப்பப் பெற்றதோடு அதன் வெளிப்புறத்தே அகழியும் தோண்டப் பெற்றது. அவ்வகழி ஆற்றோடும் இணைக்கப் பெற்றது. 17 ஆம் நூற்றாண்டின் பிற்பகுதியில் தரங்கம் பாடியும் டேனிஷ்பர்க் கோட்டையும் நீர் சூழ்ந்த பேரரண் பெற்ற நகரமாக விளங்கலாயிற்று.

ஜான் ஓலேஃபஸன் என்பவர் 1623 மே மாதம் பீரங்கிச் சிப்பாயாக, தரங்கம்பாடிக்கு வந்தார். ஒன்றரை ஆண்டுகள் தரங்கம்பாடியில் வாழ்ந்துள்ளார். டேனீஷ்பர்க் கோட்டையைக் கட்டியதில் நம்மவர்களின் பங்களிப்பைப் பாராட்டிப் பின்வருமாறு எழுதியுள்ளார்:

"டேனிஸ் போர்க் என்று பெயர் பெற்ற தரங்கம்பாடிக் கோட்டை மாளிகை மிகவும் அழகான கட்டடம், மூலை களில் கொத்தளங்கள் அழகாக அமைக்கப்பட்டுள்ளன. செங் கல்லிலான இந்தக் கட்டடத்தை இந்தியக் கொத்தனார்கள் கட்டினார்கள். இவர்கள் நம் ஐரோப்பியக் கட்டுமான வேலைக்காரர்களை விட மிகவும் விரைவாகவும், தொழில் நுணுக்கம் சிறந்தவர்களாகவும் திகழ்கிறார்கள். இந்தக் கோட்டையின் நடுவில் எழிலான ஒரு 'சர்ச்சு' ஒன்றும் கட்டப்பட்டுள்ளது. இதை இந்தியக் கொத்தனார்கள் கட்டினார்கள். நாம் கொடுத்த டேனிஷ் வரைபடத்தினைப்

பின்பற்றி இவர்கள் கட்டியிருக்கிறார்கள்" (பால சுப்பிர மணியன் *1999:353*).

தமிழ்நாடு அரசின் தொல்லியல் துறையினர் *2001-2002* ஆண்டுகளில் டேனிஷ்பர்க் கோட்டையின் வட பகுதிச் சுவரைச் செப்பனிட்டனர். அப்போது கோட்டையின் அடித்தளம் எவ்வாறு அமைக்கப் பட்டிருந்தது என்பதையறிய ஆய்வு மேற்கொண்டனர். இவ் ஆய்வில் கண்டறிந்த உண்மைகள் வருமாறு:

> 'இயற்கை மண் ஆகிய கடல் மண் மீது செங்கற் கட்டடமும் செங்கல் துண்டுகளைக் கொண்டு தரையும் அமைக்கப் பட்டுள்ளன. அதன் மேலே முப்பது செ.மீட்டர் தடிமண் அளவுக்கு, தவிட்டு மண் எனப்படும் மணலும் பரப்பப்பட்டிருந்தன. அதற்கு மேலே சுவர் கட்டப் பட்டுள்ளது. சுவரில் சுண்ணாம்புக்கல் பயன்படுத்தப் பட்டுள்ளது. சுவரில் மேற்பகுதியில் செங்கல்தளம் பரவப் பட்டிருந்தது. மழை பெய்தால் தண்ணீர் வெளியே சென்று விடும் வகையில் அது அமைக்கப்பட்டிருந்தது. கோட்டைச் சுவரின் அடித்தளத்தில் இரண்டு முறை கற்கள் பதிக்கப் பட்டு அதன் மீது சுவர் எழுப்பப்பட்டிருந்ததும் அதன் உறுதித்தன்மைக்குச் சான்றாக விளங்குகிறது' (ஸ்ரீதரன். கி.*2006:38*).

இவ்வளவு வலுவானதாய் அமைக்கப்பட்டிருந்தாலும் கடல் அரிப்பு அதிகரித்து வருவது, கோட்டைக்கு அச்சுறுத்தலாகவே உள்ளது.

டேனிஷ் நாணயங்கள்

தஞ்சை நாயக்க மன்னர்களான இரகுநாத நாயக்கர், விஜய ராகவ நாயக்கர் ஆகியோரின் அனுமதி பெற்று தம் நாட்டு நாணயங்களை டேனிசியர் தரங்கம்பாடியில் அச்சிட்டனர். டென்மார்க் மன்னர்களான நான்காம் கிறிஸ்டியன், மூன்றாம் பிரடிரிக், அய்ந்தாம் கிறிஸ்டியன் ஆகியோரின் பெயர் பொறிக்கப் பட்ட காசுகளும் டேன்ஸ்பர்க் என்று கோட்டையின் பெயர் பொறிக்கப்பட்ட காசுகளும் இங்கு வெளியாயின. சில காசுகளில் டேன்ஸ்பர்க் கோட்டையின் வரைபடமும் இடம் பெற்றிருந்தது.

நாணயம் அச்சிடப்பட்ட ஆண்டும், இலை, பூ, யானை, சிங்கம், சிலுவை, பறவை, மீன், குதிரை, குதிரை வீரன், போன்ற

உருவங்களும் சில நாணயங்களில் இடம்பெற்றுள்ளன (குடவாயில் பால சுப்பிரமணியன் *1999:299-300*).

தஞ்சை நாயக்கர் மரபையடுத்து வந்த மராத்திய மரபினரும் தரங்கம்பாடி நாணயச்சாலை செயல்பட அனுமதி வழங்கினர்.

ESCOT Pagoda என்ற பெயரில் டேனிசியர்கள் நாணயங்களை வெளியிட்டனர். *1800*-ஆம் ஆண்டு ஓலை ஆவணம் ஒன்றில் 'புதுயிசக்காட்டு விராகன்' என்று இந்நாணயம் குறிப்பிடப்பட்டுள்ளது. தரங்கம்பாடியைச் சுற்றியுள்ள பகுதிகளில் ஆ.கி.கம்பெனி ஆட்சி நிலை பெற்ற பின் அவர்கள் நாணயங்களும் தரங்கம்பாடிப் பகுதியில் புழங்கியுள்ளன. மக்கள் இந்நாணயங்களை 'சென்னப்பட்டணம் கும்பினி ரூபாய்', 'மதராசி ரூபாய்' என்றழைத்ததை தரங்கம்பாடி ஓலை ஆவணங்கள் வாயிலாக அறியமுடிகிறது (இராமச்சந்திரன்.சீ *2005:13*).

டேனிசியரின் வணிகம்

தொடக்கத்தில் அரிசி, பாக்கு, துணி, வெடியுப்பு ஆகியனவற்றை ஏற்றுமதி செய்த டேனிசியர்கள், கப்பல்களை வாடகைக்கு விட்டு ஆதாயம் தேடலாயினர். அடிமை வாணிகத்திலும் கடற் கொள்ளையிலும் கூட ஈடுபட்டனர்.

நிர்வாகமுறை

டென்மார்க் மன்னரின் பிரதிநிதியாக ஆளுநர் ஒருவர் தரங்கம்பாடியில் நியமிக்கப்பட்டார். டேனிசியர்கள்தான் ஆளுநராக நியமிக்கப்பட்டனர். டேனிஷ்பர்க் கோட்டையில் இவர் தங்கியிருந்தார்.

டேனிசியர்களுக்கும் நம்மவர்களுக்கும் இடையே இணைப்பாளர்களாக மொழிபெயர்ப்பாளர்கள் இருந்தனர். **துபாஷி** என்ற பெயரில் இவர்கள் அழைக்கப்பட்டனர். 'த்விபாஷி' என்ற சொல்லுக்கு இரு மொழியறிந்தவர் என்று பொருள். இச்சொல்லே, துபாஷி எனப்பட்டது. இதுவே, 'துபாஷ்' துபாஷி என்ற பதவிப் பெயருக்கான மூலச்சொல்லாகும். டேனிஷ் மொழியறிந்த தமிழர்கள் துபாஷ் ஆகப் பணியாற்றியுள்ளனர். காலிங்கராய பிள்ளை என்பவர் துபாஷியாக *1620*இல் பணியாற்றியுள்ளார். இவரது வீட்டில், கப்பல் செய்வது குறித்துக் கூறும் கப்பல் சாஸ்திரம் என்ற ஓலைச்சுவடி இருந்துள்ளது. **தினமாரக்கா**

துபாஷி என்று இச்சுவடி இவரைக் குறிப்பிடுகிறது. டென்மார்க் என்பதே தினமாரக்கா என்றாகியுள்ளது.

டேனிசியர்கள் தரங்கம்பாடியில் கருப்பர் நீதிமன்றம் (BLACK COURT) என்ற ஒன்றை 1781இல் நிறுவினர். இந்நீதி மன்றம் செவ்வாய்க் கிழமையும், சனிக்கிழமையும் காலை ஒன்பது மணி முதல் நண்பகல் பன்னிரண்டு மணி வரை செயல்பட்டது. இப்பகுதி மக்களின் பழக்கவழக்கம், மரபு ஆகியனவற்றின் அடிப்படையில் தீர்ப்பு வழங்கப்பட்டது.

தீர்ப்பு தமிழில் எழுதப்பட்டு, பின்னர் நீதிமன்றத்தில் உரக்க வாசிக்கப்பட்டது. இதன் பின்னரே டேனிஷ் மொழியில் மொழி பெயர்க்கப்பட்டது (மரியலாசர் 2010:74). (ஆனால் இன்று?)

ஆங்கில ஆட்சி

மராத்தியரிடம் இருந்து 1799ஆம் ஆண்டில் ஆ.கி. கம்பெனி தஞ்சைப் பகுதியின் ஆட்சியைக் கைப்பற்றியது. தரங்கம் பாடியையும் அதைச் சுற்றியுள்ள ஊர்களையும் நிர்வகிப்பதில் குறிப்பிடத்தக்க அளவிலான ஆதாயம் கிட்டாத நிலையில் 1845ஆம் ஆண்டில் இப்பகுதியின் மீதான தம் உரிமையை ஆங்கிலக் கிழக்கிந்தியக் கம்பெனியிடம் டேனிசியர் விற்று விட்டனர். இதன் பின்னர் இங்கு நிகழ்ந்த சமூக நிகழ்வுகள், உருவான ஆளுமைகள் குறித்துப் பேராசிரியர் மரியலாசர் (2010) தமது நூலில் பதிவு செய்துள்ளார். அவற்றுள் சாலை மற்றும் இரயில் போக்குவரத்தை மையமாகக் கொண்ட இரு செய்திகள் வருமாறு:

தரங்கம்பாடி அருகிலுள்ள பொறையாரில் இயங்கி வரும் தவசிமுத்து நாடார் மேல்நிலைப்பள்ளியில் வீரப்பபிள்ளை (1906-1963) என்பவர் அலுவலக உதவியாளராகப் பணியாற்றி வந்தார். இவர் 1922ஆம் ஆண்டில் கார் ஒன்றை, பொறையார் ராஜாபகதூர் நாடாரிடமிருந்து விலைக்கு வாங்கி அதனை வாடகை வண்டியாக இயக்கினார். அதன் உரிமையாளரும் ஓட்டுநரும் அவரேதான். இதன் தொடர்ச்சியாகப் பொறையாறு மயிலாடுதுறை இடையே எட்டணா கட்டணத்தில் (அய்ம்பது காசு) பேருந்துப் போக்கு வரத்தைத் தொடங்கினார். இதன் வளர்ச்சி நிலையாக கிட்டத் தட்ட அய்ம்பத்திநான்கு வழித்தடங்களில் அவரது 'சக்தி விலாஸ்' பேருந்துகள் இயங்கலாயின (மரியலாசர் 2010:12-15).

* * *

பொறையாறைச் சேர்ந்த இராவ்பகதூர் ரத்தினசாமி நாடார் (1865-1912) என்பவரது முயற்சியில் மயிலாடுதுறை, தரங்கம்பாடி இடையே 1926 இல் இரயில் போக்குவரத்து தொடங்கியது. இம்முயற்சியை மேற்கொண்ட இவர் 1912இலேயே இறந்து போனாலும் இப்பகுதி மக்கள் அவரை மறக்கவில்லை. இரயில் போக்குவரத்தின் தொடக்க நாளன்று அவரது படம் மாலை யணிவிக்கப்பட்டு இரயில் எஞ்சினின் முகப்பில் இடம்பெற்றது. அவரது பணியை நினைவுகூரும் வகையில் நினைவுத் தூண் ஒன்றும் தரங்கம்பாடி பழைய பேருந்து நிலையத்தில் நிறுவப்பட்டது (மேலது:27).

தரங்கம்பாடிக்கும் மயிலாடுதுறைக்கும் இடையிலான இரயில் பயணநேரம் ஒன்றரைமணி நேரமாக இருந்தது. இவ்விரண்டு ஊர்களுக்கும் இடையில், மாயவரம் டவுன் (மயிலாடுதுறை நகரம்) மன்னம்பந்தல், செம்பனார்கோவில், ஆக்கூர், திருக் கடையூர், தில்லையாடி, பொறையாறு என ஏழு இரயில் நிலையங்கள் இருந்தன.

தொடக்கத்தில் பயணிகளுக்காக ஆறு முறையும் சரக்கு களுக்காக நான்கு முறையும் இரயில்கள் இயங்கின. தரங்கம் பாடியில் இருந்து உப்பு, அரிசி, கருவாடு, மீன், குடிசைத் தொழிலில் உற்பத்தியான பொருட்கள் மயிலாடுதுறைக்குச் சென்றன. மயிலாடுதுறையில் இருந்து, காய்கறிகள், மளிகைப் பொருட்கள், இருசக்கர நான்கு சக்கர வாகனங்களுக்கும், விவசாயத்தில் பயன்படும் நீர் இறைக்கும் எந்திரங்களுக்கான உதிரிப்பாகங்கள் ஆகியன தரங்கம்பாடிக்கு வந்தன.

படிப்படியாக இரயில் போக்குவரத்து குறைந்து 1986 ஆம் ஆண்டில் முற்றிலும் நிறுத்தப்பட்டுவிட்டது. இது நிகழும் முன்னர், மயிலாடுதுறையில் இருந்து புறப்படும் இரயில் முற்பகல் பதினொன்று மணிக்குத் தரங்கம்பாடி வந்து சேர்ந்து மாலை மூன்றரை மணியளவில் திரும்பிச் செல்லும். பொறையாறு இரயில் நிலையத்தைக் கடந்து சிறிது தூரம் சென்றவுடன் இரயில்நிலையம் இல்லாத ஒரு பகுதியில் நிற்கும். இரயில் ஓட்டுநர், கார்டு, பயணச்சீட்டுப் பரிசோதகர் ஆகியோர் இறங்கிச் சென்று இரயில் பாதையை அடுத்துள்ள முதலியார் சிற்றுண்டிச் சாலையில் தேநீர் பருகிவிட்டுச் செல்வர். இதன் பொருட்டுப் பத்து நிமிடங்கள் வரை இரயில் நிற்கும்! (மேலது 27-28).

சமுதாயம் குறித்த செய்திகள்

தரங்கம்பாடிப் பகுதியில் கிடைத்த பழைய ஓலைச் சுவடிகளைச் சேகரித்து, தொல்லியல் ஆய்வாளர், சி.இராமச் சந்திரன், **'தரங்கம் பாடி ஓலை ஆவணங்கள்'** என்ற தலைப்பில் 2005ஆம் ஆண்டில் நூலாக வெளியிட்டுள்ளார். இந்நூலில் 110 ஓலை ஆவணங்கள் இடம்பெற்றுள்ளன. 1845ஆம் ஆண்டுக்கு முன்னர் எழுதப்பட்ட ஓலைகள் டேனிசியர் ஆட்சிக் காலத்தையும் அதன் பின்னர் எழுதப்பட்டவை ஆங்கிலேயர் ஆட்சிக் காலத் தையும் சேர்ந்தவை. இவ்வோலைகளின் உள்ளடக்கம் குறித்து,

> 'இவை கடன்கொடுத்தல் வாங்குதல், பண்ணைக் கூலி ஒப்பந்தம், பொருட்களை விற்றல் வாங்குதல் போன்ற தனிப்பட்ட மனிதர்களுக்கிடையிலான பரிவர்த்தனைகள் தொடர்பான ஆவணங்களாகும். அரசியல் வரலாற்று முதன்மையேதும் இவற்றில் இல்லை. ஆயினும் கி.பி.19ஆம் நூற்றாண்டில் வழக்கிலிருந்த சமுதாய நடைமுறைகள், பத்திரப் பதிவு மொழிநடை, சொல் வழக்குகள் போன்ற வற்றை ஆய்வு செய்ய இவை பயன்படும்'.

என்று நூலின் முன்னுரையில் சி.இராமச்சந்திரன் (2005:5) குறிப்பிட்டுள்ளார். அவரது அவதானிப்பு முற்றிலும் சரியானது என்பதை இந்நூலைப் படிப்பவர் உணர்வர். இந்நூலில் இருந்து சில எடுத்துக்காட்டுகளை இனிக் காண்போம்.

எழுதப்படும் செய்தியின் அடிப்படையில் ஓலை ஆவணங் களுக்குப் பெயரிடப்பட்டுள்ளன. செங்கல் சூளைக்காரருக்கும் அதை வாங்குவோருக்கும் இடையே நிகழும் ஒப்பந்தம் **'செங்கல் ஒப்பந்தச் சீட்டு'** எனப்பட்டது. இந்நூலில் இரண்டு செங்கல் ஒப்பந்தச் சீட்டுகள் இடம்பெற்றுள்ளன (பக்கம் 24, 28). தாம் வழங்கும் செங்கல், ஓரத்தில் கறுப்பு இல்லாமலும், விரிசல் இல்லாமலும் ஈரம் இல்லாமலும் இருக்குமென்று செங்கல் சூளைக்காரர் உறுதிமொழி அளித்துள்ளார்.

தம்மையும் தம் குடும்பத்தையும், நிலக்கிழாரிடம் ஒத்தியாக வைத்துக்கொண்டு பெறும் கடனுக்காக, எழுதிக் கொடுக்கும் சீட்டு **ஆள் ஒத்திக் கடன் சீட்டு** எனப்பட்டது. 1871ஆம் ஆண்டில் சின்ன சாம்பான் மகன் காத்தான் என்பவர், காட்டுச்சேரி திருமுடிச் செட்டியாரிடம் அய்ந்து ரூபாயும் தொண்ணூறு கலம்

நெல்லும் பெற்றுக்கொண்டு ஆள் ஒத்திக் கடன் சீட்டு எழுதிக் கொடுத்துள்ளார். (மேலது 59).

சாத்தாங்குடியைச் சேர்ந்த அப்பாசாமி செட்டி யாருக்குப் பள்ளபாலன் என்பவர் 1858இல் ஆறு ரூபாய் பெற்றுக் கொண்டு, தானும் தன் மனைவியும் பண்ணை ஆள் ஆகப் பணிபுரிவதாக ஒப்புக்கொண்டு பண்ணை ஆள் ஒத்திச் சீட்டு எழுதிக் கொடுத் துள்ளார் (மேலது 63).

சாத்தங்குடி மாணிக்கம் என்பவர் தன் திருமணச் செலவிற்காகப் பதினைந்து ரூபாயும் இரண்டுகலன் நெல்லும் பெற்றுக் கொண்டு, நெல்லின் கிரையத் தொகை மூன்று ரூபாய் என்று நிர்ணயித்து, மொத்தம் பதினெட்டு ரூபாய்க்குத் தன்னையும் தன் மனைவியையும் ஒத்தியாக வைத்து, பண்ணை ஆள் ஒத்திச் சீட்டை எழுதிக் கொடுத்துள்ளார். இதில் பிணையாளியாக அவரது தகப்பனாரும் குறிப்பிடப்பட்டுள்ளார் (மேலது 70-71).

மேய்ச்சலுக்காகக் கால்நடைகளைப் பெற்றுக் கொள்வோர் 'உடன்படிக்கை' எழுதிக்கொடுத்தே அவற்றைப் பெற்றுள்ளனர் (மேலது 78). குத்தகையாக நிலத்தைப் பெறுவோர் குத்தகைச் சீட்டு எழுதிக் கொடுத்துள்ளனர் (மேலது 79).

துடராச்சீட்டு (தொடராச்சீட்டு) என்ற பெயரில் 1836ஆம் ஆண்டில் எழுதப்பட்ட சீட்டு ஒன்றும் இந்நூலில் இடம் பெற்றுள்ளது. காட்டுச்சேரி ராமனாதன் செட்டி என்பவர், திருக்காளாச்சேரி முட்டை முழுங்கி பேத்தியான ஈசுவர அம்முனி என்பவளை வைப்பாட்டியாக வைத்திருந்தார். இருவருக்கும் இடையே பிணக்கு ஏற்பட்டுப் பிரியும்போது அப்பெண் எழுதிக் கொடுத்த சீட்டு வருமாறு:

> ....எழுதிக் கொடுத்த துடராச் சீட்டு என்னவென்றால் நான் தம்மிடத்தில் சில நாள் வைப்பாட்டியாய் இருந்தபடியாலே, இப்ப எனக்கும் தமக்கும் ஒத்துக்கொள்ளாததாலே, என் மனறாசியாகி சாட்சிகள் முன்னுக்கு நான் தீத்து ரொக்கம் வாங்கிக் கொண்டது கும்பினி ரூபாய் பதினைந்தும் சேலை விலைக்கு ரூ இரண்டும் ஆக ரூபாய் பதினேழு ரொக்கம் பத்திக் கொண்டு நான் விலகிப் போற படியினாலே, இனிமேல் தமக்கும், யெனக்கும் யாதொரு வியாச்சியமும் இல்லை யென்றுயிந்த துடராச் சீட்டில் சாட்சிகள்

முன்னுக்கு என் மனராசியாக யென் கையொப்பம் வைத்துக் கொடுத்தேன் (மேலது: 84).

* * *

தஞ்சை நாயக்கர் ஆட்சியில் நாயக்கமன்னரது உறவினர்களும் நெருக்கமானவர்களும் பாளையக்காரர்களாக நியமிக்கப்பட்டனர். இவர்களும் இவர்களது படைவீரர்களும் குடிகாரர்களாகவும் பெண்பித்தர்களாகவும் இருந்தனர். தரங்கம்பாடிப் பகுதியில் இவர்கள் மேற்கொண்ட இழிசெயல்களை, ராமசாமி என்ற மெய்கண்டான் என்பவர் 1995ஆம் ஆண்டில் எழுதிய கட்டுரையில் குறிப்பிட்டுள்ளார். இக்கட்டுரையில் இடம் பெற்ற செய்தியை மரியலாசர் (2010:72-73) தம் நூலில் குறிப்பிட்டுள்ளார்.

இப்பகுதியில் பெண் குழந்தைகள் முதற் பூப்படைந்தவுடன், தம் வீரர்களை அனுப்பி வலுக்கட்டாயமாகத் தூக்கி வரும்படி பாளையக்காரர்கள் கட்டளை இடுவர். அவ்வாறு கவர்ந்து வரப்பட்ட சிறுமிகள் அவராலும் அவரைச் சார்ந்தவர்களாலும் பாலியல் வன்முறைக்கு ஆளாவர். பின்னர் அச்சிறுமிகளைக் கொன்று விடுவர் அல்லது டச்சுநாட்டு வணிகர்களுக்கு அடிமையாக விற்றுவிடுவர்.

இத்தகைய கொடுமையில் இருந்து தம் பெண் குழந்தைகளை விடுவித்துக்கொள்ள இயலாத நிலையில் கௌரவக் கொலையை மக்கள் மேற்கொண்டனர். தம் வீட்டில் சிறுமியொருத்தி பூப்பெய்தியவுடன், தம் வீட்டிற்குள் குழி ஒன்றைத் தோண்டுவர். அக்குழிக்குள் எண்ணெய் விளக்கொன்றை வைத்து அதை ஏற்றி வைக்கும்படி அச்சிறுமியிடம் கூறுவர். அச்சிறுமி குழிக்குள் இறங்கி அவ்விளக்கை ஏற்றும்போது குழிக்குள் மண்ணைத் தள்ளி உயிருடன் புதைத்து விடுவர்.

பிறகு சேலையொன்றில் பூக்களைக் கொட்டி பொட்டலமாகக் கட்டுவர். அச்சிறுமியைப் புதைத்த இடத்திற்கு மேல் அப்பொட்டலத்தைக் கயிற்றில் கட்டித் தொங்கவிடுவர்.

இதனையடுத்து எண்ணெய் விளக்குகளை ஏற்றிக் கற்பூரம் கொளுத்துவர். தாம்பாளம் ஒன்றில் பழங்கள், மலர்கள், தேங்காய், சந்தனம், குங்குமம், சாம்பிராணி ஆகியனவற்றை வைப்பர். அச்சிறுமியை உயிருடன் புதைத்த இடத்தில் அத்தாம்பாளத்தை வைத்து தெய்வமாக அச்சிறுமியை வழிபடுவர்.

இதன்பின் நாள்தோறும் மாலை நேரத்தில் அந்த இடத்தில் விளக்கேற்றுவர். அச்சிறுமி இறந்த நாளை ஆரவாரத்துடன் பக்தி உணர்வு மேலோங்க வழிபடுவர். அச்சிறுமியைக் குறித்துப் பாளையக்காரரின் படைவீரர்கள் விசாரித்தால், அம்மைநோயால் அச்சிறுமி இறந்து போனதாகக் கூறிவிடுவர்.

இவ்வாறு பெற்றோரால் கௌரவக் கொலை செய்யப்பட்ட சிறுமிகளைப் பூவாடைக்காரி என்று பெயரிட்டு வணங்கி வந்தனர். 1620இல் டேனியர்களின் கட்டுப்பாட்டில் இப்பகுதி வந்தபின் பூவாடைக்காரி உருவாவது நின்றுபோனது.

கிறித்தவத்தின் நுழைவாயில்

தரங்கம்பாடியின் வரலாற்றில், கிறித்தவம் குறிப்பாக, சீர்திருத்தக் கிறித்தவம் சிறப்பான இடத்தைப் பெற்றுள்ளது. இங்கே அறிமுகமான சீர்திருத்தக் கிறித்தவம் பின்னர் தமிழ் நாட்டின் ஏனைய பகுதிகளுக்குப் பரவியது. இதனால் 'கிறித்தவத்தின் நுழைவாயில்' என்று தரங்கம்பாடியை அழைப்பர்.

இராமச்சந்திரன்.சீ (2005) தரங்கம்பாடி ஓலை ஆவணங்கள் சென்னை, குடவாயில் பாலசுப்பிரமணியன் (1999) தஞ்சாவூர் நாயக்கர் வரலாறு, Prof P.Maria Lazar (2010) - *Tales of Tranquepar.*

உங்கள் நூலகம், செப்டம்பர் 2013

2

தமிழக வரலாற்றில் தரங்கம்பாடி: 2

டேனிசியர்களின் வருகைக்கு முன்னரே, போர்ச்சுக் கீசிய வணிகர்களால் கத்தோலிக்கமும், டச்சு வணிகர் களால் சீர்திருத்தக் கிறித்தவமும் தரங்கம்பாடியில் அறிமுகமாயிருந்தன. இவ்விரு சமயப்பிரிவினருக்கும் என, தனித்தனியே தேவாலயங்கள் இருந்தன. என்றாலும் 'கிறித்தவத்தின் நுழைவாயில்' (Gateway of Christianity) என்று தரங்கம்பாடி பெயர் பெற இவை காரணமாக அமையவில்லை. ஜெர்மன் லூத்திரன் மறைப் பணியாளர்கள் இங்கு தங்கி மறைத்தளம் (மிஷன்) ஒன்றை உருவாக்கிச் செயல் படத் தொடங்கிய பின்னரே கிறித்தவ சமய வரலாற்றில் தரங்கம்பாடி தனக்கென, சிறப்பான இடத்தைப் பெற்றது. இந்தியாவில் சீர்திருத்தக் கிறித்தவத்தின் முதல் மறைத்தளமாக 'தரங்கம்பாடி மறைத்தளம்' (தரங்கம்பாடி மிஷன்) உருப்பெற்றது. இங்கிருந்தே தமிழ்நாட்டின் உள்நாட்டுப் பகுதிகளில் சீர்திருத்தக் கிறித்தவம் பரவியது.

கிறித்தவப் பரப்பல் குறித்த சிந்தனை

தரங்கம்பாடியில் டேனிசியர் நிலைபெறக் காரணமா யிருந்த, நான்காம் பிரெடரிக் என்ற டென்மார்க் மன்னன், கிறித்தவத்தை இந்தியாவில் பரப்புவதில் ஆர்வம் கொண்டிருந்தான். தன் கட்டுப்பாட்டிற்குள் இருந்த தரங்கம்பாடிக்கு, மறைப்பணியாளர்களை (மிஷனரிகளை) அனுப்ப விரும்பினான். தன்

விருப்பத்தை, அரண்மனைக் குரு லூத்கன் என்பவரிடம் தெரிவித்த போது, அவர் இது தொடர்பாக முயற்சி மேற்கொண்டார். டென்மார்க் நாட்டின் மறைப் பணியாளர்கள் கடல் கடந்து செல்வதில் ஆர்வம் காட்டவில்லை என்பதை அவர் அறிந்துகொண்டார்.

எனவே, அரண்மனைக் குருவான லூத்கன், டென்மார்க் கிறித்தவ சபையின் பேராயரான போர்ன்மான் என்பவரின் உதவியை நாடினார். அவரோ டேனீசிய நாட்டு மறை போதகர்களை அயல்நாட்டிற்கு அனுப்புவது தொடர்பான தம் அச்சவுணர்வை, பின்வருமாறு வெளிப்படுத்தினார்:

டேனியக் குருமாணவர்கள் ஆடம்பரப்பிரியர்களாகவும் குடிகாரர்களாகவும், சோம்பேறிகளாகவும், கூடாவொழுக்கம் உடையவர்களாகவும் இருப்பதால் இப்பணிக்கு அவர்கள் தகுதியற்றவர்கள் (ஆர்னோ லெக்மான் 2006:3).

பின்னர் டென்மார்க் மன்னனின் விருப்பத்தைக் கூறி தன் செர்மானிய நண்பர்களின் உதவியை வேண்டினார். அவரது வேண்டுகோளுக்கு உற்சாகமான பதில் கிடைத்தது. கடவுள் பயமும் மறைபரப்பும் பணியில் ஆர்வமும் கொண்ட இருவர் இருப்பதாக அவர்கள் தெரிவித்தனர் (மேலது).

ஹாலேயில் இருந்து பயணம்:

அவர்கள் குறிப்பிட்ட இருவரில் ஒருவர் ஹென்ரிச் புலூட்சத் (Heinrich Pluetschau) மற்றொருவர் பார்த் வோமா சீகன்பல்க் (Bartholomaeus ziegenbalg). இவ்விரு வரும் பிறப்பால் ஜெர்மானியர்கள். ஜெர்மனியில் ஹாலே என்னும் நகரிலுள்ள பல்கலைக் கழகத்தில் பயின்றவர்கள்.

ஹாலேயில் இருந்து பயணித்து டென்மார்க்கின் கோபன் ஹென் நகரை இருவரும் வந்தடைந்தனர். 1705 நவம்பர் 11 ஆம் நாள் இருவரையும் குருக்களாக திருநிலைப்படுத்தி (Ordained) கப்பல் ஒன்றில் தரங்கம்பாடிக்கு 1705 நவம்பர் 30 ஆம் நாள் அனுப்பிவைத்தனர்.

தரங்கம்பாடியை வந்தடைதல்:

1706 ஜூலை ஒன்பதாம் நாளன்று, கப்பல் தரங்கம்பாடியை வந்தடைந்தது. தரங்கம்பாடி ஊருக்கு நான்குமைல் தொலைவில்

கப்பல்கள் நிற்பது வழக்கம். கரையோரம் கடல் ஆழமில்லாது இருப்பதுதான் இதற்குக் காரணம். துடுப்பின் துணையால் இயக்கப்படும் படகுகளில் ஏறியே கரையை வந்தடைய வேண்டும்:

மறைப்பணியாளர்கள் இருவரும் கப்பலில் இருந்து இறங்கி, படகு ஒன்றில் ஏறினர். விரைவாகத் துடுப்புப் போடும்படி, டேனிஷ் வணிக நிறுவன அதிகாரிகள், படகோட்டிகளை சவுக்கால் அடித்தனர். இது குறித்து இருவரும் வினவியபோது. 'துடுப்புப்போடுபவர்கள் உள்ளூர்வாசிகள்தானே' என்ற அலட்சியமான பதில் கப்பலின் காப்டனிடமிருந்து வந்தது.

இருவரும் தரங்கம்பாடிக் கடற்கரையை வந்தடைந்த போது, இவர்களை வரவேற்று அழைத்துச் செல்ல எவரும் வரவில்லை. பாதுகாப்புத் தருவது தொடர்பான டென்மார்க் மன்னனின் ஆணையுடன் இருவரும் கடற்கரையில் நின்றனர். தரங்கம்பாடியில் இருந்த டேனிஷ் ஆளுநர், அவ்விருவரையும் அங்கிருந்த டேனிஷ் பள்ளியில் ஆசிரியர்களாகப் பணியாற்றும்படி வற்புறுத்தினான். ஆனால், தாம் சார்ந்துள்ள ஜெர்மன் லூத்தரன் மிஷன் கூறியனுப்பியபடி, கிறித்தவ சமயப் பரப்புதலை மேற்கொள்வதில் இருவரும் உறுதியாக நின்றனர்.

தரங்கம்பாடி வாழ் அய்ரோப்பியர்:

தரங்கம்பாடிப் பகுதியில், பூர்வீகக் குடிகள் கிறித்தவர்களாக இல்லாத நிலையில் அங்கிருந்த கிறித்தவர்கள் என்போர் அய்ரோப்பியர்களாகவேயிருந்தனர். இவர்களைக் கண்டபோது இருவருக்கும் அதிர்ச்சியேற்பட்டது. பிறவியினால் மட்டுமே இவர்கள் கிறித்தவர்களாயிருந்தனர். கிறித்தவ விழுமியங்களைப் (Values) பின்பற்றாதவர்களாகவே இவர்கள் விளங்கினர். **'புறச்சமயத்தினரை மதமாற்றம் செய்வதில் முக்கிய தடைக்கல்'** என்று சீகன்பால்க் இவர்களைக் குறிப்பிட்டார். கிறித்தவராக மதம் மாறிய தமிழர் ஒருவர் இவர்களைக் குறித்துக் கூறியதை 'மலபார் கடிதப் போக்குவரத்து எண் *34*' பின்வருமாறு பதிவு செய்துள்ளது:

> அவர்கள் பத்துக் கட்டளைகளின்படி வாழ்வதில்லை. மிகுதியாகக் குடித்து அறிவை இழப்பவர்கள். பொய் கூறுபவர்கள். முட்டாளைப் போல் உளறுபவர்கள். ஒருவரை யொருவர் வெறுத்துச் சண்டையிடுபவர்கள். கடவுளின் மீதும்

> ஆன்மாவின் மீதும் ஆணையிடுபவர்கள். பரத்தமையும் சூதாட்டமும் மேற்கொள்ளுபவர்கள். பசுவைக்கொன்று அதன் இறைச்சியை உண்பவர்கள், வெள்ளைக்காரர்கள் மிகவும் மோசமானவர்கள். பயணிகளிடம் சிறிதும் இரக்கம் காட்டமாட்டார்கள். செல்வம் உடையவர்களாக இருந் தாலும் அறச் செயல்களுக்கோ, நற்பணிகளுக்கோ செலவிட மாட்டார்கள். ஏழை சக மனிதர்களைக் குறித்து ஒருபோதும் கவலைப்பட மாட்டார்கள் (ஆர்னோ லெக்மான் 2006:42-43).

தமது கடிதம் ஒன்றில், "அய்ரோப்பியக் கிறித்தவர்கள், புறச்சமயத்தினரைக் கருப்பு நாய்போல் நடத்துகின்றனர். தம் செயல்பாடுகளால் அவர்களைப் புண்படுத்துகிறார்கள்" என்றும் அய்ரோப்பியர்களே ரட்சிக்கப்படும்போது, தாமும் ரட்சிக்கப் படுவோம் என்று இப்பகுதி மக்கள் நம்புவதாகவும் சீகன்பல்க் குறிப்பிட்டுள்ளார். அய்ரோப்பியரை அறிந்திராத ஒருவரைக் கிறித்தவராக மதமாற்றம் செய்வதே நல்லது என்று அதே கடிதத்தில் குறிப்பிட்டுள்ளார் (மேலது).

அய்ரோப்பியர் குறித்து இத்தகைய எதிர்மறையான கருத்துக்கள் நிலவிய சூழலிலேயே அய்ரோப்பியர்களான சீகன்பல்க்கும், றென்றிபுளுசட்த்தும் கிறித்தவசமயப் பரப்பலை மேற்கொள்ள வேண்டியிருந்தது. இதனால் அவர்களது தொடக்ககால முயற்சிகள் தரங்கம்பாடியில் வாழ்ந்த அடிமைகளை மையமாகக் கொண்டமைந்தன.

கிறித்தவரான அடிமைகள்:

தரங்கம்பாடியில் வாழ்ந்து வந்த செர்மானியக் கிறித்தவர் களுக்கு, செர்மன் மொழியில் வழிபாடு நிகழ்த்துவது சீகன்பல்கின் தொடக்க காலப் பணியாக இருந்தது. இப்பணியில் இருந்து தம்மை விடுவித்துக் கொண்டு, புதிய கிறித்தவர்களை உருவாக்கு வதே அவரது இலட்சியமாக இருந்தது. ஆனால் இதை நிறை வேற்றுவதில் அவர் எதிர்கொண்ட முக்கிய இடர்ப்பாடாக சாதியிருந்தது.

கிறித்தவராகத் திருமுழுக்குப் பெற விரும்பியோர் தம் சாதியின் எதிர்ப்பை முதலில் எதிர்கொள்ள வேண்டியிருந்தது. கிறித்தவராக மதம்மாறியவர்கள் எந்தச் சாதியினராய் இருந்தாலும், அவர்கள் பறையர் சாதியினராகவே கருதப்படலாயினர். அவருக்கு

நெருப்புக் கொடுக்கவும், பொதுக்கிணற்றில் இருந்து தண்ணீர் எடுக்கவும் தடைவிதிக்கப்பட்டது. அவருக்கு யாரும் பெண் கொடுக்கமாட்டார்கள். கிறித்தவராக மாறிய கணவன் மனைவியரும், பெண்களும் சமூக விலக்கத்திற்கு ஆளானார்கள். கிறித்தவராக மாறியோர் தாம் பிறந்த வீட்டில் இருந்து விரட்டப்பட்டதுடன் இறந்து போனவர்களாகக் கருதப்பட்டனர். இக்காரணங்களால் கிறித்தவ சபையொன்றை நிறுவமுடியவில்லை (மேலது:*43*). இத்தகைய சமூகச் சூழலில், அப்பகுதியில் நிலவிய அடிமைமுறை அவர்களுக்குக் கைகொடுத்தது.

கி.பி.*1715* வாக்கில் கத்தோலிக்க சமயம் சார்ந்திருந்த அடிமைகள் சிலரை விலைக்கு வாங்கி, கிறித்தவ சபை ஒன்றை நிறுவினர். பணம் கொடுத்து விலைக்கு வாங்கி கிறித்தவர்களாக்கப் பட்ட இவர்களைப் போன்றோரை **'பணக்கிறித்தவர்'** என்று அழைத்தனர் (மேலது *43-44*).

தரங்கம்பாடியில் வாழ்ந்து வந்த அய்ரோப்பியர்கள், அடிமை வணிகர்களிடம் இருந்து அடிமைகளை விலைக்கு வாங்கி வீட்டு வேலைகளுக்குப் பயன்படுத்தி வந்தனர். இவ்வடிமைகளில் இஸ்லாமியர்களும் இருந்தனர். இவர்கள் அனைவரும், அவர்களது கிறித்தவ எசமானர்களால், வலுக்கட்டாயமாகக் கிறித்தவர் களாக்கப்பட்டவர்கள். தேவாலயத்திற்குச் செல்ல அவர்களின் உரிமையாளர்கள் அவர்களை அனுமதிக்காவிட்டால், உபதேசி யார்கள் அவர்களது இருப்பிடத்திற்குச் சென்று மறையுபதேசம் செய்தனர் (ஹெய்கிலிபோவ், **2013:151-152**).

அடிமைகளை விலைக்கு வாங்குவதற்காக மறைத் தளத்திற்கு முன்பணம் வழங்கப்பட்டது. இப்பணம் அடிமைகளின் விடுதலைக்காக வழங்கப்படவில்லை என்று ஹெய்கிலிபோவ் **(2013:151-152)** எள்ளலாகக் குறிப்பிடுகிறார்.

பொருளாதார நெருக்கடிக்கு ஆளாகும் பெற்றோர்கள், தம் குழந்தைகளை அடிமைகளாக விற்றனர். இவ்வாறு விற்கப்படும் குழந்தைகளை விலைக்கு வாங்கி கிறித்தவராக்கும் செயலை, கிறித்தவ விழுமியங்களுக்குப் புறம்பான நடவடிக்கையாக சீகன்பல்க் கருதவில்லை. **23** டிசம்பர் **1710** இல் அவர் எழுதிய கடிதம் ஒன்றில்,

இங்குள்ள நடைமுறைப்படி பெற்றோர்கள், ஏதோ ஒரு காரணத்திற்காக, தம் குழந்தைகளை அடிமைகளாக விற்கிறார்கள். அக்குழந்தைகளைச் சிறிதளவு பணம் கொடுத்து வாங்கி, தேவாலயத்திற்கு உரியதாக்குவதில் தவறில்லை. நம் பள்ளியில் இவ்வாறு விலைக்கு வாங்கப் பட்ட இரு குழந்தைகள் உள்ளனர். அவர்கள் நன்றாக வுள்ளனர். இவர்கள் வாயிலாக இவர்களது பெற்றோர்களின் நம்பிக்கையைப் பெற முடிந்தது.

என்று குறிப்பிட்டுள்ளார் (ஹெய்கிலிபோவ் 2013:152). கி.பி.1785 இல் எழுதப்பட்ட மராத்திமோடி ஆவணம் ஒன்றும் சிறுமியை விலைக்கு வாங்கி, திருமுழுக்கு செய்ததைக் குறிப்பிடுகிறது. திருமுல்லைவாசல் மாரியம்மன் கோவில் தெருவில் வசித்து வந்த செவதாயி என்பவள் தன் சகோதரியின் மகளை, தரங்கம்பாடி வெள்ளைக்காரன் உஸ்மானுக்கு ஆறு சக்கரம், ஒரு வராகனுக்கு விற்றுள்ளார். விலைக்கு வாங்கப்பட்ட அப்பெண்ணுக்குத் திருமுழுக்குச் செய்யப்பட்டது (வேங்கடராமையா 1984:326).

கிறித்தவராக மாற்றப்பட்ட பின்னரும் அடிமைகள் அடிமை களாகவே இருந்தனர். தம் உரிமையாளர்களுக்கு மிகவும் உண்மையுடன் இவர்கள் பணிபுரிந்தார்கள் என்று ஹெய்கிலி போவ் (2013:154) குறிப்பிடுகிறார்.

தரங்கம்பாடி மறைத்தளமும் சாதியும்:

தொடக்கத்தில் பெரும்பாலும் பறையர் சமூகத்தினரே தரங்கம்பாடி மறைத்தளத்தில் கிறித்தவராயினர் (மேலது 142). டென்னிஸ் ஹட்சன் என்பவர் தரங்கம்பாடி சபைகளில் 90% பறையர் கிறித்தவர் இருந்தனர் என்று கருதுகிறார் (மேலது 216). இம்மக்கள் மீதான தரங்கம்பாடி மறைத்தளத்தின் அணுகுமுறையை ஹய்கிலிபோவ் (2013:143) பின்வருமாறு பதிவு செய்துள்ளார்.

கிறித்தவத்தைத் தழுவியவர்களில் மிகப் பெரும்பாலோர் தீண்டத்தகாதோர் பிரிவைச் சேர்ந்தவர்கள். பெரும்பாலான கிறித்தவச் சபைகளிலும், பள்ளிகளிலும், கிறித்தவக் கிராமங் களிலும், தரங்கம்பாடி மறைத்தள வரலாறு முழுவதிலும் ஒரு தலித் கூட கிறித்தவ சபை ஊழியராகத் திருநிலைப்படுத்தப் படவில்லை. இந்தியாவில் பணியாற்றி வந்த அய்ரோப்பிய மறைப் பணியாளர்களுக்கும் அய்ரோப்பாவில் இருந்த மேலதிகாரிகளுக்கும்

இடையே இது தொடர்பான வெளிப்படையான ஆழமான விவாதம் எதுவும் நடைபெறவில்லை.

சகபணியாளர்கள்:

உள்ளூர் மக்களைக் கிறித்தவராக்கவும், கிறித்தவரான வரை, அதில் நிலைக்கச் செய்யவும், உள்ளூர் மக்களில் இருந்து சிலரைத் தேர்ந்தெடுத்து மறைத்தள ஊழியர்களாகப் பயிற்சி கொடுத்தனர். இவர்களைத் தவிர வேறு சில ஊழியர்களையும் நியமித்தனர். இவ்வாறு நியமிக்கப்பட்ட பணியாளர் பதவிகள் வருமாறு:

(1) உபதேசியார் (2) பள்ளி ஆசிரியர் (3) எழுத்தர் (4) உணவு பரிமாறுபவர் (5) கணக்கர் (6) பாதுகாவலர் (7) பிணக்குழி தோண்டுபவர் (8) சமையல்காரர் (9) சலவைத் தொழில் செய்பவர் (10) தண்ணீர் கொண்டு வருபவர்.

இவர்கள் அனைவரும் தரங்கம்பாடி மறைத்தளத்தில் பணியாற்றிய அய்ரோப்பியர்களின் சக ஊழியர்களாக விளங்கினர். இவர்களுக்கு ஊதியம் வழங்கப்பட்டது. சிலர் பகுதிநேர ஊழியர்களாக இருந்தனர். ஒரே பணியைச் செய்தாலும் அய்ரோப்பிய சக பணியாளர்களுக்கும் இந்திய சக பணியாளர்களுக்கும் இடையே ஊதியத்தில் வேறுபாடு இருந்ததை ஹெய்கிலிபோ (2013:193) சுட்டிக் காட்டுகிறார்.

உபதேசியார்:

தரங்கம்பாடி மறைத்தளத்தின் சகபணியாளர்களில் உபதேசியார் என்போர் முதல்நிலைப் பணியாளர்களாக விளங்கினர். இவர்கள் எழுதப்படிக்கத் தெரிந்தவர்களாகவும் கிறித்தவ மறையறிவு உள்ளவர்களாகவும் இருந்தனர்.

முதல் தமிழ் உபதேசியார் 28 மே 1707 இல் நியமிக்கப் பட்டார். கிறித்தவர் அல்லாதாரிடம் கிறித்தவத்தைப் பற்றி உரையாடுதல், கிறித்தவ சமய உண்மைகளைப் போதித்தல், புதிய கிறித்தவர்களைச் சந்தித்தல் என்பன இவரது கடமைகளாகும்.

1733 இல் உபதேசியாரின் கடமைகள் குறித்து விரிவாகக் குறிப்பிடப்பட்டுள்ளது. அதன்படி நாள்தோறும் தமிழ்க் கிறித்தவர் களின் வீடுகளுக்குச் சென்று அவர்களையும் அய்ரோப்பியர் வீடு களுக்குச் சென்று அங்கு பணிபுரியும் கிறித்தவ அடிமைகளையும் சந்திக்க வேண்டும்.

திருமணம் ஆகாத இளம் வயதினரின் ஒழுக்கம் குறித்துக் கவனம் மேற்கொள்ளவேண்டும். நோயாளிகளைச் சந்திக்க வேண்டும். சவ அடக்கத்தைக் கிறித்தவ முறையில் செய்ய வேண்டும். திருமணம் மற்றும் கிறித்தவத் திருநாள் கொண் டாட்டங்களின் போது புறச்சமயப் பழக்கவழக்கங்கள் நுழையாது பார்த்துக் கொள்ள வேண்டும்.

ஞாயிறன்று தேவாலயத்தில் நிகழும் வழிபாட்டை மேற் பார்வையிடுவதுடன், சில நேரங்களில் மறையுரை ஆற்றவும் வேண்டும். இவ்வாறு தாம் செய்த பணிகள் குறித்த விவரங்களை மறைத்தளத்திற்குத் தெரிவிக்க வேண்டும்.

தாம் பணிபுரியும் வட்டாரத்திற்கு ஏற்ப உபதேசியார்கள் 'கிராம உபதேசி', 'நகர உபதேசி' என இரு பிரிவாக இருந்தனர். அத்துடன் அவர்களுக்கு வழங்கப்பட்ட அதிகாரங்களுக்கு ஏற்ப, 'உபதேசியார்', 'இளநிலை உபதேசியார்' என்றழைக்கப்பட்டனர்.

உபதேசியாரும் ஆதிக்கவகுப்பினரும்:

கிறித்தவ சமயத்தைப் பரப்புவதே உபதேசியாரின் முக்கிய கடமையாய் இருந்ததால், ஆதிக்க வகுப்பினரின் பகைக்காளாக அவர்கள் விரும்பவில்லை. எனவே ஆதிக்க வகுப்பினரின் பொருளியல் நலனுக்கு இடையூறு ஏற்படாது பார்த்துக் கொண்டனர்.

கிராமப்புற நிலப்பிரபுக்களின் வரிக் கொள்கையால் பாதிக்கப்படும் மக்கள் அதை எதிர்க்கும் வழிமுறைகளில் ஒன்றாக, ஊரைவிட்டு வெளியேறுவது அக்கால வழக்கமாகும். இவ்வாறு உழைக்கும் மக்கள் வெளியேறுவதால், வேளாண் உற்பத்தி மற்றும் கைத்தொழில் உற்பத்தி பாதிக்கப்படும். தம் எதிர்ப்பைக் காட்டும் வழிமுறையாக ஊரைவிட்டு வெளியேறிய கிறித்தவர்களை ஊருக்குத் திரும்பச் செய்வதும் அய்ரோப்பியர்களிடம் பணி புரிவோர் ஓடிச் செல்வதைத் தடுத்து நிறுத்துவதும் உபதேசியாரின் பணிகளில் இடம்பெற்றிருந்தன (மேலது 164).

குரு:

சீர்திருத்தக் கிறித்தவசபையின் தேவாலயங்களின் பொறுப் பாளராகவும் வழிபாட்டை (ஆராதனை) நடத்துபவராகவும் விளங்கும் மறைப்பணியாளரைக் குரு அல்லது ஐயர் என்று

தமிழில் குறிப்பிடுவர். கல்வி நிறுவனம், மருத்துவநிலையம், இராணுவப் பாசறை, சிறைச்சாலை போன்ற அமைப்புகளில் வாழும் ஒரு குறிப்பிட்ட மக்கள் குழுமத்தினர் மட்டும் பயன் படுத்தும் தேவாலயத்தில் பணிபுரிபவர் சாப்லின் என்றழைக்கப் படுவார்.

தரங்கம்பாடி மறைத்தளத்தில், தொடக்கத்தில் அய்ரோப்பியர் களே குருக்களாயிருந்தனர். பின்னர் தமிழர்களைக் குருக்களாக்கலாம் என்று முடிவுக்கு வந்தனர். உபதேசியார்களாகப் பணிபுரிந்து வந்தோரைத் தேர்ந்தெடுத்து தொடக்கத்தில் குருக்களாக்கினர்.

இவ்வகையில் தரங்கம்பாடியின் புதிய ஜேருசலம் தேவாலயத்தில் உதவி உபதேசியாராகப் பணிபுரிந்து பின்னர் உபதேசியாரான ஆரோன் (1698ஃ9-1745) என்பவர் 28 டிசம்பர் 1733 இல் குருவாகத் திருநிலைப்படுத்தப்பட்டார். இந்தியாவின் முதல் சுதேச குரு இவர்தான். தரங்கம்பாடி மறைத்தளத்தின் தொடக்ககால வரலாற்றில் குரு நியமனத்தில் சாதி முக்கிய பங்கு வகித்துள்ளது.

பறையர் சமூகத்தைச் சேர்ந்த இராஜநாயக்கன் என்பவர் தஞ்சை மராத்திய மன்னரின் படையில் 'சேர்வைக்காரன்' என்ற பதவி வகித்து வந்தார். மூன்று தலைமுறையாகக் கத்தோலிக்கராக வாழ்ந்த குடும்பத்தில் பிறந்த இவர் லூத்தரன் சபைக் கிறித்தவராக மாறியவர். 1729 இல் உபதேசியாராக நியமிக்கப்பட்டார்.

1740 இல் குருவாகப் பதவி உயர்வு இவருக்கு வழங்க வேண்டிய சூழலில் சாதியின் அடிப்படையில் அது மறுக்கப்பட்டு தியாகு என்பவருக்கு வழங்கப்பட்டது. என்றாலும் இராஜ நாயக்கனின் திறமையைப் புறக்கணிக்க இயலாத நிலையில் 'மூத்த உபதேசியார்' என்ற பட்டத்தை வழங்கிச் சமாளித்தனர்.

கிறித்தவர் மீதான தண்டனைகள்:

கிறித்தவர்களாக மாறிய மக்கள் பிரிவினரைத் தம் கட்டுப் பாட்டிற்குள் வைக்கும் வழிமுறையாகச் சில தண்டனைகள் வழங்குவதை மறைத்தள அதிகாரிகள் மேற்கொண்டனர்.

எச்சரிக்கை செய்தல், கடிந்துரைத்தல் என்பன எளிய தண்டனை முறைகளாயிருந்தன. கிறித்தவர்கள் முன்னிலையில் தாம் செய்த குற்றத்திற்கு வெளிப்படையாக மன்னிப்புக் கேட்டல்,

தேவாலயத்தில் முழங்காலிடுதல் என்பன சில தண்டனைகளாகும். இவை தவிர பிரம்படியும், சிறைத் தண்டனையும் வழங்கப் பட்டன. தரங்கம்பாடி மறைத்தளம் தனக்கென ஒரு சிறைச் சாலையைக் கொண்டிருந்தது.

சமயம் சார்ந்தும் சில தண்டனைகள் அமைந்திருந்தன. இதன்படி, தேவலாய வழிபாட்டின் போது நிகழும் திருவிருந்தில் பங்கு கொள்வதைத் தடுத்தல், தற்காலிகமாகச் சபையை விட்டு நீக்குதல் ஆகியன அமைந்தன. கடுமையான குற்றங்களுக்கு, சமய விலக்கம் செய்தனர். திருந்தாது இறந்துபோனவர்களுக்குக் கிறித்தவ முறையிலான சவ அடக்கம் மறுக்கப்பட்டது.

இடம் மாறுதல், பணியிடை நீக்கம், சம்பளப் பிடிப்பு, பணி விலக்கம் ஆகியன மறைத்தளப் பணியாளர்களுக்குத் தண்டனை களாயிருந்தன.

* * *

குடிகாரச் சாப்லின்கள் இருவருக்கு வழங்கப்பட்ட தண்டனை குறித்துப் பேராசிரியர் மரியலாசர் (2010:59-61) தம் நூலில் குறிப்பிட்டுள்ளது வருமாறு:

டென்மார்க் நாட்டின் உள்நாட்டுச் சிக்கல்களாலும், அண்டை நாடுகளுடன் ஏற்பட்ட பகையினாலும் கி.பி.1642 தொடங்கி 1669 முடிய உள்ள இருபத்தேழு ஆண்டுகளில் டென்மார்க்கில் இருந்து கப்பல் எதுவும் தரங்கம்பாடிக்கு வரவில்லை. இதனால் தரங்கம்பாடி வாழ் டேனிசியருக்கும் அவர்களது தாய்நாட்டிற்கும் இடையே தகவல் தொடர்பு நின்றுபோனது. தனிப்பட்ட முறையில் வாணிபம் செய்தும் கடற்கொள்ளை நடத்தியும் தரங்கம்பாடி டேனீசியர்கள் காலத்தை ஓட்டினர்.

டென்மார்க்கிலுள்ள தம் குடும்பத்துடன் தகவல் தொடர்பு இல்லாத நிலையில், நீல்ஸ் ஆண்டர்சன் உபைண்டர் என்ற குருவும், கிறிஸ்தியன் பீட்டர்சன் ஸ்டிராம் என்ற குருவும் உளவியல் நிலையில் பாதிப்புக்குள்ளாயினர். தரங்கம்பாடியின் வெப்பமும் தனிமையுணர்வும் சலிப்புணர்வும், நண்பர்கள் உறவினர்களிடம் தொடர்பற்றுப் போன நிலையும் அவர்களை நிலைகுலையச் செய்தன. தம் மன அழுத்தத்தைக் குறைக்கும் வழிமுறையாக இருவரும் குடிகாரர்களாக மாறினர். உள்ளூர்ச் சாராயத்தை இரவு பகல் பாராது குடிக்கத் தொடங்கினர். பட்டப்பகலில் சிறு

அளவிலான துணி அணிந்தும் அணியாமல் முழுநிர்வாணமாகவும் தெருக்களில் ஓடினர்.

பழவேற்காட்டில் இருந்த டச்சு படைத்தலைவன் இதை விசாரித்து உண்மையென்றறிந்து கிறிஸ்தியன் பீட்டர்சன் ஸ்டிராமுக்கு மரணதண்டனை விதித்தான். அதன்படி அவன் காலில் இரும்புக் குண்டுகளைக் கட்டி கோணிப்பையில் உயிருடன் போட்டு, கடற்கரையில் இருந்து ஒரு லீக் (ஏறத்தாழ மூன்றுமைல்) தொலைவில் அக்கோணிப்பையைக் கடலில் வீசினர்.

நீல் ஆண்டர்சனைக் கைது செய்து சிறையில் அடைத்து, விசாரணை செய்து மரண தண்டனை விதித்தனர். ஆனால் அவன் மீது குற்றம் சாட்டியவர்களும்கூட அவன்மீது இரக்கம் காட்டும்படி வேண்டினர். அதனால் மரணதண்டனை ஆயுள் தண்டனை ஆக்கப்பட்டு இலங்கைக்கு நாடு கடத்தப்பட்டான். தரங்கம் பாடியில் இருந்த அவன் மனைவிக்கு விதவைக்குரிய ஓய்வூதியம் வழங்கப்பட்டது. தரங்கம்பாடி மிஷன் உருவாகும்முன்பு இவை நிகழ்ந்துள்ளன.

புதிய ஜெருசலம் தேவாலயம்:

தரங்கம்பாடிக்கு சீகன்பல்க் வரும்முன்பே அங்கும், அருகிலுள்ள பொறையாறிலும் கிறித்தவத் தேவாலயங்கள் இருந்தன. செர்மானியர்களும் டேனியர்களும் போர்ச்சுக் கீசியர்களும் இதில் பெரும்பான்மையினராகச் சென்று வழி பட்டனர். எனவே, செர்மன் டேனிஷ், போர்ச்சுக்கீஸ் மொழிகளில் வழிபாடு நிகழ்ந்தது.

புதிய தமிழ்க் கிறித்தவர்கள் உருவான பின்னர் அவர் களுக்கென்று புதிய தேவாலயம் கட்ட சீகன்பல்க் விரும்பினார். இதன்படி ராஜவீதியில் சியோன் ஆலயத்திற்கு எதிரில் புதிய ஆலயம் அமைக்க முடிவு செய்யப்பட்டது.

9 பிப்ரவரி 1717-இல் ஆலயம் கட்ட அடிக்கல் நாட்டப் பட்டது. நாகப்பட்டினத்தில் செயல்பட்டு வந்த டச் நிர்வாகம் தேக்கு உத்திரங்களையும், மரப் பொருட்கள், கண்ணாடி, ஈயம், பிரப்பங்கழி ஆகியவற்றையும் அன்பளிப்பாக வழங்கியது.

பதினாறு கொத்தனார்கள், எட்டு தச்சர்கள் ஆறு கொல்லர்கள், ஏறத்தாழ இருபது, நாள் வேலைக்காரர்கள் நாற்பது

அய்ம்பது பையன்கள் பணிபுரிந்தனர். கடற்கரையில் இருந்து நாள்தோறும் ஆறுபேர் கடற்சிப்பிகளைச் சேகரித்து வந்தனர். இச்சிப்பிகளைக் கொண்டு சுண்ணாம்பு தயாரித்தனர். இதனால் அய்ம்பது விழுக்காடு செலவு குறைந்தது. செப்டம்பர் ஒன்பதில் கூரை வேயும் உயரத்திற்குக் கட்டி முடிக்கப்பட்டுவிட்டது. மழைக்காலம் தொடங்கியதால் கட்டடவேலை தற்காலிகமாக நிறுத்தப்பட்டது (ஆண்டடிரியாஸ் கிராஸ் 2006:252-253).

1718 சனவரியில் மீண்டும் கட்டடவேலை தொடங்கியது யாழ்ப்பாணத்தில் இருந்து பனைமர உத்திரங்களும் கட்டைகளும் மே மாதம் வந்து சேர்ந்தன. ஓடுவேய்ந்த கூரையுடன் புதிய ஜெருசலம் ஆலயம் கம்பீரமாகக் கட்டி முடிக்கப்பட்டது. டென்மார்க் மன்னன் நான்காம் பிரடரிக்பெயரின் முதல் எழுத்து கூரையின் உச்சியில் நடப்பட்ட சிலுவையின் கீழே பொறிக்கப் பட்டது. 1718 அக்டோபர் பதினேழாம் நாள் திருநிலைப்படுத்தப் பட்டது (மேலது).

சிலுவை வடிவில் கட்டப்பட்ட இத்தேவாலயம் 28X28 மீட்டர் நீளத்தையும் 9.5மீட்டர் அகலத்தையும் கொண்டது (மேலது 249). கடந்த வரலாற்றுச் சின்னமான இதன் பழமையை லூத்திரன் சபையினர் பாதுகாத்துவருகின்றனர். தரங்கம்பாடியில் போர்ச்சுக்கீசியரால் கட்டப்பட்ட பழமையான கோவா ஆலயத்தைக் கத்தோலிக்கர்கள் இடித்ததைப் போன்ற வரலாற்றுச் சின்ன அழிப்பை மேற்கொள்ளாதது பாராட்டுதற்குரியது.

* * *

இவ்வாறு தரங்கம்பாடியில் உருவாகிச் செயல்பட்டு வந்த தரங்கம்பாடி மறைத்தளத்தினர், தம் சமயப் பணியின் ஓர் அங்கமாக, சில அறிவுசார் பணிகளையும் மேற்கொண்டனர். இவை கல்வி, நூலாக்கம், அச்சாக்கம், மருத்துவம் எனப் பலதரப் பட்டவை.

E.ARNO LEHMANN (2006) IT BEGAN AT TRANQUEBARS ANDREAS GROSS, VINCENT KUMARADOSS (2006), ***Halle and the Beginning of Protestant Christianity in India*** *(Volume I, III) HEIKE LIEBAU (2013)* ***Cultural Encounters in India.***

உங்கள் நூலகம், அக்டோபர் 2013

3

தமிழக வரலாற்றில் தரங்கம்பாடி: 3

தரங்கம்பாடி மறைத்தளம் கிறித்தவ சமயப் பரப்பில் ஒரு பகுதியாகச் சில பொதுப்பணிகளை மேற் கொண்டது. இப்பணிகள் தமிழ்மொழியின் வளர்ச்சிக்கு உதவிகரமாக அமைந்ததுடன் தமிழரின் மருத்துவ அறிவை ஐரோப்பியர்கள், குறிப்பாக ஜெர்மானியர்கள் அறியும்படி செய்தது.

இவ்வகையில் தரங்கம்பாடியில் பணியாற்றிய சீகன்பால்குவும், அவரது சகபணியாளர்களும் மேற் கொண்ட பணிகள் பின்வருமாறு அமைந்தன:

1. பள்ளிக்கூடம் நிறுவுதல்
2. அச்சகமும் காகித ஆலையும் நிறுவுதல்
3. நூல்கள் எழுதுதல்
4. தமிழ் மருத்துவத்தை ஜெர்மானியர் அறியச் செய்தல்

பள்ளிக்கூடம் நிறுவுதல்

தரங்கம்பாடி மறைத்தளம் நிறுவப்படும் முன் பிருந்தே தரங்கம்பாடிப் பகுதியில் திண்ணைப் பள்ளிக் கூடங்கள் செயல்பட்டிருந்த இப்பள்ளிக்கூடங்களில் அடிப்படை எழுத்தறிவும், கணித அறிவும் மாணவர் களுக்குக் கற்றுக்கொடுக்கப்பட்டன. மடங்களிலும் கோயில்களிலும் தமிழ் இலக்கிய இலக்கண நூல் களையும் நிகண்டுகளையும் சமய நூல்களையும் கற்பித்தனர். என்றாலும் அனைத்துத் தரப்பினரும்,

குறிப்பாக அடித்தள மக்கள் பிரிவினர் கல்வி கற்கும் வாய்ப்பைப் பெறவில்லை. கல்வி ஜனநாயகப்படுத்தப்படவில்லை.

ஜெர்மன் லூத்தரன்மிஷன் பெரும்பாலும் அடித்தள மக்கள் பிரிவினரையே, கிறித்துவர்களாக்கியது. இவர்களில் பெரும் பாலோருக்கு, கல்வி கற்கும் வாய்ப்பு மறுக்கப்பட்டது. விவிலிய வாசிப்பையும் அடிப்படையான சில கிறித்துவ நூல்களையும் அவர்களிடம் அறிமுகம் செய்ய வேண்டிய அவசியம் இருந்தது. இப்புதிய கிறித்தவர்களின் பிள்ளைகளாவது இவற்றை அறிந்திருக்க வேண்டுமென்று மறைத்தளப் பொறுப்பாளர்கள் விரும்பினர். விவிலிய வாசிப்பிற்குச் சீர்திருத்த கிறித்தவம் முக்கியத்துவம் அளித்து வந்ததால் வாசிப்பறிவு புதிய கிறித்தவர்களிடம் இடம் பெறுவது அவசியமான ஒன்றாயிற்று.

இத்தகைய தேவையினால் *28* டிசம்பர் *1707* இல் கிறித்தவர் களாக மதம் மாறியவர்களின் பிள்ளைகளுக்காகத் தமிழ்ப் பள்ளிக் கூடம் ஒன்றைத் தொடங்கினர். இங்கு பயிலும் மாணவர்களுக்கு எழுதுபொருள்களும், உணவு, உடை, உறையுள் ஆகியனவும் இலவசமாக வழங்கப்பட்டன. கத்தோலிக்கத்திலிருந்து சீர்திருத்தக் கிறித்துவத்திற்கு மதம்மாறிய ஒருவர் இப்பள்ளியின் ஆசிரியராக நியமிக்கப்பட்டார். மறைப் பணியாளர் எழுதிய அல்லது மொழி பெயர்த்த பாடநூல்களை மாணவர்கள் பயின்றனர். (டேனியல் ஜெயராஜ் *2006:169*).

காலை *6* மணிக்குத் தொடங்கி *11* மணிவரை நடைபெறும் வகுப்புக்களில் கிறித்தவ மறைக்கல்வி கற்பிக்கப்படும். இடையில் காலை *8* மணிக்கு 'பணியாரம்' உண்பார்கள். *11* மணியிலிருந்து *12* மணி வரை மதிய உணவு நேரம் ஆகும். *12* மணிமுதல் *1* மணிவரை ஓய்வு நேரம் ஆகும். *1* மணியிலிருந்து *3* மணிவரை பையன்கள் படிப்பார்கள். பெண்குழந்தைகள் ஓய்வெடுப்பர். *3* மணியிலிருந்து *4* மணிவரை பையன்களும், பெண் குழந்தைகளும் கணிதம் பயில்வார்கள். *4* மணியிலிருந்து *6* மணிவரை மறைக் கல்வி. *6* மணியிலிருந்து *7* மணி வரை மொட்டைமாடியில் உடற் பயிற்சி, வானியல் கற்றல், கற்ற பாடங்கள் தொடர்பான கலந் துரையாடல் ஆகியன நிகழும். *7* மணிமுதல் *8* மணிவரை இரவு உணவு. மாணவர்கள் உணவருந்திக் கொண்டிருக்கும் போது புதிய ஏற்பாட்டிலிருந்து ஓர் இயலை ஆசிரியர்கள் உரக்கப் படிப்பார்கள். *8* மணியிலிருந்து *9* மணிவரை ஓய்வும் வழிபாடும். *9* மணிக்கு உறங்கச் செல்வர் (மேலது).

ஒரே சாதியினர் உறவினர் நண்பர் என்றிருந்தாலும் கூட கிறித்தவராக மதம் மாறியவர்மீது கிறித்தவர் ஆகாதோர் பகைமையும் வெறுப்பும் பாராட்டினர். இதைத் தவிர்க்கும் முகமாக கிறித்தவர் அல்லாதவருக்கு என்று பள்ளி ஒன்றை குருண்ட்லர் என்ற மறைப் பணியாளர் 1715ஆம் ஆண்டில் தரங்கம்பாடியில் நிறுவினார். இப்பள்ளியில் பயின்றோருக்கு ஐரோப்பியக் கிழக் கிந்திய கம்பெனிகளிலும் பிற வணிகரிடத்தும் வேலை வாய்ப்புக் கிட்டும் என்பதுடன், கிறித்துவ மாணவர்க்கிடையிலும் ஊடாட்டம் நிகழ்ந்து காழ்ப்புணர்ச்சி மறையும் என்றும் குருண்ட்லர் நம்பினார். இப்பள்ளி குறித்த அறிவிப்புகளைத் தரங்கம்பாடியின் பொது இடங்களிலும் இடம்பெறச்செய்தார். (மேலது 176).

இப்பள்ளி தொடங்கி நான்கு மாதங்களில் கிறித்தவர் அல்லாத 70 மாணவர்கள் சேர்ந்தனர். பல்வேறு சாதிகளைச் சேர்ந்த, பல்வேறு சமூகப் பொருளாதாரப் பின்புலத்தைச் சேர்ந்த இம்மாணவர்களும் கிறித்துவ மாணவர்களும் ஒன்றாகத் தங்கி ஒன்றாகக் கல்வி பயின்றது என்பது தமிழக வரலாற்றில் புதிய தொடக்கமாக அமைந்தது.

இப்பள்ளியில் பயிலும் மாணவர்கள் தம் வீடுகளில் கிறித்தவப் பிரார்த்தனைகளைக் கூற ஆரம்பித்தபோது அவர்களது பெற்றோர்கள் அவர்களை வீட்டிற்கு அழைத்துச் சென்றுவிட்டனர். 1718 ஆம் ஆண்டில் இப்பள்ளி தரங்கம்பாடியில் இருந்து பொறையாருக்கு இடம்பெயர்ந்து சிலகாலம் செயல்பட்டது (மேலது 176).

அச்சகம்

இந்தியாவிலே முதல்முறையாக அச்சாக்கம் கோவாவிலும், கேரளத்தில் உள்ள அம்பலக்காட்டிலும் நிகழ்ந்தது. 'தம்பிரான் வணக்கம்' என்ற தமிழ்நூல் 1578இல் அம்பலக்காட்டில் அச்சானது. இந்தியாவின் முதல் அச்சுநூல் என்ற பெருமையை இந்நூல் பெற்றது. இதன் தொடர்ச்சியாக 1579-இல் 'கிறிசித்தியாணி வணக்கம்' என்ற நூலும் 1586இல் 'அடியார் வரலாறு' என்ற நூலும் அச்சாயின. இவற்றைக் கத்தோலிக்க மறைப்பணியாளரான அண்ட்ரிக் அடிகளார் வெளியிட்டார். இதன் பின்னர் தமிழ் அச்சாக்கம் குறித்த செய்திகள் நமக்குக் கிட்டவில்லை. நீண்ட இடைவெளிக்குப்பின் 1712இல் தான் தமிழ் அச்சாக்கம் முயற்சிகள் சீகன்பால்குவால் தரங்கம்பாடியில் தொடங்கப்பட்டன.

பன்மொழி அச்சகம் என்று கூறத்தக்க அளவில் தமிழ் அச்சுக்கள் மட்டுமின்றி போர்த்துகீஸ், ஜெர்மன், ஆங்கிலம் ஆகிய ஐரோப்பிய மொழிகளின் அச்சுக்கள் இங்கிருந்தன.

1712இல் 'தரங்கம்பாடியில் இருக்கும் குருமார்கள் தமிழ்ச்சாதியார் எல்லோருக்கும் எழுதின நிருபம்' என்ற தலைப்பில் சீகன்பால்கு எழுதிய கடிதம் இவ்வச்சகத்தின் முதல் வெளியீடாக அமைந்தது. சமயம் சார்ந்தநூல்கள் மட்டுமின்றிப் பாடநூல்களும் இங்கு அச்சாயின. 1712 தொடங்கி 1719இல் சீகன்பால்கு மறையும் வரை தரங்கம்பாடி அச்சகத்தில் அச்சிடப்பட்ட நூல்கள், அறிவிக்கை, குறுநூல்கள் ஆகியனவற்றின் பட்டியலை டேனியல் ஜெயராஜ் (2006:187,190) தொகுத்தளித்துள்ளார்.

காகித ஆலை

தரங்கம்பாடி அச்சகம் அதிக அளவில் நூல்களை அச்சிடத் தொடங்கியதால் காகிதத்தின் தேவை அதிகரித்தது. இதை நிறைவு செய்யும் வகையில் பொறையாறில் உள்ள ஜெருசலம் தோட்டத்தில் 13 சனவரி 1716இல் காகிதஆலை நிறுவ அடிக்கல் நாட்டப் பட்டது. 20 டிசம்பர் 1716இல் ஆலையில் உற்பத்தி தொடங்கியது. பொருள்வளம் படைத்தோர் இக்காகித ஆலையில் முதலீடு செய்தனர்.

காகிதம் தயாரிப்பதற்கான மூலப்பொருள் முறையாகக் கிட்டாமையாலும் போதிய அளவு நல்ல தண்ணீர் கிடைக்காத தாலும் காகித ஆலையின் செயல்பாடு தடைப்பட்டது. 1722 நவம்பரில் காகித ஆலையின் எந்திரங்கள் விற்பனை செய்யப் பட்டன. அதன் மூலம் கிடைத்த பணம் முதலீட்டாளர்களுக்குக் கொடுக்கப்பட்டது. காகித ஆலை இருந்த இடத்தில் பள்ளிக்கூடம் ஒன்று செயல்படத் துவங்கியது.

நூல்கள் எழுதுதல்

சீகன்பால்கு தன் சமயப் பணியின் ஓர் அங்கமாக சிறுநூல் களையும் அறிவிக்கைகளையும் எழுதியுள்ளார். இவற்றுள் அவரது முக்கியமான எழுத்துப் பணியாக விவிலிய மொழிபெயர்ப்பு அமைகிறது. யேசுவின் நேரடிச் சீடர்களான மாற்கு, மத்தேயு, லூக்கா, யோவான் ஆகிய நால்வரும் எழுதிய நற்செய்தி ஏடுகள் நான்கும் 'அப்போஸ்தர் நடபடிகள்' என்னும் நூலும் இந்த மொழிபெயர்ப்பில் இடம்பெற்றிருந்தன. ஐந்து நூல்களின் தொகுப்பாக அமைந்தமையால் 'ஐந்துவேதப் பொத்தகம்' என்று

தம் மொழிபெயர்ப்புக்குத் தலைப்பிட்டிருந்தார். பெரும்பாலும் தஞ்சை மாவட்டத்தின் பேச்சு மொழியிலே அது இருந்தது. ஜெர்மானிய மொழியில் தென்னிந்தியத் தெய்வங்கள் குறித்து 'Genealogy of the South Indian Deities' என்ற நூலை அவர் எழுதி உள்ளார். இதனை ஆங்கிலத்தில் மொழிபெயர்த்து டேனியல் ஜெயராஜ் 2005இல் வெளியிட்டுள்ளார்.

இந்நூலில் சைவ வைணவ தெய்வங்களைக் குறித்த புராணச் செய்திகளை எழுதியுள்ளார். அத்துடன் ஐயனார், எல்லம்மன், மாரியம்மன், அங்காளம்மன், பத்திரகாளி, சாமுண்டி ஆகிய தெய்வங்களைக் குறித்தும் குறிப்பிட்டுள்ளார். பேய்களில் 77 வகை இருந்ததை அவரது நூல் குறிப்பிடுகிறது. கலகப்பேய், காவல்பேய் தொடங்கி பரிகாசபேய், நிர்மூலப்பேய் என அவர்குறிப்பிடும் பேய்கள் குறித்த சொற்கள் தற்போது வழக்கில் உள்ளனவா என்று ஆராய இடம் உள்ளது. இதுபோல் பார்வதியைக் குறிக்கும் 57 பெயர்களையும் தொகுத்தளித்துள்ளார்.

தமிழ் மருத்துவம்

சீகன்பால்கு திறந்த மனதுடனேயே தரங்கம்பாடியில் செயல்பட்டுள்ளார். அவர் எழுதிய கடிதம் ஒன்றில் தமிழ் மருத்துவர்கள் குறித்துப் பின்வருமாறு குறிப்பிட்டுள்ளார்:

'பிரபலமான மருத்துவர் இங்குக் காணப்படுகின்றனர். காய்ச்சல், வயிற்றுப்போக்கு, தலைவலி, கண்நோய்கள், நெஞ்சுவலி, முடக்குவாதம் போன்ற பல நோய்களுக்கு சிகிச்சை அளிக் கின்றனர்.

20 ஜூலை 1709இல் தரங்கம்பாடி வந்து சேர்ந்த குருண்ட்லர் என்ற குரு தமிழில் உள்ள மருத்துவ நூல்களைப் பயில ஆரம் பித்தார். பிராமணர் ஒருவரை நியமித்து தமிழ் மருத்துவம் குறித்த செய்திகளைத் தொகுத்தார். தரங்கம்பாடியில் இருந்த ஐரோப்பிய நாட்டு மறைப்பணியாளர்கள் நோய் குணமாக்கல் தொடர்பான உள்ளூர் மருத்துவ சிகிச்சை முறைகளையும் மருந்து தயாரித்தலையும் கேட்டறிந்து, அதை ஐரோப்பாவிற்கு எழுதி அனுப்பினார்கள். 1730இல் தமிழ் மருத்துவர் ஒருவர் கண்நோய்க்கு சிகிச்சை அளிப்பதைப் பார்த்தவுடன் அவர் பயன்படுத்திய களிம்பு தயாரிப்பு முறையையும் அவரிடத்தில் இருந்து விளக்கமாகத் தெரிந்து கொண்டார்.

மறைத்தளத்தின் முன்னாள் ஊழியரான சாமுவேல் என்பவர் நாகப்பாம்புக்கடி, வெறிநாய்க்கடி போன்றவற்றிற்கு சிகிச்சை அளிக்கும் முறையை அறிந்திருந்தார். நச்சுக்கடிகளால் பாதிக்கப் பட்டோருக்கு மறைப் பணியாளர் பார்வையில் சிகிச்சை அளித்துக் குணப்படுத்தி இருந்தார். அவருடைய சிகிச்சை முறையால் அவர் புகழ் பெற்றிருந்தார். அவரது சிகிச்சை முறையை அவர் மிகவும் ரகசியமாக வைத்திருந்தார். சென்னை அரசாங்கம் 200 நட்சத்திர பக்கோடா பணம் கொடுத்து அவரது சிகிச்சை முறையை 1792இல் அறிந்து கொண்டது. தரங்கம்பாடியில் நிறுவப்பட்ட பள்ளியில் தமிழ் மருத்துவம் கற்றுக்கொடுக்கப்பட்டது. இது தொடர்பாக சீகன்பால்கு குறிப்பிட்டுள்ள செய்திகள் வருமாறு:

தமிழ்ப்பள்ளியின் மூத்த மாணவர்களுக்கு நாள்தோறும் ஒரு மணி நேரமாவது தமிழ் மருந்துவத்தைக் கற்றுக் கொடுக்க வேண்டும். ஒவ்வொரு திங்கள் கிழமையும் ஏதாவது ஒரு கிராமத்திற்கு மாணவர்களுடன் சென்று மூலிகைகளை அவர்கள் அடையாளம் காண உதவுவதுடன் மருந்து தயாரிக்கும் முறையையும் கற்றுக் கொடுக்க வேண்டும். அத்துடன் மூலிகை வகைகளின் மாதிரிகளைக் கொண்டுவந்து அவற்றைத் தனி அறையில் வைக்கவேண்டும். நீண்டதொலைவிலிருந்து கொண்டு வரப்பட்ட மூலிகைகளையும் அதே அறையில் சேகரித்து வைப்பதுடன் மாணவர்கள் அவற்றை அறிந்துகொள்ளும்படி உற்சாகப்படுத்த வேண்டும். இறுதியாகக் கிடைக்கக் கூடிய அனைத்துத்தமிழ் மருத்துவச்சுவடிகளையும் சேகரித்து அவற்றைப் படி எடுக்க வேண்டும். (டேனியல் ஜெயராஜ் 2006; 83,84).

இவ்வாறு அறிந்து கொண்ட தமிழ் மருத்துவ அறிவை குருண்ட்லர் "மலபார் மருத்துவர்" என்ற பெயரில் தொகுத் துள்ளார். ஜெர்மன் மொழியில் எழுதப்பட்ட இந்நூலின் கையெழுத்துப்படி 1711இல் ஜெர்மனியில் உள்ள ஹாலே என்னும் இடத்திற்கு அனுப்பப்பட்டது. ஆனால் அது நூல் வடிவம் பெறவில்லை.

Daniel Jeayaraj, 2006 ***Bartholomaus Ziegenbalg,*** *Bartholomaus Ziegenbaig's,* ***Genealogy of the south Indian deities,*** *Translate by Daniel Jeyaraj - 2005*

உங்கள் நூலகம், நவம்பர் 2013

தரங்கம்பாடி நுழைவுவாயிலின் முன் தோற்றம்

தரங்கம்பாடி நுழைவுவாயிலின் பின் தோற்றம்

தரங்கம்பாடி டானிஷ் கோட்டையின் முகப்பு

தரங்கம்பாடி டானிஷ் கோட்டையின் பக்கவாட்டுத் தோற்றம்

தரங்கம்பாடி டானிஷ் பழைய தேவாலயம் முன் தோற்றம்

தரங்கம்பாடி டானிஷ் புதிய தேவாலயம் முன் தோற்றம்

தரங்கம்பாடி டானிஷ் புதிய தேவாலயம்
பக்கவாட்டுத் தோற்றம்

தரங்கம்பாடி டானிஷ் புதிய தேவாலயத்தின் பிரசங்க மேடை

தரங்கம்பாடி டானிஷ் புதிய தேவாலயப்
பாடற் குழுவினருக்கான தளம்

தரங்கம்பாடி சீகன் பால்கு வாழ்ந்த வீடு

தரங்கம்பாடி சீகன் பால்கு நினைவுச் சின்னம்

4
பேராயர் கால்டுவெல்லின் திருநெல்வேலி வரலாறு

ஆங்கிலக் கிழக்கிந்தியக் கம்பெனி ஆட்சிக் காலத்திலும், 1858க்கும் பின் ஏற்பட்ட பிரிட்டிஷ் ஆட்சியின் போதும், இந்தியாவின் பல்வேறு பகுதி களின் வரலாறுகள் ஆங்கில அதிகாரிகளால், ஆங்கில மொழியில் எழுதப்பட்டு, நூல்வடிவில் வெளிவந்தன. 'மானுவல்', 'கெசட்டியர்' என்ற பெயர்களில் இவை வெளியாயின. ஒரு குறிப்பிட்ட நிர்வாகப் பகுதியின் நிர்வாகப் பொறுப்பை ஏற்கும் ஆங்கில அதிகாரிகளுக்கும், இவர்களுக்கு மேலதிகாரிகளாக சென்னையில் இருந்த ஆங்கில அதிகாரிகளுக்கும் குறிப்பிட்ட நிர்வாகப் பகுதி குறித்த அறிமுகத்தைச் செய்வதுதான் இந்நூல்களின் அடிப்படை நோக்கமாக அமைந்தது.

இந்நோக்கத்தை நிறைவேற்றும் வகையில், குறிப் பிட்ட நிர்வாகப் பகுதியின் தொடக்ககால வரலாறு, ஆங்கில ஆட்சி அங்கு நிலைபெற்ற வரலாறு, நில அமைப்பு, ஆறுகள், மலைகள், காடுகள் குறித்த புவியியல் செய்திகள், வாழும் மக்கள், அவர்களிடம் நிலவும் சாதிப்பிரிவுகள், பழக்க வழக்கங்கள், சமயம், பண்பாடு, தொழில் ஆகியனவற்றை அப்பகுதிக்குப் புதிதாகப் பொறுப்பேற்கும் அதிகாரிகள் புரிந்து கொள்ள இவை துணைசெய்தன.

இவ்வகையில் ஆங்கில ஆட்சிக் கால திருநெல்வேலி மாவட்டத்தைக் குறித்துப் பின்வரும் இரு ஆங்கில நூல்கள் வெளியாயின

1) ஸ்டூவர்ட் (1879): திருநெல்வேலி மானுவல்

2) பேட் (1917): திருநெல்வேலி மாவட்டக் கெசட்டியர்.

இவ்விரு நூல்களும் மேற்கூறியபடி நிர்வாக நோக்கத்தை அடிப்படையாகக் கொண்டவை. இந்நோக்கத்தில் இருந்து விலகி நின்று, இவ்விரு நூல்களுக்கும் இடைப்பட்ட காலமான 1881-இல் கால்டுவெல்லின்; 'திருநெல்வேலி வரலாறு' வெளியானது. இந்நூலுக்கு அவர் கொடுத்துள்ள தலைப்பு வருமாறு:

A: History of Tinnevlly From the Earliest Period To its cession to the English Government in A.D.1801. இந்நூல் அதிகாரிகளுக்கான வழிகாட்டி நூலாக அல்லாமல் வரலாற்று நூலாகவே எழுதப் பட்டுள்ளது.

திருநெல்வேலிச் சீமை

விசயநகரப் பேரரசின் படையெடுப்புக்குத் தமிழகம் ஆளான பின்னர், அப்பேரரசின் கட்டுப்பாட்டிற்கு உட்பட்ட 'மண்டலம்' என்ற நிர்வாகப் பகுதி உருவானது. இவ்வகையில் உருவான மண்டலமே மதுரை.

மதுரை மண்டலத்தின் ஆளுநராக நியமிக்கப் பட்டவர் நாயக்கர் என்ற பதவிப் பெயர் பெற்றார். மண்டலத்தின் உட்பிரிவாகச் சீர்மை என்பது அமைந்தது. இதுவே பேச்சுவழக்கில் 'சீமை' எனப் பட்டது.

மதுரையின் தென்பகுதியில் உருவாக்கப்பட்ட சீமையாகத் திருநெல்வேலிப் பகுதி அமைந்தது. திருநெல்வேலியைத் தலைநகராகக் கொண்டிருந்த இச்சீமைக்கு மேற்கெல்லையாக மேற்குத் தொடர்ச்சி மலையும், கிழக்கெல்லையாக வங்கக் கடலும் அமைந்தன. இன்றைய விருதுநகர் மாவட்டத்தின் தென்பகுதியும், திருநெல்வேலி, தூத்துக்குடி மாவட்டங்களும் இச் சீமையில் அடங்கியிருந்தன. இன்றைய கன்னியாகுமரி மாவட்டத்தின் நாஞ்சில் நாட்டுப் பகுதி அவ்வப்போது இச்சீமைக்குள் அடங்கி வந்தது.

மாவட்டம்

தென்பாண்டி நாடு என்ற பெயரில் இதே பகுதி நாயக்கர் ஆட்சிக்கு முன்னர் அழைக்கப்பட்டது. ஆங்கில அரசு இப் பகுதியில் ஆட்சியை நிலைநிறுத்திக் கொண்ட பின் இப்பகுதி திருநெல்வேலி மாவட்டம் என்றாயிற்று. நாஞ்சில் நாடு திருவிதாங்கூர் மன்னராட்சிக்கு உட்பட்ட பகுதியாய்த் தொடர்ந்தது.

* * *

இந்தியர்களுக்கு வரலாற்றுணர்வு கிடையாது என்ற அய்ரோப் பியர்களின் வழக்கமான கூற்றுடன் தன் நூலைத் தொடங்கும் கால்டுவெல் திருநெல்வேலி மாவட்டம் மதுரையின் ஒரு பகுதியே என்று கருதுகிறார் (கால்டுவெல் 2004:3). அடுத்து திருநெல் வேலியின் பூர்வீகக் குடிகள் குறித்துச் சில கருத்துக்களை முன் வைக்கிறார். அவரது கருத்துப்படி ஆதிதிராவிடர்கள் (பறையர்), மள்ளர் (பள்ளர்) என்ற இரு சமூகத்தினரும் தான் மாவட்டத்தின் பூர்வீக குடிகள். இம்முடிவுக்கு வருவதற்கு அவர் கூறும் காரணம் இதுதான்:

இம்மாவட்டத்தின் பல்வேறு சாதியினரிடையே இடம் பெயர்ந்து வந்தது குறித்த பாரம்பரியச் செய்திகள் உள்ளன. ஆனால் இவ்விரு சாதியினரிடமும் இடப் பெயர்ச்சி குறித்த செய்தி எதுவுமில்லை.

தாமிரவருணி ஆறு

இதன் தொடர்ச்சியாக இதே மாவட்டத்தில் உற்பத்தியாகி இதே மாவட்டத்தில் கடலில் கலந்து வந்த பொருநை ஆறு குறித்துச் சற்று விரிவாகக் குறிப்பிட்டுள்ளார்.

இதன் உற்பத்தி குறித்த புராண, இலக்கியச் செய்திகளையும், கிரேக்க நாட்டவரின் பதிவுகளையும், இதில் கலக்கும் சிற்றாறு குறித்தும் விவரித்துள்ளார் (மேலது 5-11).

பாண்டிய மன்னர்கள்

பாண்டியர் என்ற பெயரின் மூலம் குறித்தும், அவர்களது பட்டங்கள் குறித்தும் சிங்களவர்களுக்கும் அவர்களுக்கும் இடையிலான உறவு குறித்தும் விளக்கியுள்ளார் (மேலது 12-15).

பாண்டியர்கள் குறித்த கிரேக்கப்பதிவையும், ரோம் நாட்டை ஆண்ட அகஸ்ட்டஸ் சீசருக்குத் தூதனுப்பிய இந்திய மன்னன் போரஸ் (புருசோத்தமன்) அல்லன் பாண்டிய மன்னனே என்றும் கூறுகிறார் (மேலது 16-17).

கொற்கை

பாண்டியர் காலத்தில் சிறப்புற விளங்கிய துறைமுகம் கொற்கை. இப்பகுதியில் கிடைத்த முத்துக்கள் சிறப்பாகக் கருதப்பட்டன. கொற்கைத் துறைமுகம் குறித்த கிரேக்கர்களின் எழுத்துப்பதிவை, குறிப்பாக தாலமியின் எழுத்துப்பதிவை அவர் அறிமுகப்படுத்தியுள்ளார்.

அவரது கருத்துப்படி தற்போது கடலில் இருந்து விலகி உள்நாட்டுப் பகுதியாக இருக்கும் கொற்கை, முன்னர் கடற் பகுதியாக இருந்துள்ளது. கடல் உள்வாங்கிச் சென்ற பிறகு மத்திய காலத்தில் காயல் துறை முகமாக மாறியது. இச்செய்திகளையடுத்து குமரித்துறை பாம்பன் ஆகியன குறித்த செய்திகளுடன் முதல் இயல் முடிகிறது.

* * *

இரண்டாவது இயலில் பாண்டிய நாட்டின் எல்லைகள் தொடங்கி, பாண்டிய மன்னர்கள், பாண்டியர், சோழர் முரண், சோழபாண்டியர் என்ற பரம்பரை, சுந்தரபாண்டியனுக்கும் இஸ்லாமியருக்கும் இடையிலான உறவு, தகியுடின், சிராஜிதன், நிஜாமுதின் என்ற இஸ்லாமியர்கள் அவனது அமைச்சர்களாக இருந்தமை ஆகிய செய்திகள் இடம்பெற்றுள்ளன.

மாலிக்காபூரின் படையெடுப்பு குறித்தும் குறிப்பிடப் பட்டுள்ளது. மார்க்கோ போலோ குறிப்பிடும் பாண்டிய மன்னன் சுந்தர பாண்டியனே என்பது அவரது கருத்தாகும்.

சுந்தர பாண்டியனின் காலம் குறித்துச் சிக்கல் உள்ளதாகக் கூறும் அவர் கூன் பாண்டியன் எனப்படும் பாண்டிய மன்னனையும் சுந்தர பாண்டியனையும் ஒன்றாகக் கருதுகிறார் (பக்கம் 35). அவரது இக்கருத்து தவறானது. நின்ற சீர் நெடுமாறன் பாண்டிய மன்னனே கூன் பாண்டியனாவான். சுந்தர பாண்டியன் காலத்தால் இவனுக்குப் பிந்தியவன். கி.பி.பத்தாம் நூற்றாண்டில் இருந்துதான் பாண்டியர் கல்வெட்டுக்களில் சுந்தர பாண்டியன் என்ற பெயர்

இடம் பெறுவதாகத் தொல்லியல் ஆய்வாளர் வேதாச்சலம் உரையாடலின் போது குறிப்பிட்டார்.

மார்க்கோபோலோவின் பயணக் குறிப்புகளில் இருந்து காயல் துறைமுகம் தொடர்பான விரிவான மேற்கோள்கள் இடம் பெற்றுள்ளன. இவற்றின் வாயிலாக அப்போதைய காயல் நகரம், அங்கு நிகழ்ந்த வணிகம் குறிப்பாகக் குதிரைவணிகம், முத்துக் குளிப்பு நிகழ்ந்த முறை ஆகியன குறித்த விரிவான செய்திகளை அறிந்து கொள்ளமுடிகிறது.

இப்பகுதியில் அவர் மேற்கொண்ட கள ஆய்வில் சீன, அரேபிய மட்பாண்டங்கள் கிடைத்துள்ளன (பக்: 4). விசயநகரப் பேரரசின் ஆட்சி குறித்த செய்திகளும் இவ்வியலில் இடம் பெற்றுள்ளன.

* * *

மூன்றாவது இயலில் பிற்காலப் பாண்டியர் மற்றும் நாயக்கர் ஆட்சிக்காலம் விவரிக்கப்பட்டுள்ளது. தமிழ்நாட்டின் தென் பகுதியில் வலுப்பெற்றிருந்த பாளையக்காரர் முறை குறித்து நெல்சன் என்ற ஆங்கில அதிகாரி எழுதியது விரிவான மேற் கோளாக இடம் பெற்றுள்ளது (இதன் தொடர்ச்சி போன்று பாளையக்காரரின் செயல்பாடு நான்காவது இயலில் விரிவாக எழுதப்பட்டுள்ளது). இவ்வியலில் நாயக்க மன்னரின் ஆட்சி குறித்த கால்டுவெல்லின் மதிப்பீடு பின்வருமாறு அமைந்துள்ளது:

> முந்தைய அரச பரம்பரைகளைவிட நாயக்கர் ஆட்சி மோச மானது என்று கருதக் காரணங்கள் இல்லை. நாயக்கர் களுக்கு முன்பு ஆட்சி செய்தவர்களான பாண்டியரையும் சோழரையும் சிறந்த ஆட்சியாளர் என்று கருதமுடியாது. இவர்களின் ஆட்சிக்காலத்தில் சாலைகள் இல்லை. இருபுறமும் மரங்கள் கொண்ட பாதைகள்தான் சாலைகளாக இருந்தன. பாலங்களும் இல்லை. தலைநகரில் மட்டுமே நீதிபதிகள் இருந்தனர். அரசர்களே நீதிபதியாகச் செயல் பட்டனர். இவர்களுக்குப் பிராமணர்கள் ஆலோசகர்களாகச் செயல்பட்டனர். வாணிபத்திற்கு எவ்விதப் பாதுகாப்பும் இல்லை. பொருள் சேர்த்த வணிகர்கள் தம் பொருள் வளத்தை வெளியே காட்டத் துணியவில்லை. மருத்துவ மனைகள் இல்லை. மன்னரின் விருப்பம் அல்லது

இறுக்கமான மரபு, சாதியொழுங்குகள் ஆகியனவற்றைக் கொண்டே வழக்குகளும் சிக்கல்களும் தீர்த்துவைக்கப் பட்டன. தம் முன்னோரைவிடச் சுதந்திரமாகவும் சிறப்பாகவும் மகிழ்ச்சியாகவும் வாழமுடியும் என்று எண்ணவில்லை, அதற்கான முயற்சியும் செய்யவில்லை.

பிரிட்டிஷ் ஆட்சி உருவாகும் வரை பொது மக்களின் வாழ்க்கையை உயர்த்த எவ்வித முயற்சியும் மேற்கொள்ளப் படவில்லை. பொதுப்பணியாக நீர்ப்பாசன முறை மட்டுமே பரவலாகச் செயல்படுத்தப்பட்டது. மிக விரைவாகவும் பரவலாகவும் மேற்கொள்ளப்பட்ட இப்பணியை முன்னெடுத்துச் செய்தோர் மன்னர் அல்லர் மக்கள்தான். முக்கியமான ஆறு களுக்குக் குறுக்கே, குறிப்பாக தாமிரவருணியின் அணைகள் கட்டப் பட்டன. நிலப்பகுதி எங்கும் குளங்கள் இருந்தன (கால்டுவெல்: 63).

கால்டுவெல்லின் இம்மதிப்பீட்டில் ஓரளவு உண்மை இருந்தாலும் அவரது அய்ரோப்பிய இனமையவாதச் சிந்தனையின் தாக்கம் மேலோங்கியுள்ளது. அய்ரோப்பாவை ஆண்ட மன்னர் ஆட்சிக் காலமும் இத்தகைய நிலையில்தான் இருந்துள்ளது. மதகுருக்கள், அவர்கள் நடத்திய சமய நீதிமன்றங்கள், வழங்கிய தண்டனைகள், நிலப்பிரபுக்கள் கொண்டிருந்த முதலிரவு உரிமை, குடியானவர்களின் அவலநிலை எனப் பல இருண்ட பக்கங்கள் அய்ரோப்பிய வரலாற்றிலும் உண்டு. இவையெல்லாம், நாடு, மொழி, மதம் என்ற எல்லைகளைத் தாண்டி நிலஉடைமைச் சமூகத்தின் நடைமுறைச் செயல்பாடுதான் என்ற உண்மையை அவர் உணரத் தவறிவிட்டார் என்றே கூறுதல் வேண்டும்.

அடுத்து திருநெல்வேலி மாவட்டத்தில் உள்ள அணைக் கட்டுகள் குறித்து எழுதியுள்ளார். இங்குள்ள எட்டு அணைக் கட்டுகளில் ஏழு அணைக்கட்டுகள் ஆங்கில ஆட்சிக்கு முன்னரே கட்டப்பட்டவை என்ற உண்மையைப் பதிவு செய்துள்ளார்.

தாமிரவருணி ஆற்றின் கனடியன் அணைக்கட்டு தொடர் பாக, சங்குண்ணி மேனன், தமது 'திருவிதாங்கூர் வரலாறு' என்ற நூலில் குறிப்பிட்டுள்ள செப்பேட்டுச் செய்தியை விரிவான மேற் கோளாகக் காட்டியுள்ளது குறிப்பிடத்தக்கது.

போர்ச்சுக்கீசியர், 16ஆம் நூற்றாண்டில் இம் மாவட்டத்தின் கடற்கரைப் பகுதியில் நிலைகொண்டு செயல்பட்டமை குறித்தும்,

தூத்துக்குடி நகர் குறித்தும், போர்ச்சுக்கீசியரை அடுத்து டச்சு ஆதிக்கம் உருவானது குறித்தும் குறிப்பிட்டுள்ளார். முத்துக்குளித்தல் தொடர்பாக மார்ட்டின் என்பவர் எழுதிய செய்திகளும் பருத்தி ஆலைகள் உருவானமை குறித்த செய்திகளும் இடம் பெற்றுள்ளன.

* * *

நான்காவது இயலும் அய்ந்தாவது இயலும் நெருக்கமான தொடர்புடையவை.

ஆற்காடு நவாப்பின் ஆட்சியின் கீழ் இம்மாவட்டம் வருதல், கம்மந்தான் கான்சாகிப் என்றழைக்கப்பட்ட முகமது யூசப்கான், இப்பகுதியை, தன் கட்டுப்பாட்டிற்குள் கொண்டுவரல், அவனது கட்டுப்பாட்டிற்குள் இருந்த மதுரையை ஆங்கிலேயர் கைப் பற்றல், அவனது மரணம் ஆகியன இவ்வியல்களில் இடம் பெற்றுள்ளன.

* * *

நவாபிடமிருந்து வரிவாங்கும் உரிமையைப் பெற்றிருந்த ஆ.கி.கம்பெனி தன்னை இப்பகுதியில் நிலைநிறுத்திக்கொள்ள மேற்கொண்ட முயற்சிகள், பாளையக்காரர்களுடன் இது தொடர்பாக ஏற்பட்ட முரண்பாடுகளும் மோதல்களும், 1771 இல் திருநெல்வேலி கச்சேரி (அரசு அலுவலகம்) கொளுத்தப்பட்டு ஆவணங்கள் எரிந்துபோனமை என 1764 தொடங்கி 1799 முடிய இப்பகுதியில் ஆங்கிலேய கம்பெனியை மையமாகக் கொண்ட நிகழ்வுகள் ஆறாவது இயலில் இடம்பெற்றுள்ளன.

பாஞ்சாலங்குறிச்சி என்ற பெயரில் இடம்பெறும் பாஞ்சா என்ற சொல் பாரதக் கதையின் கதாபாத்திரமான பாஞ்சலியை மையமாகக் கொண்டு உருவானதாகக் குறிப்பிடுகிறார். இது செவிவழிச் செய்தியை அடிப்படையாகக் கொண்டது.

மாவட்ட நிர்வாகியை மாவட்ட ஆட்சித் தலைவர் என்ற தமிழ்ச் சொல்லால் இன்று அழைக்கிறோம். இதற்கு இணையாக ஆங்கில ஆட்சியில் பயன்படுத்தப்பட்ட சொல் ‘கலெக்டர்’ என்பதாகும்.

நிலவரியே ஆங்கிலேய கம்பெனியின் அடிப்படை வருவாய் இனமாக இருந்தமையால் குறிப்பிட்ட மாவட்டத்தில் அதை

வாங்குபவர் (வசூலிப்பவர்) என்ற பொருளைத் தரும் கலெக்டர் என்ற சொல்லால் அழைக்கப்பட்டார். இன்று அவரது பணியின் தன்மை மாறியுள்ளது.

திருநெல்வேலி மாவட்டத்தில் முதல் கலெக்டராக, ஜியார்ஜ் புரோக்டர் என்பவர் நியமிக்கப்பட்டார். வரி வாங்கும் தன் வேலையை இவர் செய்ய முயன்றபோது பாளையக்காரர்கள் சிலருடன் முரண்பாடு தோன்றியது. இவர்களில் புலித்தேவரும், கட்டபொம்மனும் முக்கியமானவர்கள். இச்செய்திகளையும் இவ்வியல் குறிப்பிடுகிறது.

* * *

ஏழாவது இயலின் முக்கிய செய்தியாக அமைவது மேஜர் பானர்மேன் தலைமையிலான ஆ.கி.கம்பெனிப் படைக்கும் கட்டபொம்மனுக்கும் இடையில் 1799 இல் நடந்த சண்டை யாகும்.

இச்சண்டையின் தொடக்கம் குறித்த வரலாற்றுப் பின் புலத்தை கி.பி.1781 இல் இருந்து கால்டுவெல் அறிமுகப் படுத்துகிறார். இவ்வியலில் ஆ.கி.கம்பெனியின் மூல ஆவணங் களை வரிபிறழாது அவர் மேற்கோளாகக் கொடுத்துள்ளார், இது குறிப்பிடத்தக்க ஒன்றாகும். திருநெல்வேலியில் ஆட்சித்தலைவர் களாக இருந்த ஜாக்சன், லூசிங்டன், சென்னையில் இருந்த வருவாய்த் துறை வாரியத்தின் உயர் அதிகாரிகள் பாஞ்சாலங் குறிச்சிப் போரை நடத்திய மேஜர் பானர்மேன் ஆகியோருக்கு இடையிலான கடிதப்போக்குவரத்து, சென்னையின் ஆளுநராக இருந்த கிளைவ் அனுப்பிய பிரகடனம் என்பன குறிப்பிடத்தக்க ஆவணங்கள். பாஞ்சாலக்குறிச்சிப் போரை 1799 இல் நடத்திய மேஜர் பானர்மேன் சென்னை அரசின் செயலருக்கு எழுதிய கடிதத்தில் கட்டபொம்மனின் அமைச்சரையும், கட்டபொம்மனையும் பிடித்துத் தூக்கிலிட்டது குறித்து எழுதியுள்ளான். அது வருமாறு:

சுப்பிரமணிய பிள்ளையைக் கைதியாக என் கூடாரத்திற்குக் கொண்டுவந்தனர். இவரைக் கொண்டு வந்த எட்டைய புரத்து ஆட்களுக்கு நல்ல வெகுமதி தர உத்தரவிட்டேன். மேலும் நாகலாபுரத்தில் பலரும் கூடுமிடத்தில் சுப்பிர மணிய பிள்ளையைத் தூக்கிலிட்டு, பின் அவர் தலையைக் கொய்து, அதை ஈட்டியில் சொருகி பஞ்சாலங்குறிச்சிக்

கோட்டைக்குக் கொண்டு வந்து பொதுஇடத்தில் வைக்கும் படி கூறினேன் (கால்டுவெல்: 185).

அரசின் ஆத்திரத்தைத் தூண்டும் வகையில் செயல்பட்ட இம்மனிதனுக்கு வழங்கப்படும் கடுமையான தண்டனை ஏனையோருக்கு ஒரு பாடமாக இருக்கவேண்டுமென்று எண்ணிச் செயல்பட்டுள்ளேன். (மேலது).

* * *

நேற்று விசாரணையின்போது, கூடியிருந்தோர் முன்பாக இப்பாளையக்காரர் (கட்டபொம்மன்) மிக அற்பத்தனமாகவும் திமிராகவும் நடந்து கொண்டார் என்பதை இங்கே குறிப்பிடுவதில் தவறில்லை. இவரைக் கைது செய்ய உதவிய எட்டையபுரம், சிவகிரிப் பாளையக்காரர்களை வெறுப்புடனும் கோபமாகவும் அடிக்கடி நோக்கினார். தூக்கிலிடுவதற்காகக் கொண்டு செல்லப்பட்டபோது செருக்குடனும் வீரமாகவும் நடந்து சென்றார். வலது புறத்திலும் இடது புறத்திலும் நின்றிருந்த பாளையக்காரர்களை இழிவாக நோக்கினார்.

எட்டாவது இயல் 1801 இல் ஊமைத்துரை நடத்திய இரண்டாம் பாஞ்சாலங்குறிச்சிப் போரைக் குறிப்பிடுகிறது. இப்போரை நடத்திய கர்னல் வெல்சின் குறிப்புகளை இவர் பயன்படுத்தியுள்ளார்.

ஆங்கிலேயர்களுடன் தமிழ்க் கிறித்தவர்களையும் இணைத்து நோக்கி அவர்களுக்குப் பாளையக்காரர்கள் இழைத்த கொடுமைகளும் இவ்வியலில் இடம் பெற்றுள்ளன.

காயம்பட்ட ஊமைத்துரையைப் படைவீரன் ஒருவனின் தாய் காப்பாற்றிய வரலாற்றை வெல்சின் நாட் குறிப்பில் இருந்து மேற்கோளாகக் காட்டியுள்ளார். முதற் பாஞ்சாலங்குறிச்சிப் போரில் மாண்ட ஆங்கிலப் படையினரின் கல்லறைகள் ஒட்டப்பிடாரத்திலும், இரண்டாம் பாஞ்சாலக்குறிச்சிப்போரில் இறந்து போனவர்களின் கல்லறைகள் பாஞ்சாலங்குறிச்சியிலும் உள்ளன. இக்கல்லறைகளில் இடம்பெற்றுள்ள கல்லறை வாசகங்களையும் குறிப்பிட்டுள்ளார். நமசிவாயம் என்பவர் எழுதிய 'பாஞ்சாலங்குறிச்சி சிந்து' என்ற நூல் குறித்து கீரன் பாரதியார் எழுதி

யுள்ளதையும் 'வெற்றி காண்டம்' என்ற தலைப்பில் அதில் இடம்பெற்றுள்ள செய்தியையும் எடுத்தாண்டுள்ளார்.

* * *

ஒன்பதாவது இயல் சிவகங்கை, காளையர்கோவில் பகுதியில் மருது சகோதரர்களுடன் நடத்திய யுத்தத்தைக் குறிப்பிடுகிறது. மாநில ஆளுநரின் உத்தரவின் அடிப்படையில் லெப்டினன்ட் கர்னல் ஆக்னியூ வெளியிட்ட பிரகடனம் ஒன்று அப்படியே இவ்வியலில் இடம் பெற்றுள்ளது.

பதினெட்டாம் நூற்றாண்டின் இறுதிப் பகுதியில் 1801 வரை நிகழ்ந்த பாளையக்காரர்களுடனான போராட்டத்தில் வெற்றி பெற்ற பின் ஆ.கி.கம்பெனி தன்னை நிலைநிறுத்திக் கொண்டதுடன் இவ்வியல் முடிவடைகிறது. இவ்வாறு நிலைபெற்ற ஆ.கி.கம்பெனி ஆட்சியை, 'நல்லாட்சி' என்று குறிப்பிடும் கால்டுவெல் இது தொடர்பாக மேலும் கூறுவது வருமாறு:

> அன்பான இந்த ஆட்சி இம்மக்களுக்கு அனைத்து இக்கட்டுகளிலும் உதவியாக இருந்துள்ளது. இவர்களை, இவர்களே ஆட்சி செய்யக் கற்றுக் கொடுத்துள்ளது. முன்பிருந்த ஆட்சிகளைவிட இந்த ஆட்சியே சிறந்தது. ஒரு சில மக்களை மட்டுமே உயர்த்தாமல் அனைத்து மக்களையும் உயர்த்தியுள்ளது. இம்மாவட்ட மக்கள் நிம்மதியாகவும் மனநிறைவுடனும் வாழ்கின்றனர். ஏறத்தாழ பதினேழு இலட்சம் மக்களைப் பத்து ஆங்கிலேயரே கொண்ட நிர்வாகம் ஆட்சி செய்வது என்னே வியப்பு! இப்பதினேழு இலட்சம் மக்கள் பத்து அய்ரோப்பியருக்குக் கட்டுப்பட்டு பணிந்து வாழ்வது அதிசயமான ஒன்று. இந்த ஆட்சியை இம்மக்கள் முணுமுணுப்பின்றி முழு மனதுடன் ஏற்றுக் கொண்டுள்ளனர்.

திருநெல்வேலி மாவட்டத்தில் நிலைபெற்றிருந்த ஆங்கில ஆட்சி குறித்த இம்மதிப்பீடு காலனிய ஆதரவுப் போக்கின் வெளிப்பாடு தான். ஆனாலும் மேட்டிமை சாதியினரின் ஆதிக்கம் என்ற சமூக யதார்த்தம் இம்மதிப்பீட்டை முழுமையாக மறுக்க விடாது செய்து விடுகிறது. நூலின் இறுதி இயலான பத்தாவது இயல் இம் மாவட்டத்தில் கத்தோலிக்கக் கிறித்தவமும், சீர்திருத்தக் கிறித்தவமும் பரவிய வரலாற்றைச் சுருக்கமாகக் குறிப்பிடுகிறது. காமநாயக்கன் பட்டி என்ற ஊரில் உள்ள கத்தோலிக்க ஆலயத்தில்

இடம் பெற்றுள்ள கல்வெட்டு ஒன்றையும் ஆங்கிலத்தில் மொழிபெயர்த்துத் தந்துள்ளார்.

கால்டுவெல் வாழ்ந்த காலத்தில் மேற்கூறிய இரு கிறித்தவப் பிரிவுகளுக்கும் இடையே நிலவிய இணக்கமின்மை இப்பகுதியில் வெளிப்படுகிறது. கத்தோலிக்கக் குரு மார்ட்டின் 1700 இல் எழுதியுள்ள குறிப்புக்கு மாறான நிலை 1660 இல் இப்பகுதியில் நிலவியதாகச் சீர்திருத்த சபைக் குருவான பால்தூஸ் என்பவரின் குறிப்பைத் துணையாகக் கொண்டு குறிப்பிடுகிறார். டச் நாட்டினர் தமக்கென்று கட்டியதாக அவர் குறிப்பிடும் தேவாலயத்தில் கத்தோலிக்கப் பெண்ணின் கல்லறை வாசகம் அடங்கிய கல்வெட்டு இடம்பெற்றுள்ளதை அவர் குறிப்பிட வில்லை. கத்தோலிக்கர்களுக்கு உரிய வழிபாட்டுத்தலம் கைப் பற்றப்பட்டதற்குச் சான்றாக இக்கல்வெட்டைக் கருதமுடியும். நூலின் இறுதியில் அய்ந்து பின்இணைப்புகள் இடம்பெற்றுள்ளன.

முதல் பின்இணைப்பு திருவிதாங்கூருக்கும் திருநெல்வேலிக்கு மான உறவு குறித்தது. இரண்டாவது பின் இணைப்பு இம் மாவட்டத்தில் நிகழ்ந்த வெள்ளப் பெருக்கு மற்றும் தொற்றுக் காய்ச்சல் குறித்தது. மூன்றாவது பின்இணைப்பு இப்பகுதியின் எழுத்தாளர்களான அகத்தியர், நம்மாழ்வார், பரிமேலழகர் ஆகி யோரைக் குறித்தும் இலக்கியத் தொடர்புடைய சில ஊர்கள் குறித்தும் குறிப்பிடுகிறது. நான்காவது பின் இணைப்பு தொல்லியல் சான்றுகளாகக் கிடைத்த தாழிகளைக் குறிப்பிடுகிறது. அய்ந்தாவது பின்இணைப்பு கொற்கையிலும் காயலிலும் நிகழ்த்திய அகழ் ஆய்வுகளைக் குறித்தும் அதில் கிடைத்த தொல்லியல் சான்றுகள் குறித்தும் விவரிக்கிறது. தனி மனிதராகக் கொற்கையிலும் காயலிலும் அகழ்வாராய்ச்சியை அவர் மேற்கொண்டுள்ளதை இப்பின்னிணைப்பு வாயிலாக அறியும்போது வியப்படைய நேருகிறது.

* * *

நூலின் சிறப்பு

கிறித்தவ மறைப்பணியாளர் ஒருவர் தம் மறைப் பணிகளுக் கிடையில் பல்வேறு அறிவுத்துறைச் சான்றுகளைத் திரட்டி ஆய்வு செய்து ஒரு மாவட்டத்தைக் குறித்த வரலாற்று நூலொன்றை எழுதியது குறிப்பிடத்தக்க ஒன்றுதான்.

அய்ரோப்பிய மறைப்பணியாளர் என்ற முறையில் காலனிய ஆட்சியை விமர்சிக்கும் தன்மை இல்லாமல் போனதும் இன்று நமக்குக் கிடைக்கும் வரலாற்றுச் சான்றுகள் அவர் காலத்தில் கிட்டாமையாலும் வெளியாகாமையாலும் 'சமூக வரலாறு' என்ற வரலாற்று வகைமை வளர்ச்சியுறாமையாலும் அவரது நூலில் சில குறைபாடுகள் இடம்பெற்றுள்ளன. அவர் இந்நூலை எழுதிய காலத்திய சமூகச் சூழலை மனதில் கொண்டால் இந்நூலைக் குறை கூறி எளிதாக ஒதுக்கிவிடமுடியாது.

இன்று வட்டார அளவிலான வரலாற்று வரைவு குறித்தும், பல்துறைச் சங்கம ஆய்வுமுறை குறித்தும் பேசுகிறோம். ஆனால் இச்சிந்தனைப் போக்கு வளர்ச்சி பெறும் முன்பே கால்டுவெல் தமது திருநெல்வேலி மாவட்ட வரலாற்றை, பல அறிவுத் துறைச் சான்றுகளின் துணையுடன் எழுதியுள்ளது பாராட்டுதலுக்குரிய ஒன்று. இந்நூலை அடியொற்றியே குருகுகதாசப் பிள்ளை (எட்டையபுரம்) என்பவர் 'திருநெல்வேலி சீமைச் சரித்திரம்' என்ற தமிழ் நூலை எழுதியுள்ளார்.

தமது 'இராபர்ட் கால்டுவெல்' என்ற நூலில் கிறித்தவ மறைத்தள வரலாற்றறிஞர் ஆர்.இ.பிரிகன் பெர்க் இந்நூல் குறித்து,

> 'தொல்லியல், கல்வெட்டு மற்றும் இலக்கியச் சான்றுகளை ஆதாரமாகக் கொண்டு எழுதப்பட்ட இந்நூல் அவரது மிகச் சிறந்த முழுமையான படைப்பு'

என்று கூறியுள்ளது (வின்செண்ட் குமாரதாஸ் 2008) பொருத்தமான மதிப்பீடாகும். இன்று இந்நூல் ஒளிநகல் பதிப்பாக அச்சிடப்பட்டு விற்பனையில் உள்ளது. இது இந்நூலைப் பலரும் இன்று வாசிக்கத் துணைபுரிகிறது என்பது உண்மையே.

என்றாலும், வரைபடங்கள், புகைப்படங்கள், இன்று கிடைத்துள்ள புதிய தொல்லியல், வரலாற்றுச் சான்றுகளின் துணையுடன் செம்பதிப்பு ஒன்று ஆங்கிலத்தில் மட்டுமின்றித் தமிழிலும் வெளிவருவது அவசியமான ஒன்று. கால்டுவெல்லின் வரலாற்றை நல்ல முறையில் எழுதியுள்ள பேராசிரியர் வின்செண்ட் குமாரதாஸ் போன்றோர் இம்முயற்சியில் ஈடுபடுவது அவசியமான ஒன்று. கால்டுவெல்லின் இருநூறாவது பிறந்த நாள் விழாவின் தொடர்ச்சியாக இப்பணி நிறைவேறினால் அது அவரது புகழை மேலும் நிலைத்திருக்கச் செய்யும் வழிமுறையாக அமையும்.

சான்றாதாரம்

1. Caldwell 2004 (1881): A History of Tinnevlly From the Earliest Period To its cession to the English Government in A.D.1801
2. Vincent Kumaradoss.Y., 2008; **Robert Caldwell:** A Scholar – Missionary in Colonial South India, ISPCK, New Delhi.

தென்னிந்திய வரலாற்றுடன் இணைந்த திருநெல்வேலியின் இரண்டாயிரம் ஆண்டுக்கால நெடிய வரலாற்றை மீட்டெடுக்க இந்நூல் முயற்சி செய்கிறது (வின்செண்ட் குமாரதாஸ்).

உங்கள் நூலகம், பிப்ரவரி 2014

5

சித்திரா மாதவன்:
தமிழ்நாட்டின் பண்பாடும் வரலாறும்

தமிழ்நாட்டின் வரலாற்று வரைவிற்கான முதன்மைச் சான்றுகளாகக் கல்வெட்டுக்களும், செப்பேடுகளும் அமைகின்றன. இவையனைத்தும் தமிழ்மொழியில் மட்டுமே அமையவில்லை. சமஸ்கிருதம், தெலுங்கு, கன்னடம், மலையாளம், மராத்தி மொழிகளிலும், கிரந்த எழுத்துக்களிலும் இவையுள்ளன.

இவற்றையடுத்து ஓலைச்சுவடிகளிலும், காகிதத்திலும் எழுதப்பட்ட ஆவணங்களும் உள்ளன. இவை மேற்கூறிய மொழிகளில் மட்டுமின்றி ஆங்கிலம், பிரெஞ்சு, இலத்தின், இத்தாலி, போர்ச்சுக்கீஸ், ஸ்பானிஷ், டச்சு, டேனிஷ் ஆகிய அய்ரோப்பிய மொழிகளிலும் உள்ளன.

இம்மூல ஆவணங்களைப் பயன்படுத்தும் ஆர்வம் சிறிதுமின்றியே நம் வரலாற்றாய்வுகள் ஒரே தடத்திற்குள் சுழல்கின்றன. தமிழ்ப்பற்று என்பது பிற மொழி வெறுப்பாக மாற்றப்பட்டுவிட்டதும் கூட இந்நிலைக்குக் காரணமாகும்.

கி.மு.மூன்றிலிருந்து கி.பி.மூன்று வரையிலான காலம் தமிழ்நாட்டு வரலாற்றின் தொடக்க காலமாகப் பரவலாக ஏற்றுக்கொள்ளப்பட்டுள்ளது. இக்காலத்தில் உருவான சங்க இலக்கியங்களில் வடபுலத்தின் வைதீக நெறியும், அவைதீக நெறியும் குறிப்பிடப்படுகின்றன.

வேதம், வேள்வி, வேள்வித்தூண், வேதமோதும் பார்ப்பனர் ஆகியோரைக் குறித்த பதிவுகள் இடம் பெற்றுள்ளன.

இதனையடுத்து நிலவுடைமையின் தொடக்க காலமான பல்லவர் ஆட்சிக்காலத்திலும் நிலவுடைமையின் வளர்ச்சிக் காலமான பிற்காலச் சோழர் காலத்திலும் சமஸ்கிருதமும், வேதக்கல்வியும், பிராமணியமும் செழித்து வளர்ந்தன. இவ்விரு அரசமரபினரும் வேள்விகள் நடத்தியும், வேதக்கல்வி கற்பிக்கும் கல்வி நிறுவனங்களை நிறுவியும், பிரம்மதேயம் என்ற பெயரில் பிராமணர்களுக்குப் பெரிய அளவிலான நிலக்கொடைகள் வழங்கியும் தம் வைதீகச் சார்பை வெளிப்படுத்திக் கொண்டனர். இதனால் கல்வெட்டுக்களிலும், செப்புப் பட்டையங்களிலும் சமஸ்கிருதம் இடம்பெறலாயிற்று. இம்மொழியில் அமைந்த எழுத்துப் பதிவுகளும் தம் பங்கிற்கு சில வரலாற்றுச் செய்திகளைத் தம்முள் தாங்கியுள்ளன. எனவே சமஸ்கிருத எதிர்ப்பின் பெயரால் இவற்றை ஒதுக்கிவிட முடியாது. இங்கு அறிமுகம் செய்யும் சித்திரா மாதவனின் நூல் தமிழக மன்னர்கள் வெளியிட்ட கல்வெட்டு மற்றும் செப்புப் பட்டையங்களில் இடம்பெற்றுள்ள சமஸ்கிருதப் பகுதியின் துணையுடன் தமிழகத்தின் வரலாற்றையும் பண் பாட்டையும் ஆராய்கிறது.

* * *

சித்திரா மாதவன் தம் முனைவர் பட்ட ஆய்வை 1996-1999 காலகட்டத்தில் வரலாற்றறிஞரும் சென்னைப் பல்கலைக்கழகத்தின் பண்டைய வரலாறு மற்றும் தொல்லியல் துறையின் தலை வருமான பேராசிரியர் கே.வி.இராமனின் வழிகாட்டுதலில் மேற்கொண்டார். அவ்வாய்வேட்டின் ஒரு பகுதியே இந்நூல். கி. பி. நான்காம் நூற்றாண்டு தொடங்கி கி.பி.1310 வரை யிலான கல்வெட்டு மற்றும் செப்பேடுகளை மட்டுமே இந்நூல் ஆராய்கிறது. இவை, ஒரு பகுதி வடமொழியாகவும் மற்றொரு பகுதி தமிழாகவும் உள்ளவை, முற்றிலும் வடமொழியிலேயே எழுதப்பட்டவை என இரு திறத்தன.

மன்னர்களின் குடிவழி மற்றும் அரசியல் வரலாறு குறித்தறியவே இவற்றைப் பயன்படுத்தியுள்ள நிலைக்கு மாறாக சமூகம், பண்பாடு மற்றும் அரசியல் நிர்வாகம் தொடர்பான உண்மைகளைக் கண்டறிவதே தன் ஆய்வின் நோக்கம் என்று நூலின் முன்னுரையில் ஆசிரியர் குறிப்பிட்டுள்ளார்.

நூலின் அமைப்பு

ஏழு இயல்களைக் கொண்டுள்ள இந்நூலின் முதலாவது இயல் அரசியல் குறித்ததாகும். ஆய்வுக்கு எடுத்துக்கொண்ட கால அளவில் நாடு, வளநாடு, மண்டலம் என ஆட்சிப் பகுதி பகுக்கப் பட்டிருந்ததைக் குறிப்பிட்டுவிட்டு, காஞ்சிபுரம், தஞ்சாவூர், கங்கை கொண்ட சோழபுரம், மதுரை ஆகிய நகரங்கள் தலைநகராக விளங்கியமை குறித்தும், மாமல்லபுரம், நாகப்பட்டிணம், வாதாபி ஆகிய தமிழக நகரங்கள் துறைமுக நகர்களாகத் திகழ்ந்தமை குறித்தும், கர்நாடகம், கேரளம், உத்கலம், கலிங்கம் ஆகிய இந்தியப் பகுதிகளிலும் ஸ்ரீலங்கா, கம்போடியா, கதா ஆகிய வெளி நாடுகளிலும் செயல்பட்ட துறைமுகங்களுடனான தொடர்பு குறித்தும் குறிப்பிடுகிறது.

சிவில் நிர்வாகம்

ஆட்சியின் மையமாக மன்னன் திகழ்ந்ததும், அவனது தகுதி குறித்தும் தொடக்கத்தில் குறிப்பிட்டு விட்டு மன்னனின் தெய்வீகத் தோற்றம் குறித்த செய்திகளை முன்வைக்கிறது.

மனு ஸ்மிருதியும், அர்த்த சாஸ்திரமும் தெய்வீகத் தன்மை பொருந்தியவையாகச் சித்தரிப்பதைச் சுட்டிக் காட்டிவிட்டு, பல்லவர் கால ஆவணங்களில் பல்லவர் இனத்தின் தெய்வீகப் பிறப்பு தொடர்பாக இடம்பெறும் செய்திகளை முன்வைக்கிறார்.

மகாவிஷ்னு, பிரம்மன், அங்கிராஸ், பிரகஸ்பதி, சம்யு, பரத்வாஜா, துரோணர், அசுவத்தாமன் ஆகியோர் பல்லவர்களின் முன்னோர்களாகக் குறிப்பிடப்படுகின்றனர். அசுவத்தாமனே பல்லவனாகப் பிறந்ததாகவும் அவனிடமிருந்தே பல்லவர் குலம் தோன்றியதாகவும் இவை குறிப்பிடுகின்றன. ஆளும் மன்னனுக்கு இத்தகைய தெய்வீக முற்பிறப்பை வழங்கிய முதல் மன்னனாக ராசசிம்மன் என்ற பல்லவ மன்னன் குறிப்பிடப்படுகிறான்.

பாண்டிய மன்னர்கள் சந்திர வம்சத்தைச் சேர்ந்தவர்களாக தம்மைக் குறிப்பிட்டுள்ளனர். சோழர்கள் தம்மை ஆரிய வம்சத் தினராகக் குறிப்பிட்டுள்ளனர். குடிகளைப் பாதுகாப்பதே மன்னர் களின் கடமையாகக் கருதப்பட்டது. திருவாங்காட்டுச் செப்பேடு, மனுவே முதலாம் பராந்தகச் சோழனாகப் பிறந்துள்ளான் என்று குறிப்பிடுகிறது. தனது சட்டவிதிகள் கலியுகத்தில் பிறழ்ந்து போனமையால் அதை மீண்டும் நிலை நிறுத்தவே மனு பராந்தகச்

சோழனாகப் பிறந்துள்ளான் என்றும் அச்செப்பேடு குறிப்பிடுகிறது. கரந்தைச் செப்பேடு ராஜராஜனை 'மனுவம்ச கேது' என்று குறிப்பிடுகிறது. இதே செப்பேடு 'மனுகுலாபரணம்' என்று அவன் மகன் முதலாம் ராஜேந்திரனைக் குறிப்பிடுகிறது. தர்ம சாஸ்திரங்களின்படி ஆட்சி புரிபவர்களாக கல்வெட்டுக்கள் மன்னர்களைக் குறிப்பிடுகின்றன. தொடக்க காலப் பல்லவர்களின் செப்பேடுகள் 'தர்ம மகாராஜா', 'தர்ம மகா ராஜாதி ராஜா' என்று குறிப்பிடுகின்றன. ஏனைய பல்லவ மன்னர்கள் மற்றும் சோழ மன்னர்களின் கல்வெட்டுக்களும் இத்தகைய தொடர்களைக் கொண்டுள்ளன.

மனுஸ்மிருதியின் ஏழாவது இயலில் இடம் பெற்றுள்ள முப்பத்தைந்தாவது சுலோகம் மன்னனின் கடமை குறித்து,

'தத்தம் நெறி நிற்கும் நால் வருணத்தர், நான்கு ஆசிரமத்தர் இவர்களைக் காக்கும் பொருட்டே அரசன் படைக்கப் பட்டான்'

என்று குறிப்பிடுகிறது. இதே கருத்தை கௌடில்யரின் அர்த்த சாஸ்திரமும் குறிப்பிடுகிறது.

தமிழ்நாட்டிலும் இந்தியாவிலும் ஆட்சி புரிந்த மன்னர்கள் இவ்விதிமுறைகளைப் பின்பற்றினார்கள் என்று குறிப்பிடும் ஆசிரியர், முதலாம் பரமேஸ்வரன் என்ற பல்லவ மன்னனின் கூரம் செப்பேடும், காசக்குடி செப்பேடும் இதே கருத்தை வெளிப்படுத்து வதாகக் குறிப்பிடுகிறார். அடுத்து பரம்பரை அடிப்படையில் மன்னர்கள் பதவியேற்றதையும் குறிப்பிடுகிறார்.

இதன் தொடர்ச்சியாக முடிசூட்டு விழா, இளவரசுபட்டம், பட்டங்கள், அரசமுத்திரைகள், அமைச்சர்கள், ஒற்றர்கள், ஆவணம் எழுதுவோர், யானைகளை மேற்பார்வையிடுவோர், அரச குடும் பத்தினர், குறுநில மன்னர்கள், நீதி நிருவாகம், குற்றங்களுக்கான தண்டனைகள், வருவாய்த்துறை, வரி விலக்குப் பெற்ற நிலங்கள், அரசின் செலவீனம் என்பன குறித்த செய்திகள் இடம் பெற்றுள்ளன.

இராணுவ நிர்வாகம்

இராணுவப் பிரிவுகள், தேர்கள் பற்றிய செய்திகள் இத் தலைப்பில் இடம்பெற்றுள்ளன. சங்க இலக்கியங்களில் பரவலாக

இடம்பெறும் தேர் குறித்த செய்திகள், பல்லவர், பாண்டியர், சோழர் ஆட்சிக் காலத்தில் அருகியே காணப்படுகின்றன.

பெருவளநல்லூர் போரைப் பற்றி விரிவாகக் குறிப்பிடும் பல்லவரின் கூரம் செப்பேடு, யானை, குதிரைப் படைகளையும், காலாள் படைகளையும் மட்டுமே குறிப்பிடுகிறது. தேர்ப்படை குறித்து எதுவும் கூறவில்லை. காஞ்சிபுரம் வைகுண்டராசப் பெருமாள் கோவிலில் இடம்பெற்றுள்ள போர் தொடர்பான சிற்பங்களிலும் இதே நிலைதான் காணப்படுகிறது.

சோழர்களின் பெரிய லெய்டன் செப்பேட்டிலும், திருவாலங்காடு கல்வெட்டிலும், யானை, குதிரை, காலாள் படைகள் குறித்த குறிப்பு மட்டுமே இடம் பெற்றுள்ளது. தேர் இடம் பெறவில்லை. சோழர்களின் கரந்தைச் செப்பேட்டில் தேர் இடம் பெற்றாலும் போர்க்களத்துடன் தொடர்புடையதாக அது குறிப்பிடப்படவில்லை.

* * *

தமிழ் மன்னர்களின் படைகளில் யானைகள் முக்கியத்துவம் பெற்றிருந்தன. பல்லவ மன்னர்கள் யானைப் படைக்கு முக்கியத் துவம் அளித்துள்ளனர். அவர்களது கல்வெட்டுக்களில் கஜம், மதங்கம், நாகா, கரி, இப்றா, வாரணம், குஞ்சரம், சிந்தூரம் என்ற பெயர்களில் யானைகள் குறிப்பிடப்பட்டுள்ளன. யானைகள் தொடர்பான அறிவியல் நூலாக 'கஜ சாஸ்திரம்' என்ற நூல் இருந்துள்ளது. பல்லவ மன்னர்கள் சிலர் இந்நூலில் தேர்ச்சி பெற்றவர்களாக இருந்துள்ளனர்.

முதலாம் பரமேஸ்வரவர்மன் சாளுக்கிய மன்னனான விக்கிர மாதித்தியனுடன் நிகழ்த்திய போரில் யானைப் படைகளின் பங்களிப்பைக் கூரம் செப்பேடுகள் குறிப்பிடுகின்றன. பல்லவர் களும் அவர்களது பகைவர்களும் யானைப் படைகளைக் கொண் டிருந்தமையை உதயேந்திரம் செப்பேடுகள் குறிப்பிடுகின்றன. அபராஜிதா பல்லவனின் கல்வெட்டொன்று அவன் சோழ மன்னனுடன் நடத்திய சிற்றாற்றுப் போரில் யானைப் படையின் துணையுடன் வென்றதைக் குறிப்பிடுகிறது. முதலாம் பரமேஸ்வர வர்மனின் பட்டத்து யானை 'அரிவர்ணா' என்ற பெயரைக் கொண்டது. அதன்மேல் அவன் அமர்வதற்காக அமைக்கப்பட்ட அம்பாரம் குறித்து கூரம் செப்பேடு குறிப்பிடுகிறது.

பல்லவர்களைப் போன்றே சோழர்களும் யானைப் படையைக் கொண்டிருந்தனர். சுந்தர சோழனின் பட்டத்து யானையின் போர்க்கள ஆற்றலை அன்பில் செப்பேடுகள் குறிப்பிடுகின்றன. ராஜாதித்யா என்ற சோழ இளவரன் போர்க்களத்தில் யானையில் வீற்றிருந்த நிலையில் கொல்லப்பட்டதை பெரிய லெய்டன் செப்பேடுகள் குறிப்பிடுகின்றன. முதலாம் ராஜராஜனின் யானைப் படையை கவித்துவமான மொழியில் கரந்தைச் செப்பேடு வருணிக்கிறது.

முதலாம் ராஜேந்திர சோழன் தன் யானைக் கூட்டங்களை ஆற்றில் நிறுத்தி அவற்றைப் பாலம்போல் பயன்படுத்தியதாக திருவாலங்காடு செப்பேடுகள் குறிப்பிடுகின்றன.

முதலாம் ராஜேந்திர சோழனின் யானைப் படையை கன்னியாகுமரிக் கல்வெட்டுக்கள் குறிப்பிடுகின்றன. போரில் தோல்வியுற்ற மன்னர்களின் யானைகளை வெற்றி பெற்ற மன்னர்கள் கைப்பற்றிக் கொண்டனர். மன்னர்களுக்கிடையே பறிமாறப்படும் அன்பளிப்புப் பொருட்களில் ஒன்றாக யானை விளங்கியது.

* * *

பல்லவர், சோழர் கல்வெட்டுக்கள் அசுவம், துர்கா, றாயா, வாஜி என்ற பெயர்களில் குதிரைப்படையைக் குறிப்பிடுகின்றன. குதிரையேற்றம் இளவரசர்களுக்குரிய பயிற்சிகளில் ஒன்றாக இருந்தது. யுத்த களத்தில் குதிரையின் பங்களிப்பு குறித்த செய்தி களைக் கூரம் செப்பேடு குறிப்பிடுகிறது. சாளுக்கியர்களுக்கெதிரான போரில் கணக்கற்ற குதிரைப்படையை முதலாம் பரமேஸ்வரவர்மன் பயன்படுத்தியதாக இச்செப்பேடு குறிப்பிடுகிறது.

சோழர்களும் வலிமையான குதிரைப்படையைக் கொண் டிருந்தனர். முதலாம் ராஜராஜனின் படையில் ஏராளமான குதிரைகள் இருந்ததாக, திருவாலங்காட்டுச் செப்பேடுகள் குறிப்பிடு கின்றன. தோற்ற மன்னர்களின் குதிரைகளைச் சோழமன்னர்கள் கைப்பற்றிக் கொண்டதைக் கல்வெட்டுக்களும் செப்பேடுகளும் குறிப்பிடுகின்றன. குதிரைப்படை வீரர்கள் வாளும், ஈட்டியும் கொண்டு போரிட்டு உள்ளனர். குதிரையின் மீது வீரர்கள் அமர்ந் திருக்கும் காட்சி காஞ்சி வைகுந்தப் பெருமாள் ஆலயத்தில் இடம் பெற்றுள்ளது. குதிரைகள் அரேபியாவில் இருந்து இறக்குமதியாகி யுள்ளன.

* * *

படைப்பிரிவில் பெரிய அளவில் காலாள் படை இருந்துள்ளது. வில், வாள், ஈட்டி ஆகியவற்றைப் பயன்படுத்தியும், கேடயத்தின் துணையுடன் தற்காத்தும் போரிட்டுள்ளனர். வைகுந்தப் பெருமாள் கோவில் சிற்பங்களில் ஈட்டி, வாள், கேடயம் தாங்கி நிற்கும் வீரர்கள் இடம்பெற்றுள்ளனர்.

* * *

போர் தொடர்பான அறங்கள் என்று குறிப்பிடும் அளவுக்குச் சான்றுகள் எவையும் கல்வெட்டு மற்றும் செப்பேடுகளில் இடம்பெறவில்லை.

கங்கைக் கரையோரம் முதலாம் ராஜராஜ சோழன் படை யெடுத்து வென்றபின் அப்பகுதியை ஆண்ட மன்னர்கள் தலையில் கங்கை நீர் அடங்கிய பானைகளைச் சுமந்து வரும்படிச் செய்ததாக திருவாலங்காட்டுச் செப்பேடுகள் குறிப்பிடுகின்றன.

வீரராஜேந்திரனின் கன்னியாகுமரிக் கல்வெட்டொன்று அவனது முன்னோரான கரிகால் சோழன் மேற்கொண்ட செயலைக் குறிப்பிடுகிறது. அதன்படி அவன் காவிரிக்குக் கரை அமைத்த போது தனக்கு அடிபணியாத மன்னர்களைக் கூடையில் மண்ணெடுத்து வரும்படிச் செய்தான்.

போரில் வென்ற போது பகைநாட்டை அழித்து நெருப்பிட்ட செய்தியைக் கல்வெட்டுக்களும், செப்புப் பட்டயங்களும் குறிப்பிடுகின்றன.

எரியூட்டப்பட்ட மாளிகைகளில் இருந்த பெண்கள் சிறை பிடிக்கப்பட்டனர். இலங்கை மன்னனை முதலாம் ராஜேந்திரன் வென்றபோது அவனது ராணியையும், மகளையும் சிறைபிடித்தான்.

சோழ வீரர்களின் இக்கொடூரச் செயல்களை சோழர்களின் கல்வெட்டுக்கள் மட்டுமின்றி அவனது பகைமன்னர்களின் கல்வெட்டுக்களும் குறிப்பிடுகின்றன. சத்தியசிரராயன் என்ற சாளுக்கிய மன்னனது கி.பி.1007 ஆம் ஆண்டுக் கல்வெட்டொன்று சோழர் படை பெண்களையும், குழந்தைகளையும், பிராமணர் களையும் கொலை செய்ததைப் பதிவு செய்துள்ளது.

* * *

இச்செய்திகள் மட்டுமன்றி போரில் பயன்படுத்தப்பட்ட ஆயுதங்கள், இசைக்கருவிகள், பாசறை அமைத்தல், கோட்டை

அமைப்பு, கடற்படை தொடர்பான செய்திகளையும் இவ்வியல் வாயிலாக அறியலாம்.

பொருளாதார வாழ்க்கை

தமிழகத்தில் பரவலாக அறிமுகமாயிருந்த தொழில், வேளாண்மை. பல்லவர்களின் பள்ளன்கோவில் செப்பேடு, நெல், கரும்பு, பனைமரக்காடு, வாழை ஆகியன காவிரியாற்றின் அருகில் வளர்க்கப்பட்டதாகக் குறிப்பிடுகிறது. பாக்கு, தென்னை, மா, பனை ஆகிய மரங்கள் வளர்க்கப்பட்டதை உதயமார்த்தாண்டம் செப்பேடு குறிப்பிடுகிறது.

வேளாண்மையின் அடிப்படை ஆதாரமான நீர் மேலாண்மை குறித்துப் பல்லவர், பாண்டியர், சோழர் கல்வெட்டுக்கள் விரிவாகக் குறிப்பிடுகின்றன.

ஆற்றுநீரையும் தேக்கி வைத்துப் பயன்படுத்தும் நோக்கில் ஏரிகளும் மன்னர்களால் அமைக்கப்பட்டன. இவற்றில் இருந்து நீரை வெளியேற்ற மதகுகளும், வாய்க்கால்களும் இருந்தன. குளங்களில் மீன்பிடிக்கும் உரிமை ஏலம் விடப்பட்டது.

கொல்லர், தச்சர், பொற்கொல்லர், நெசவாளர், நாவிதர் ஆகியோர் இருந்துள்ளதையும், சருமகாரர் (சருமம்-தோல்) என்ற பெயரில் தோல் தொழிலாளர்கள் இருந்துள்ளதையும் கல்வெட்டுக்கள் பட்டயங்கள் வாயிலாக அறியமுடிகிறது.

செப்புப்பட்டயங்களில் அரசனது ஆணையைப் பொறிக்கும் கைவினைஞர்கள் சிறப்பான இடத்தைப் பெற்றிருந்தனர். கைவினை ஞர்கள், வணிகர்கள் அடங்கிய வாணிபக்குழுக்கள் இருந்துள்ளன. இவற்றுள் மணிக்கிராமம், வளஞ்சியர், நானதேச திசை ஆயிரத்து அய்நூற்றுவர் என்பன முக்கிய வணிகக் குழுக்களாகும்.

வேளாண் தொழிலுடன் நேரடியான தொடர்புடையனவாக சித்திரமேழி அல்லது சித்திரமேழி நாட்டார் என்ற பெயரிலான குழுவை சோழர் காலக் கல்வெட்டுக்கள் குறிப்பிடுகின்றன. ஆநிரை களையும் அவற்றின் பாலையும் அடிப்படையாகக் கொண்டு வாழும் குழுவைக் குறித்த செய்தியை திருக்கோவிலூர்க் கல்வெட்டால் அறியமுடிகிறது. இதே செய்தியை திட்டக்குடி, பிரான்மலைக் கல்வெட்டுக்களும் பதிவு செய்துள்ளன.

* * *

வழிபடும் இடமாக மட்டுமன்றி மக்களின் சமூகப் பொருளாதார வாழ்வில் முக்கியப் பங்காற்றும் நிறுவனமாகவும் கோவில் இருந்துள்ளது. பல்லவர் ஆட்சிக் காலத்தில் கோவில் நிர்வாகமானது ஒரு சிலரால் மட்டுமே நிர்வகிக்கப்படும் அளவுக்கு எளிமையானதாய் இருந்தது. ஆனால் பின்னர் படிப்படியாக வளர்ச்சி பெற்று கிராமத்தின் சமூகப் பொருளாதார வாழ்வில் முக்கிய பங்கு பெற்று மேலும் அதிகப்படியான ஊழியர்களைக் கொண்ட அமைப்பானது.

கோவில் குருக்கள், கணக்கர், கொத்தர், பொற்கொல்லர், கொல்லர், கைவினைஞர், சமையற்காரர், துப்புரவு செய்வோர் போன்றோர் கோவிலின் செயல்பாட்டிற்குத் தேவையானார்கள்.

* * *

நோய் தீர்க்கும் வைத்தியர்களும் இருந்துள்ளனர். இவர்களுக்கு ஊதியத்திற்கு பதில் 'வைத்திய போகம்' என்ற பெயரில் நிலம் மானியமாக வழங்கப்பட்டது. செங்கல்பட்டு மாவட்டம் திருமுக்கூடலில் உள்ள வேங்கடேசப் பெருமாள் கோவில் கல்வெட்டு வைத்திய சாலையொன்று அக்கோவிலில் செயல் பட்டதைக் கூறுகிறது. 'வீரசோழன்' என்ற பெயரில் செயல்பட்ட இம்மருத்துவமனை ஊர்மக்கள் அனைவரின் பயன்பாட்டுக் குரியதாக விளங்கியதா என்பதில் தெளிவில்லை.

இக்கோவிலில் செயல்பட்டு வந்த வேத பாடசாலையின் விடுதியில் இருந்த ஆசிரியர்கள், மாணவர்கள், கோவில் ஊழியர்கள் ஆகியோருக்கு இங்கு சிகிச்சையளிக்கப்பட்டதாகத் தெரிகிறது. இம்மருத்துவமனையில் மருத்துவர், அறுவை மருத்துவர், மூலிகைச் செடிகளைச் சேகரிக்கும் பணிக்கு இருவர், மருந்து தயாரிக்கும் பணிக்கு மூவர், இரண்டு செவிலியர், சிறு அறுவைச் சிகிச்சைக்கு நாவிதர் ஒருவர் என்போர் பணியாற்றி வந்துள்ளனர்.

வீரராஜேந்திர சோழனின் காலத்திய இந்நீண்ட கல்வெட்டு பல ஆயுர்வேத மருந்துகளைக் குறிப்பிடுகிறது. இவற்றில் பெரும் பாலானவை சாருகா எழுதிய 'சாரக சம்ஹிதா' வாகபட்டா எழுதிய 'அஸ்தாங்க ஹிருதயா' என்ற நூல்களில் இடம் பெற்றுள்ளன. திருவாடுதுறை ஊரிலுள்ள திருவாடுதுறையுடையார் கோவிலுடன் இணைந்த மடத்தில் 'அஸ்தாங்க இருதயா'

'சாரஹ சம்ஹிதா' என்ற பெயரிலான வடமொழி மருத்துவ நூல்கள் கற்றுக் கொடுக்கப்பட்ட தகவலை பன்னிரண்டாம் நூற்றாண்டைச் சேர்ந்த விக்கிரம சோழனின் கல்வெட்டு குறிப்பிடுகிறது.

* * *

வழக்கில் இருந்த நில அளவு முறை குறித்தும், எடையளவு குறித்தும் வடமொழிக் கல்வெட்டுக்கள் குறிப்பிடுகின்றன.

சமூக வாழ்க்கை

குடிமக்களில் பிராமணர்கள் முதலிடத்தைப் பெற்றிருந்தனர். பிரம்மதேயம் என்ற பெயரில் நிலக் கொடை மன்னர்களால் இவர்களுக்கு வழங்கப்பட்டது. வேதம் அறிந்த பிராமணர்களுக்கு உணவு வழங்கப்பட்டது. சுந்தரசோழனின் நம்பிக்கைக்குரிய அநிருத்தா என்பவனின் தாய் நாள்தோறும் வெள்ளிப் பாத்திரத்தில் கறி வகைகளுடன் சுவையான உணவு வழங்க மானியம் வழங்கியுள்ளான். இதுபோன்ற செய்திகளை ஆங்காங்கே காணமுடிகிறது. சில கல்வெட்டுக்களில் பிராமணர்களின் கோத்திரங்கள் இடம்பெற்றுள்ளன. பிராமணர்கள் அரசு நிர்வாகிகளாகவும், போர் வீரர்களாகவும் இருந்துள்ளனர். 'பிரம்மாதி ராஜா' என்பது பிராமணர்களுக்கு வழங்கப் பட்ட உயரிய பட்டமாக இருந்துள்ளது.

* * *

பெண்களின் நிலை குறித்த கல்வெட்டுக்கள் சிலவும் உள்ளன. சுந்தரசோழன் இறந்தபோது அவன் மனைவி வானவன்மாதேவி உடன்கட்டை ஏறிய செய்தியை திருவாலங் காட்டுச் செப்பேடு குறிப்பிடுகிறது. இதே செய்தியை முதலாம் ராஜராஜனின் தமிழ்க் கல்வெட்டு குறிப்பிடுகிறது.

கணவன் இறந்தபின் தம் அணிகலன்களை அவனது மனைவியர் நீக்கும் வழக்கம் இருந்துள்ளது. முதலாம் ராஜராஜன், சாளுக்கிய மன்னன் ஜெயசிம்காவைப் போரில் கொன்றபோது அவன் மனைவியர் அனைத்து அணிகலன்களையும் களைந்தனர்.

ஜடாவர்மன் முதலாம் சுந்தர பாண்டியன் தன் பகை மன்னர் களின் மனைவியரது தாலிகள் அறும்படிச் செய்ததாக சிதம்பரம்

நடராசர் கோவில் கல்வெட்டு குறிப்பிடுகிறது. பகை மன்னர்களின் பெண்கள் தமிழ்மன்னர்களால் இழிவாக நடத்தப்பட்டனர்.

நாள்தோறும் தேர்வு செய்யப்பட்ட சில கோவில்களில் பிராமணர்களுக்கு உணவு வழங்கவும், நந்தா விளக்கு ஏற்றவும் மகளிர் சிலர் கொடை வழங்கியுள்ளனர். (இவர்கள் மேட்டுக்குடிப் பெண்களாகவே இருந்திருக்க வேண்டும்) மன்னர்கள் தம் அன்னையின் பெயரால் பிராமணர்களுக்கான சதுர்வேதி மங்கலங்களை உருவாக்கியுள்ளனர்.

கல்வியும் இலக்கியமும்

சமயம் சார்ந்ததாகவே இக்காலத்தில் கல்வி இருந்துள்ளது. தமிழிலும், வடமொழியிலும் எழுதப்பட்ட இறையியல், தத்துவம் தொடர்பான நூல்கள் கற்றுக் கொடுக்கப்பட்டன. மன்னர்கள் வேத ஆகமங்கள் கற்றவர்களாக விளங்கியுள்ளனர். சிலர் நாடக நூல்களை எழுதியுள்ளதுடன், தர்க்க நூல் அறிவும் பெற்றிருந்தனர். கல்வியென்பது பெரும்பாலும் வேதக்கல்வியாகவும் பாடசாலை யென்பவை பெரும்பாலும் பிராமணர்களுக்குரியதாகவும் விளங்கின. **கடிகை, வித்தியசாதனம்** என்ற பெயரில் இவை யழைக்கப்பட்டன. மடங்கள், கோவில்கள், அக்கிரகாரங்கள், சாலை என்பனவும் இத்தகைய சமயக்கல்வியை வழங்கி வந்தன. இதன் பொருட்டு இவை மன்னர்களிடமிருந்து மானியம் பெற்றன.

* * *

பல்லவரின் தொடக்க காலக் கல்வெட்டுக்கள் பிராகிருத மொழியிலும், பின்னர் சமஸ்கிருத மொழியிலும் எழுதப்பட்டன. பிற்காலத்தில் பல்லவர், பாண்டியர், சோழர்களின் கல்வெட்டுக் களில் தமிழும், வடமொழியும் இடம்பெற்றன. பிரசஸ்தி அல்லது மெய்க்கீர்த்தி என்ற பெயரில் குறிப்பிட்ட மன்னன் மற்றும் அவனது முன்னோர்களைக் குறிப்பிடும் பகுதி வடமொழியில் செய்யுள் வடிவில் இடம்பெற்றன. இக்கல்வெட்டுக்களில் பெரும் பாலானவை நிலம் அல்லது பணம் கோவில்களுக்கும் வேதம் வல்ல பிராமணர்களுக்கும் வழங்கப்பட்ட செய்தியைக் குறிப்பனவே.

வடமொழியில் எழுதப்பட்ட புராணங்கள், காப்பியங்களில் பல்லவர்கள் வடமொழிக் கல்வெட்டுக்களை எழுதியுள்ளனர். பகிரதன், பரசுராமன், ராமன், திருமாலின் தசாவதாரம், ஆதிசேடன், இலக்குமி, பார்வதி, கணேசர், ஹரிகரன், பிரம்மா, சரஸ்வதி,

இந்திரன் என்ற பெயரிலான புராண இதிகாசப் பாத்திரங்கள் குறித்த பதிவுகள் இடம்பெற்றுள்ளன. ஓவியம், நடனம், சிற்பம் ஆகிய நுண்கலையறிவுடன், களவு செய்தலும் ஒரு கலையாகக் கருதப்பட்டது.

சமயம்

சைவம், வைணவம், ஆழ்வார்கள், நாயன்மார்கள், நந்த வனங்கள், பாசுபதம், காளமுகம், கபாலகம் என்ற பெயரிலான சமய உட்பிரிவுகள், சமயச் சடங்குகள், தானங்கள், புனித ஆறுகள், பசுமாடு புனித விலங்காகக் கருதப்பட்டமை, ஆன்மிகக் குருக்கள் அல்லது தலைவர்கள் என வைதீகச் சமயம் சார்ந்த செய்திகளை சமஸ்கிருதக் கல்வெட்டுகளும் செப்பேடுகளும் குறிப்பிடுகின்றன.

இத்துடன் அவைதீக சமயங்களான சமணம், புத்தம் என்பன தொடர்பான செய்திகளும் இடம் பெற்றுள்ளன.

நூலின் பயன்பாடு

எண்ணிக்கையில் அதிகமான தமிழ்க் கல்வெட்டுக்களில் இடம்பெறாத சில செய்திகள் வடமொழியில் எழுதப்பட்ட கல்வெட்டுக்களிலும், செப்பேடுகளிலும் இடம்பெற்றுள்ளன. இவ்வுண்மையை இந்நூல் நாம் அறியும்படி செய்கிறது.

ஆசிரியர் எடுத்தாளும் பல்லவர், பாண்டியர் செப்பேடுகளில் இடம்பெற்றுள்ள வடமொழிப்பகுதியின் தமிழ்வடிவம் ஏற்கனவே தமிழில் வெளிவந்துள்ளது. மூத்த கல்வெட்டாய்வாளர் தி.நா.சுப்பிரமணியன் தாம் பதிப்பித்து வெளியிட்ட, பாண்டியர் செப்பேடுகள் பத்து (1967), பல்லவர் செப்பேடுகள் முப்பது (1966) என்ற இரு நூல்களிலும் வடமொழிப் பகுதிகளைத் தமிழில் மொழிபெயர்த்துத் தந்துள்ளார். கே.ஜி.கிருஷ்ணன் கரந்தைச் செப்பேடு குறித்து தமது ஆங்கில நூலில் (1984) இதை ஆங்கிலத்தில் மொழிபெயர்த்துள்ளார். என்றாலும் தென்இந்தியக் கல்வெட்டுத் தொகுதிகளில் இடம் பெற்றுள்ள வடமொழிப் பகுதிகள் முறையாகத் தமிழில் மொழி பெயர்க்கப்படவில்லை. இக்குறையை இந்நூல் ஓரளவுக்குப் போக்கியுள்ளது.

வடமொழிக் கல்வெட்டுக்கள், செப்பேடுகளில் இடம்பெற்ற செய்திகளைக் கூறிச்செல்லும் ஆசிரியர் அவற்றின் எதிர்மறைத் தன்மை குறித்து எதுவும் கூறாமலேயே செல்கிறார். இதனால் செய்திகளின் தொகுப்பாக மட்டுமே இந்நூல் அமைந்து விட்டது.

என்றாலும் பல்லவர், பாண்டியர், சோழர் காலத் தமிழகத்தின் பண்பாட்டு வரலாறு குறித்த ஓர் அறிமுக நூலாக இது அமைந் துள்ளதால் பொது வாசிப்பிற்குரிய நூலாகவும் இதைக் குறிப்பிடலாம்.

இந்நூலைப் படித்து முடித்ததும் சில வினாக்கள் தோன்றின. சாதி, மொழி என்ற இரண்டின் மீதும் கொண்டுள்ள மட்டுமீறிய பற்றினை ஒதுக்கிவிட்டு இவ்வினாக்களுக்கு விடை காண்பது அவசியம்.

i. தமிழ்மன்னர்கள் என்று நாம் போற்றுவோர் தாம் உருவாக்கிய கல்வெட்டுக்களிலும், செப்பேடுகளிலும் வடமொழியைப் பயன்படுத்தியது ஏன்?

ii. பிராமணர்களையும் வேதக்கல்வியையும் பேணியது ஏன்?

iii. வடமொழி தர்ம சாஸ்திரங்களைப் பின்பற்றியது ஏன்?

iv. வடமொழிப் புராணப் பாத்திரங்கள் மற்றும் காப்பியத் தலைவர்களின் மரபில் வந்தவர்களாகத் தம்மை அழைத்துக்கொண்டது ஏன்?

மூவேந்தர்களுடன் தம் சாதியைத் தொடர்புபடுத்தி புதிய வரலாறு படைப்போர், அவ்வாறு எழுதப்பட்ட வரலாற்றை யானையின் மீது ஏற்றி உலா வருவோர், தமிழர் நீதிமுறையின் அடையாளமாக மனுநீதிச் சோழனைக் காண்போர் இவ்வினாக்களுக்கான விடைகளைத் தேடும் பணியைத் தொடங்க வேண்டும், அத்தேடுதல் பணிக்கு இந்நூல் மறைமுகமாகத் துணை நிற்கும்.

(Chithra Madhavan, 2005, **History and Culture of Tamilnadu** D.K.Printworld (P) Ltd, New Delhi)

உங்கள் நூலகம், ஜூன் 2014

6

மத்திய காலத் தென் இந்தியாவில் துணிகளும் நெசவாளர்களும்

மனிதர்கள் கடந்தகாலத்தில் பயன்படுத்தி வந்த பொருட்களும், தற்போது பயன்படுத்திவரும் பொருட்களும் அவற்றின் பயன்பாட்டெல்லையைத் தாண்டி அச்சமூகத்தின் வரலாறு, பண்பாடு, பொருளியல் வரலாறு, தொழில்நுட்ப அறிவு ஆகியனவற்றையும் வெளிப்படுத்தி நிற்பன. பொருளுக்கும் பண்பாட்டுக்கும் இடையிலான உறவை, பொருள்சார் பண்பாடு (Material - Culture) 'புழங்கு பொருள் பண்பாடு' என்று சமூக மானிடவியலாளர்களும், நாட்டார் வழக்காற்றியலரும் குறிப்பர். ஒரு சமூகத்தின் சமூக வரலாற்றில் பொருள்சார் பண்பாடு முக்கிய இடம் வகிக்கிறது. பொருள்சார் பண்பாட்டில் இடம்பெறும் ஒவ்வொரு பொருள் குறித்தும் விரிவான ஆய்வு அவசியமான ஒன்று. இவ்வகையில் விஜயா ராமசாமியின் இந்நூல் குறிப்பிடத்தக்கதாகும்.

நூலாசிரியர் விஜயா ராமசாமி புதுதில்லி ஜவஹர்லால் நேரு பல்கலைக்கழகத்தின் வரலாற்றுத் துறையில் முனைவர் பட்டம் பெற்றவர். தில்லி பல்கலைக்கழகத்துடன் இணைந்த கார்கில் கல்லூரியில் வரலாற்றுத்துறையில் பணியாற்றி வருகிறார்.

கி.பி. பத்தாம் நூற்றாண்டு தொடங்கி கி.பி. பதினேழாம் நூற்றாண்டு வரையிலான காலத்தியத் தென் இந்தியாவின் நெசவாளர், துணியுற்பத்தி, துணிவணிகம், நெசவாளர் சமூகத் துக்கும் அரசுக்கும் இடையிலான உறவு, துணி உற்பத்தி மையங்கள், துணி உற்பத்திக்கும் துணி வணிகத்திற்கும் இடை யிலான உறவு என்பனவற்றை இந்நூல் ஆராய்கிறது.

தமிழர் வரலாற்றில் துணி

'அறுவை' என்ற பெயரால் தமிழில் துணி குறிப்பிடப் பட்டுள்ளது. அழகர் மலையில் காணப்படும் கி.மு. 2 ஆம் நூற்றாண்டுக் காலத்திய தொல் தமிழ் (பிராமி) கல்வெட்டில் 'அறுவை வணிகன்' என்ற தொடர் இடம்பெற்றுள்ளது. தமிழகத்தில் துணி வணிகத்தின் தொன்மையை இக் கல்வெட்டால் அறிய முடிகிறது. இளவேட்டனார் என்ற சங்க காலக் கவிஞர் 'அறுவை வணிகர்' என்ற அடைமொழியினால் குறிப்பிடப்பட்டுள்ளார்.

வரலாற்றுக்கு முற்பட்ட காலத் தமிழகத்திலேயே துணி யானது இடம்பெற்றுள்ளது என்று குறிப்பிடும் ஆசிரியர், இதற்குச் சான்றாக வட ஆற்காடு மாவட்டத்திலுள்ள பையம் பள்ளி என்ற இடத்தில் கிட்டிய தொல்லியல் பொருட்களில் நூற்கும் கருவி இடம் பெற்றுள்ளதைக் குறிப்பிடுகிறார். ஆதிச்ச நல்லூர் மற்றும் நீலகிரி மலைப் பகுதிகளில் நிகழ்ந்த தொல்லியல் ஆய்வுகளில் ஆடை தொடர்பான எச்சங்கள் கிட்டியுள்ளன.

சங்க இலக்கியங்களிலும், சிலப்பதிகாரம், மணிமேகலை ஆகிய காவியங்களிலும் பருத்தி மற்றும் பட்டாடை நெசவு குறித்தும் காவிரிப்பூம்பட்டினம் வழியாக அவை ஏற்றுமதி செய்யப் பட்டது குறித்தும் செய்திகள் உள்ளன. நெசவாளர் வாழும் தெரு, அறுவை வணிகர் வீதி என்றழைக்கப்பட்டது.

மதுரை நகரில் கிடைத்த உயரிய ஆடைகள் குறித்து அர்த்தசாஸ்திரம் குறிப்பிடுகிறது. பாம்பின் சட்டை போன்றும், புகை போன்றும், பாலின் ஆவி போன்றும் மென்மையான ஆடைகள் உற்பத்தியானது குறித்த செய்திகள் சங்க நூல் களில் இடம் பெற்றுள்ளன. சித்திரவேலைப்பாட்டுடன் கூடிய ஆடைகள் குறித்த செய்தியும் இடம் பெற்றுள்ளது.

பருத்தியில் இருந்து அதன் கொட்டைகளை நீக்கி, பஞ்சு தயாரிக்க உதவும் கருவி குறித்து அகநானூறும், நற்றிணையும் விவரிக்கின்றன.

துணிகளுக்கு வண்ணம் தோய்க்கும் தொழில் நுட்பமும் பண்டைத் தமிழகத்தில் இருந்துள்ளது. "நீலக் கச்சை" என்ற பெயரில் நீலநிற ஆடை புறநானூற்றில் குறிப்பிடப்பட்டுள்ளது. செங்கற்களால் கட்டப்பட்ட பெரிய அளவிலான சாயத் தொட்டிகள் அரிக்கமேட்டிலும், உறையூரிலும், அகழ்வாய்வில் காணப்பட்டன. இவற்றின் காலம் கி.பி. முதல் அல்லது இரண் டாவது நூற்றாண்டாக இருக்கலாம்.

அரசின் மெய்க்காப்பாளர்கள் சட்டையும் தலைப் பாகையும் அணிந்திருந்ததாகச் சிலப்பதிகாரம் குறிப்பிடுகிறது. சட்டை என்பதை 'மெய்ப்பை' (மெய் = உடல்) என்றழைத்தனர். ஆடை தைப்போர், துன்னர், துன்னகாரர், துன்ன வினைஞர் என்றழைக்கப்பட்டதாகச் சிலப்பதிகாரமும் மணிமேகலையும் சுட்டுகின்றன. சிற்பங்கள், ஓவியங்கள், பண்டைய இலக்கி யங்கள் ஆகியனவற்றில் இடம் பெறும் ப்டைவீரர்கள், அரண் மனைப் பணியாளர்கள், யானைப்பாகர்கள், பாடகர், நடன மாடுவோர் ஆகியோர் தைக்கப்பட்ட ஆடைகளை அணிந் துள்ளனர்.

துணி, ஆடை தொடர்பான இத்தகைய பாரம்பரியத்தைத் தமிழகம் கொண்டிருந்த காலத்தில் பருத்தி குறித்து ஐரோப்பியர் எதுவும் அறிந்திருக்கவில்லை. கி.மு. அய்ந்தாம் நூற்றாண்டைச் சேர்ந்த ஹீராட்டட்டஸ் என்பவர், செம்மறியாட்டின் உரோமம் போல் ஒரு விலங்கின் உரோமம் என்று பருத்தியைக் குறிப் பிட்டுள்ளார். கிறித்து சகாப்தத்தின் தொடக்கத்தில் ரோம் நாட்டுடன் இந்தியர்கள் துணி வணிகம் மேற்கொண்டிருந்தனர். மசூலிப்பட்டினத்தில் இருந்து ரோம் நாட்டிற்கு ஏற்றுமதியான சாயம் தோய்த்த துணியை மசுலியா என்ற பெயரால் அரியன் என்ற ரோம் நாட்டு வரலாற்றாசிரியர் குறிப்பிட்டுள்ளார். இந்தியத் துணிகள் அவற்றின் எடைக்கேற்ப தங்கத்தை விலை யாகப் பெற்றன. ரோமின் வளத்தை இந்தியா வறளச் செய் வதாகப் பிளினி புலம்பியதற்கு இதுவும் காரணமாக இருக் கலாம். தென் இந்தியாவில் நிகழ்ந்த அகழ்வாய்வுகளில் 1007

ரோமானிய நாணயங்கள் கண்டெடுக்கப்பட்டதை இத்துடன் இணைத்துப் பார்க்கலாம். இவ்வரலாற்றுப் பின்புலத்தில் தென்னிந்தியாவின் நெசவாளர்கள், துணி உற்பத்தி, துணி வணிகம் என்பன குறித்து இந்நூல் ஆராய்கிறது.

நெசவாளர் சமூகம்

தென்னிந்தியாவின் நெசவாளர் சமூகமானது துறைமுகங் களுடன் பெரும்பாலும் இணைந்திருந்தது. பிற்காலச் சோழர் காலத்தில் ஏறத்தாழ பத்தாம் நூற்றாண்டிலிருந்து பதினான்காம் நூற்றாண்டு வரையிலும் **சாலியர், கைக்கோளர்** என்ற பெயரில் இரு நெசவுத் தொழில் சமூகங்கள் இருந்தன. இவற்றுள் சாலியர் சமூகமானது சோழிய சாலியர் என்றும் அழைக்கப்பட்டது.

செங்கல்பட்டு, தென் ஆற்காடு, திருநெல்வேலி மாவட்டங் களில் இவர்கள் குறிப்பிடத்தகுந்த எண்ணிக்கையில் வாழ்ந் துள்ளனர் (சாலியத் தெரு என்ற பெயரில் இவர்கள் வாழும் தெருக்கள் அழைக்கப்படுகின்றன). இம்மாவட்டங்கள் தவிர கோவை, வடஆற்காடு, தஞ்சாவூர் மாவட்டங்களிலும் இவர்கள் காணப்படுகின்றனர்.

சோழர் ஆட்சியின்போது, கைக்கோளர்கள் மன்னனின் மெய்க்காப்பாளர்களாக இருந்துள்ளனர். **கைக்கோளப் பெரும்படை, கைக் கோள சேனாபதி** என்று சோழர் காலக் கல்வெட்டுக்கள் இவர்களைக் குறிப்பிடுகின்றன. முதலாம் பராந்தகச் சோழன் காலத்தியக் கல்வெட்டுகளில் இடம்பெறும் சில படைவீரர்களும் அதிகாரிகளும் தம் பெயருக்குப் பின் கைக்கோளர் என்ற பின்னொட்டுடன் குறிப்பிடப்பட்டுள்ளனர். **'தெரிஞ்ச கைக்கோளர்'** என்றும் இவர்களை அழைத் துள்ளனர். பதின்மூன்றாம் நூற்றாண்டின் தொடக்கம் வரை யிலான கல்வெட்டுக்களில் நெசவுத் தொழிலுடன் தொடர் புடையதாக இச் சமூகம் குறிப்பிடப்படவில்லை.

சுந்தரபாண்டியனின் பதின்மூன்றாம் நூற்றாண்டுக் கல் வெட்டில் இவர்கள் மீதான தறிஇறை (நெசவுத் தொழிலுக் கான வரி) குறிப்பிடப்பட்டுள்ளது. இதுதான் நெசவுத் தொழிலுடன் இச்சமூகத்தைத் தொடர்புபடுத்தும் பழமையான கல்வெட்டாகும். இதுபோன்ற வரியுடன் இவர்களைத் தொடர்பு படுத்தும் பதினான்காம் நூற்றாண்டுக் கல்வெட்டு சம்புவராயர்

ஆட்சிக் காலத்தியதாகும். 12 ஆம் நூற்றாண்டில் ஒட்டக்கூத்தர் எழுதிய 'ஈட்டி எழுபது' என்ற இலக்கியத்தில் படைவீரர் களாகச் சாலியர் குறிப்பிடப்பட்டுள்ளனர்.

சோழர் ஆட்சியின் போது படைவீரர்களாக நெசவாளர் களும் இருந்துள்ளனர் என்று கருத இடமுள்ளது. **கைக்கோள முதலி** என்ற பெயரிலான இராணுவப் பதவியும் இருந்துள்ளது. போர் இல்லாத காலத்தில் நெசவாளர்களாகவும் போர்க் காலங்களில் படைவீரர்களாகவும் இவர்கள் இருந்திருக்கலாம். மன்னனின் படைவீரர்களாகப் பணியாற்றியவர்கள் மட்டும் நெசவுத் தொழிலைத் தவிர்த்தவர்களாய் இருக்கலாம்.

பதினெட்டாம் நூற்றாண்டைச் சேர்ந்த திவாகரம் நிகண்டு, **செங்குந்தர், படையர், சேனைத் தலைவர், கைக்கோளர்** என இச்சாதியைக் குறிப்பிடுகிறது.

மூன்றாம் ராஜராஜனின் படை கலைக்கப்பட்டதையும். விசயநகரப் பேரரசு உருவானதையும் அடுத்து கைக்கோளர்கள் நெசவுத் தொழிலை முழுமையாக மேற்கொள்ளத் தொடங்கி யுள்ளனர். கைக்கோளத்தெரு என்ற பெயரில் இவர்களின் குடியிருப்புகள் அழைக்கப்படலாயின.

துணி வகைகள்

புடவை, உத்திரியம், வேட்டி, கூறைப்புடவை, நீராவடிப் புடவை, பூவாடைப்புடவை, பருத்திப் புடவை எனப் பல் வேறு வகைத் துணிகளைக் கல்வெட்டுக்கள் குறிப்பிடுகின்றன. பன்னிரண்டாம் நூற்றாண்டைச் சேர்ந்த விக்ரமசோழன் கல் வெட்டு, பச்சைப்பட்டு, புலியூர்ப்பட்டு, பட்ட வலப்பட்டு எனப் பட்டுவகைகளைக் குறிப்பிடுகிறது. இவற்றை உடுத்துவது என்பது சிறப்புக்குரியதாக இருந்தது. இவற்றை அணியும் உரிமையை இடையர்களுக்கு வழங்கியதை இக்கல்வெட்டு குறிப்பிடுகிறது.

தைத்தல்

துணிகளை, ஆடைகளாக வடிவமைக்கும் தையற்கலைஞர் களும் இருந்துள்ளனர். கஞ்சுகம் என்ற பெயரிலான ஆடை, தைக்கப்பட்ட ஆடையைக் குறிப்பிடுகிறது. துன்னகர், துன்ன காரர் என்று தையற்கலைஞர்கள் அழைக்கப்பட்டனர். முதலாம்

ராஜராஜனின் பத்தாவது நூற்றாண்டுக் கல்வெட்டு ‘தையன்’ என்று தையற்காரரைக் குறிப்பிடுகிறது. துணியை வெட்டுபவர் ‘துன்னன்’ என்று பெயர் பெற்றுள்ளார்.

சாயமேற்றல்

சோறு வடித்த கஞ்சித் தண்ணீரைப் பருத்தி மற்றும் பட்டுத் துணிகளுக்குப் பசையாகப் போடுவதையும் நறுமணப் புகையூட்டுவதையும் சீவக சிந்தாமணி குறிப்பிடுகிறது.

தாவரங்களில் இருந்து எடுக்கப்படும் சாயங்கள் துணிகளுக்குத் தோய்க்கப்பட்டன. குசும்பா எனப்படும் சிவப்பு நிற மலரிலிருந்து சிவப்பு நிறச்சாயம் தயாரிக்கப்பட்டது. தொடக்கத்தில் துணி தயாரிப்புடன் இணைந்திருந்த சாயமேற்றல் பின்னர் தனித்ததொரு தொழிலாக உருவெடுத்தது.

சிவப்பூட்டியோர் என்றழைக்கப்பட்ட சாயமேற்றுவோர் மீது வரி விதிக்கப்பட்ட செய்தியை 1223 ஆம் ஆண்டு திருவொற்றியூர்க் கல்வெட்டு குறிப்பிடுகிறது.

துணிகளில் அச்சுப்பதித்தல்

துணிகளில் உருவங்கள் அல்லது ஓவியங்கள் பதிக்கும் தொழில்நுட்பமும் வழக்கில் இருந்துள்ளது. கி.பி. 1001ஆம் ஆண்டைச் சேர்ந்த சோழர் காலக் கல்வெட்டில் அச்சுத்தறி என்ற சொல்லாட்சி இடம்பெற்றுள்ளது. இதில் அச்சு என்பது அச்சிடலையும் தறி என்பது துணியையும் குறிக்கிறது.

துணி வணிகமும் வரி விதிப்பும்

அறுவை வணிகர், சீலைச் செட்டி, கூறை வணிகர் என்ற பெயர்களில் துணி வணிகர்கள் அழைக்கப்பட்டனர். சீர்காழி, அறந்தாங்கி, கும்பகோணம், திருப்பத்தூர், சிவகங்கை ஆகியன துணி நெசவுடன் தொடர்புடைய இடங்களாக விளங்கின.

கொற்கை, காவிரிப்பூம்பட்டினம், மாமல்லபுரம், மயிலாப்பூர் துறைமுகங்கள் வாயிலாகத் துணிகள் ஏற்றுமதியாயின. இவற்றிற்குச் சுங்கவரி விதிக்கப்பட்டது. முதலாம் குலோத்துங்க சோழன் சுங்கவரிகளை நீக்கியதால் சுங்கம் தவிர்த்த சோழன் என்ற பெயர் பெற்றான். அவனது இச்செயலை ஒட்டக்கூத்தர் புகழ்ந்துரைத்துள்ளார்.

பருத்திப் பொதிகளுக்கும், புடவைக் கட்டுகளுக்கும் வரி விதிக்கப்பட்டதைத் திருக்கழுக்குன்றம் கல்வெட்டு குறிப்பிடு கிறது. இந்தியாவின் தட்பவெப்ப நிலையின், காரணமாக உள்நாட்டுத் துணி வணிகத்தைவிட வெளிநாட்டுக்கு ஏற்றுமதி செய்யும் துணி வணிகம் முக்கியத்துவம் பெற்றிருந்தது.

துணி வணிகமானது வாணிகக் குழுக்களாலேயே பெரும் பாலும் நிகழ்ந்தது. பல்லவர்களின் கூரம் செப்பேட்டில் குறிப் பிடப்படும் தறிகள் கிராமத்தின் பொதுச் சொத்து என்று அப்பாத்துரை குறிப்பிடுகிறார். இக்கருத்தில் நூலாசிரியைக்கு உடன்பாடில்லை.

நெசவாளரின் அடிப்படைத் தொழில் கருவியான தறி வரி விதிப்புக்குள்ளானது. 'தறி இறை', 'தறிக்கடமை' என்ற பெயர்களில் இது அழைக்கப்பட்டது. இவை தவிர 'அச்சுத் தறி', 'தறிப் புடவை' என்ற பெயர்களிலும் துணிகள் மீது வரி விதிக்கப்பட்டுள்ளது. ஜடாவர்மன் ஸ்ரீ வல்லபனின் 1129 ஆம் ஆண்டுக் கல்வெட்டு தூத்துக்குடி மாவட்டம் சோழபுரம் என்ற ஊரில் இருந்த 24 தறிகளுக்குத் தறி ஒன்றுக்குப் பத்து பணம் என்ற விகிதத்தில் ஆண்டொன்றுக்கு வரி வாங்கப்பட்டதைக் குறிப்பிடுகிறது. கோவில்களுக்கு இவ்வரியைக் கொடையாக வழங்கும் வழக்கமும் மன்னர்களிடம் இருந்துள்ளது.

நெசவாளர் மீதான வரி விதிப்பென்பது ஆண்டுக்கொரு முறையாக இருந்தது. முன்னர் குறிப்பிட்ட 'தறி இறை' 'தறிக் கடமை' என்பன தவிர, தொழில் வரியும் நெசவாளர் மீது விதிக்கப்பட்டது. நெசவு செய்பவரின் சாதியின் பெயரில் **'கைக்கோளக் கடமை', 'சேனியதறி', 'சாலிய தறி'** என்ற வரிகளையும் **'நூலாயம்'** (நூலுக்கான வரி), பட்டாடை நூலாயம் என்ற வரிகளையும் கல்வெட்டுக்கள் குறிப்பிடுகின்றன. 'வாசல்வரி' என்ற பெயரில் வீட்டு வரியும் வாங்கப்பட்டது. வரி விதிப்புக் கூடினால் தம் சமூக அமைப்பு வாயிலாகத் தம் எதிர்ப்பைத் தெரிவித்து வரிக் குறைப்பைப் பெற்றுள்ளனர். தம் எதிர்ப்பைத் தெரிவிக்கும் வகையில் வேலை நிறுத்தமும் செய்துள்ளனர்.

சில நேரங்களில் சில வரிகளில் இருந்து நெசவாளர்களுக்கு விலக்களித்தலும் நிகழ்ந்துள்ளது. திருக்கழுக்குன்றம் கைக்

கோளர்களுக்கு விலக்களிக்கப்பட்ட வரிகளின் பெயர்கள் கல்வெட்டொன்றில் இடம் பெற்றுள்ளன.

வரி விதிப்பு அதிகரிக்கும் போது தம் எதிர்ப்பைத் தெரிவிக்கும் வழிமுறையாக நெசவாளர்கள் ஊரை விட்டு வெளியேறியுள்ளனர். இது எதிர்க் குரலின் ஒரு வடிவமாக அமைந்தது. இதன்மூலம் வரிக் குறைப்பைப் பெற்றுள்ளனர்.

நில உரிமை

விளைநிலங்களுக்கு உரிமையாளராக இருப்பதென்பது மத்திய காலத் தமிழ்ச்சமூகத்தில் மிக உயரிய தகுதியடையாள மாக இருந்தது. மத்திய காலத் தமிழகத்தின் நெசவாளர்கள் இவ்வுயரிய தகுதியுடையவர்களாக விளங்கியுள்ளனர். பிற்காலச் சோழர் ஆட்சியின் போதும் விசயநகர ஆட்சியின் போதும் நிலக் கொடையானது முக்கியத்துவம் உடையதாகயிருந்தது. தம் தேவைக்கு மேல் நிலம் உடையோர் அல்லது வேறு வகையிலான பொருள்வளம் படைத்தோரே நிலக்கொடை வழங்கும் உயரிய நிலையினராக இருந்தனர்.

விளைநிலங்கள் மீதான அதிகாரம் உடையோராக நெச வாளர் விளங்கியமைக்குக் கல்வெட்டுச் சான்றுகள் உள்ளன. இவை நெசவாளர் வழங்கிய நிலக்கொடையைக் குறிப்பன வாகும். சுந்தரநயினார் கோவில் கைக்கோளர் ஒருவர் 10 மா அளவுள்ள நிலத்தைக் கொடையாக வழங்கியதை ஒன்பது அல்லது பத்தாம் நூற்றாண்டைச் சேர்ந்ததாகக் கருதப்படும் ஆலூர் (திருச்சிராப்பள்ளி) பகுதி கல்வெட்டு குறிப்பிடுகிறது.

தென்ஆற்காடு மாவட்டத்தின் உடையார்குடியில் உள்ள திருமுள்ளூருடைய நாயனார் கோவிலில் ஸ்ரீபலி பூசையின் போது இசைபாட அரைவேலி, ஒரு மா அளவுள்ள நிலத்தைக் கொடையாக வழங்கியுள்ளார். இதுபோன்ற நிலக்கொடை களைக் குறித்த கல்வெட்டுக்கள் குறிப்பிடத்தக்க அளவில் உள்ளன. இவை தனிப்பட்ட முறையிலோ கூட்டாகவோ வழங்கப்பட்டுள்ளன. சில நேரங்களில் ஒரு கிராமம் முழு வதையுமே கோவிலுக்குக் கொடையாக வழங்கியுள்ளனர். சில நேரங்களில் நிலமாக அன்றி நெல்லாகவும் தோப்புக்களாகவும் வழங்கியுள்ளனர்.

நிலங்களின் உரிமையாளர்களாக நெசவாளர்கள் குறிப்பாகக் கைக்கோளர்கள் விளங்கியதை இச்செய்திகள் வெளிப்படுத்துகின்றன. கிராமத் தலைவனுக்கும், நிலஉடைமையாளர்களுக்கும் உரிய **கிழான்** என்ற பட்டம் தாங்கியவர்களாகக் கைக்கோளர் சிலர் கல்வெட்டுக்களில் குறிப்பிடப்பட்டுள்ளனர்.

நிலங்களைக் கொடையாகக் கைக்கோளர் வழங்கிய செய்தியை மட்டுமின்றித் தனிப்பட்டவர்களிடமிருந்தும் கோவிலில் இருந்தும் நிலங்களை விலைக்கு வாங்கியதையும் சில கல்வெட்டுக்கள் வாயிலாக அறிய முடிகிறது. சிறு பாசனக் குளங்களைச் சொந்த செலவில் வெட்டி அதைக் கொடையாக வழங்கியுள்ளனர். தரிசு நிலங்களை விலைக்கு வாங்கி அவற்றைத் திருத்தி விளைநிலங்களாக்கியுமுள்ளனர்.

'குடிகாணி' என்ற பெயரிலான பயிரிடும் உரிமையை நெசவாளர்கள் பெற்றிருந்தனர். தங்களது உபரி வருவாயை நிலங்களில் மட்டுமின்றி வட்டிக்கும் கொடுத்துள்ளனர். பொருள் வளத்தின் அடையாளமாக விளங்கிய கால்நடைகளின் உரிமையாளர்களாகவும் இவர்கள் இருந்துள்ளனர்.

கோவிலுக்கு வழங்கிய கொடை

மத்தியகாலத் தமிழகத்தில் நெசவாளர்கள் தனித்தனியாகவோ, கூட்டமாகவோ கோவிலுக்குக் கொடை வழங்கியுள்ளனர். அக்கொடைகளைப் பின்வருமாறு வகைப்படுத்தலாம்:

1) கோவில்களில் நந்தாவிளக்கு (அணையா விளக்கு) ஏற்றவும், அமுது படைக்கவும் (பிரசாதம் வழங்க) பண வடிவிலான கொடை.

2) நந்தா விளக்கேற்றத் தேவையான நெய் பெறுவதற்காக ஆடுகளை வழங்கல்.

3) 'திருநாமத்துக்காணி', 'தேவதானம்' என்ற பெயர்களில் நிலங்களைக் கொடையாக வழங்கல்

4) தெய்வங்களை நிலை நிறுத்தவும் திருவிழா நடத்தவும் கொடை வழங்கல்

5) துணி விற்பனையில் கிட்டும் ஆதாயத்தில் ஒரு பங்கையோ நெல்லையோ வழங்கல்.

6) உயிர்த்தியாகம் செய்தோரைப் போற்றும் வகையில் உதிரப்பட்டி (இரத்த காணிக்கை) ஆகப் பணம் வழங்கல்

சமூக உயர்நிலை

இவ்வாறு நில உரிமையும் பொருள் வளமும் கொண் டிருந்த நெசவாளர்கள் சமூக உயர் மதிப்பைப் பெற்றிருந்தனர். முக்கிய நிகழ்வுகளில் சங்கு முழக்கும் உரிமையும் பல்லக்கில் உலா வருவதும் கொடி பிடித்தலும் இக்காலத்தில் உயர் மதிப் பீட்டின் குறியீடுகளாயிருந்தன. இம்மூன்று உரிமைகளையும் நெசவாளர்கள் பெற்றிருந்தனர்.

வீடுகளுக்கு வெள்ளையடிக்கவும் இரண்டடுக்கு மாடி கட்டவும், இலச்சினைகள் தாங்கவும் சில வகையான ஆடை களை அணியவும் உரிமை பெற்று உள்ளனர்.

சோழர் காலத்தில் முக்கியத்துவம் பெற்றிருந்த சாலியர்கள் விஜயநகர ஆட்சிக்காலத்தில் பின்னுக்குத் தள்ளப்பட்டு, அந்த இடத்தைக் கைக்கோளர் பெற்றனர். பொருளியல் நிலையில் விசயநகர ஆட்சியின்போது உயர்நிலையில் இருந்தாலும் சடங்கியல் நிலையில் தாழ்ந்தவர்களாக நெசவாளர்கள் இருந்துள்ளது குறித்தும் சில கல்வெட்டுச் சான்றுகள் உள்ளன.

கோவில் பணமானது நெசவாளர்களிடம் வைப்பு நிதியாக வைக்கப்படும் வழக்கம் இருந்துள்ளது. கோவில் கணக்குகளை எழுதும் பணி சில ஊர்களில் நெசவாளர்களிடம் வழங்கப்பட்டு இருந்தது. தங்களுக்குள் முறை வைத்துக் கொண்டு இப்பணியை அவர்கள் செய்து வந்தனர். அவர்கள் நம்பிக்கைக்குரியவர்கள் என்று கருதப்பட்டதன் அடையாளமாக இவற்றைக் கருதலாம். இப்பணிகளுக்காக நெசவாளர்கள் வரிவிலக்குப் பெற்று இருந்தனர். தமக்காகத் தனிக் குடியிருப்புக்களைக் கட்டிக் கொள்ள சிதம்பரம் சாலியர்களுக்கு நாலு வேலி ஆறுமா அளவு நிலம் வழங்கப்பட்டது. இதற்குக் கைமாறாக ஆண்டுதோறும் சிதம்பரம் கோவில் திரு உருவங்களுக்கு ஆடை வழங்கி வந்தனர்.

இடங்கை வலங்கை என்ற பெயர்களில் பிராமணர் அல்லாத தமிழகச் சாதிகள் இரு பெரும் பிரிவுகளாக இருந்த போது கைக்கோளர் இடங்கைப்பிரிவிலும், சாலியர்கள் வலங்கைப் பிரிவிலும் இடம் பெற்றிருந்தனர்.

நெசவாளர் சமூகத்தின் சிதைவு

தமக்கென்று தறிகளை உரிமையாகக் கொண்டிருந்த நெசவாளர்கள் அதன் வாயிலாகத் தாம் உற்பத்தி செய்த துணி களைத் தாமே விற்று வந்தனர். இது படிப்படியாக வளர்ச்சி யுற்று, நெசவாளர்களிடமிருந்து துணி வாங்கும் வணிகர்கள் உருவாயினர். அத்துடன் ஒரே நெசவுத் தலத்தில் பல தறிகள் செயல்படலாயின. பத்து தறிகள் இவ்வாறு செயல்பட்டால் ஒரு தறிக்கு வரிவிலக்கு தந்த செய்தியைக் கல்வெட்டொன்று குறிப்பிடுகிறது. இதனால் அதிக எண்ணிக்கையிலான தறி களுக்கு உரிமையாளர்கள் உருவானதை அறிய முடிகிறது. ஒரு சிலரின் பிடியில் பல தறிகள் இயங்கத் தொடங்கின. 17 ஆம் நூற்றாண்டில் ஆங்கிலக் காலனியாட்சி உருப்பெற்றபோது நெசவாளர்களைச் சுரண்ட உதவும் பணியை **'மேலுரிமை நெசவாளர்'** (மாஸ்டர் வீவர்கள்) என்போர் மேற்கொண்டனர். பிரிட்டிஷாரின் துணிகள் இறக்குமதி இவர்களையும் பாதித்த போது சிறு நெசவாளர்களுடன் இவர்கள் இணைந்து கொண்டனர்.

இதே காலத்தில் இடைத்தரகர்களின் தாக்கமும் நெசவுத் தொழிலில் ஏற்படலாயிற்று. துணி உற்பத்தியாளனான நெசவாளி, துணிவாங்கும் குடிமகன் என்ற இருவருக்கும் இடையிலான நேரடி உறவில் மாற்றம் ஏற்படலாயிற்று. பதினேழாம் நூற்றாண்டில் நாகப்பட்டினம், தரங்கம்பாடி, திருமுல்லைவாசல், பரங்கிப்பேட்டை, காஞ்சிபுரம், மதுராந்தகம் ஆகியன நெசவு மையங்களாக விளங்கின. இவை பழவேற் காட்டில் செயல்பட்ட டச்சு தொழிற் கூடத்துடன் தொடர்பு கொண்டிருந்தன. ஆங்கிலக் காலனியத்தின்போது வட்டார அளவில் சாதாரண பருத்தி ஆடைகள் புழக்கத்தில் இருந்தாலும் இங்கிலாந்தின் உயரிய துணிகளையே உள்ளூர்ப் பிரபுக்கள் விரும்பி வாங்கினர்.

ஆங்கில ஆட்சியின்போது உருவான நகரங்களில் நெச வாளர்கள், வண்ணார்கள், சாயம் தோய்ப்போர் ஆகியோர் குடியமர்த்தப்பட்டனர். தாம் நெய்த துணிகளை நெசவாளர்கள், துணி வணிகர்களுக்கு விற்கலாயினர். நுகர்வோருக்கும் உற்பத்தி யாளருக்கும் இடையில் வணிகர்கள் நுழைந்தனர். இப்போக்கைத் தான் **'வாணிபம் வாயிலான சுரண்டல்'** என்று மார்க்ஸ் குறிப் பிட்டார்.

நெய்யும் தொழிலில் இருந்து விலகி நின்று துணி வணிகத்தில் ஈடுபட்டோரைச் செட்டி என்று பின்னொட்டுடன் ஆங்கிலக் கிழக்கிந்தியக் கம்பெனியின் ஆவணங்கள் குறிப்பிடு கின்றன. மேலுரிமை நெசவாளர் (மாஸ்டர் வீவர்) என்போர் நெசவாளர்களிடம் புதிய வர்க்கமாக உருவாயினர். மேலுரிமை நெசவாளர்கள் இருவகைப்படுவர். முதல் வகையினர் ஒரே கூரையின் கீழ் தறிகளை நிறுவி அவற்றில் பணி புரிவோருக்கு ஊதியம் வழங்கி விட்டு நெய்யப்பட்ட துணிகளைத் தமது உடைமையாக்கிக் கொண்டனர்.

இரண்டாம் வகையினர் நெசவு செய்வோருக்கு முன் பணம் கொடுத்து, அவர்களது உற்பத்தியை விலைக்கு வாங்கிக் கொண்டனர்.

இவ்விருவகையான மேலுரிமை நெசவாளர் அறிமுகமான பின்னர் தாம் நெய்த ஆடைகளைத் தாமே சந்தைப்படுத்தும் உரிமையை நெசவாளர்கள் இழந்தனர். அவர்களது தொழிற் கருவியான தறி மட்டுமே அவர்களது உடைமையாக விளங்கியது. அவர்களது உற்பத்திப் பொருளான துணி அவர்களுக்கு அந்நியமானது. தாம் கொள்முதல் செய்த துணிகளை ஆங்கிலக் கிழக்கிந்தியக் கம்பெனிக்கு மொத்தமாக விற்ற மேலுரிமை நெசவாளர்கள் தறி நெய்யும் நெசவாளர்களைவிட அதிக ஆதாய மடைந்தனர். சில பகுதிகளில் தறி மீதான உரிமையையும் இழந்து ஊதியம் பெறுவோராக மட்டுமே நெசவாளர்கள் மாறினர்.

நூலாசிரியரின் முடிவுரை

சோழப் பேரரசுக் காலத்திலும் விஜய நகரப் பேரரசுக் காலத்திலும் கோவில் வளாகத்தில் நெசவாளர்கள் செயல்பட்டு வந்துள்ளனர். ஆனாலும் கோவில் எல்லையைத் தாண்டி, தாம் வாழும் பகுதி, அயல்நாடு ஆகியனவற்றின் ஆடைத் தேவையைப் பூர்த்தி செய்து வந்துள்ளனர். விலை குறைந்த சாதாரண ரகத் துணி நெய்வோர் உள்ளூர்த் தேவையைப் பூர்த்தி செய்தனர். இவர்களுக்கான விற்பனைச் சந்தையாகத் திருவிழாக்கள் அமைந்தன.

மற்றொரு பக்கம் உயர்ரகத் துணிகளை நெய்த நெச வாளர்கள், அரசவை, வெளிநாட்டுச் சந்தை ஆகியனவற்றை

மையமாகக் கொண்டு இயங்கினர். சாதாரண துணி நெய் வோரைவிட இவர்கள் பொருளியல் நிலையில் உயர்ந்திருந்தனர்.

16 ஆம் நூற்றாண்டில் போர்ச்சுக்கீசியர்களும் இவர்களைத் தொடர்ந்து டச்சுநாட்டினரும் ஆங்கிலேயர்களும் தம் வாணிப நிறுவனங்களை இங்கு நிறுவினர். இந்நிறுவனங்கள் துணி ஏற்று மதியிலும் ஈடுபட்டன. இதன் தொடர்ச்சியாகக் கோவில் வளாக எல்லையைத் தாண்டி உருவான தொழிற்சாலைகள், 'கருப்பர் நகர்' ஆகியனவற்றைத் தளமாகக் கொண்டு இயங்கலாயின. இவ்வெளிநாட்டு நிறுவனங்களுடன் துணி விற்பனைக்கான ஒப்பந்தத்தை யார் பெறுவது என்பதில் நெசவாளர்களுக் கிடையில் போட்டி உருவானது. இந்நிறுவனங்களின் வாணிப இடைத்தரகர்கள் மூலமாகப் பெறும் முன்பணமானது இவர் களது பேரம் பேசும் ஆற்றலைப் படிப்படியாகக் குறைத்தது. அவர்கள் விரும்பியதற்கேற்ப ஆடைகளை உருவாக்கியதால் தம் படைப்பாற்றலையும் படிப்படியாக இழந்தனர்.

பஞ்சங்களும் தானிய விலை உயர்வும் நெசவாளர்களின் சீரழிவுக்கும் இறப்புக்கும் காரணமாயின. இந்தியாவின் காலிகோ துணிகள் மீதான இங்கிலாந்து விதித்த தடையும் அங்கு நிகழ்ந்த பருத்திப் புரட்சியும் நம் நெசவாளர்களைக் கடுமையாகப் பாதித்தன.

* * *

இவ்வாறு பத்தாம் நூற்றாண்டு தொடங்கி பதினாறாம் நூற்றாண்டு வரையிலான தென் இந்தியாவில் செயல்பட்ட நெசவாளர்கள் குறித்த ஒரு சித்திரத்தை இந்நூல் நமக்கு வழங்குகிறது. இந்நூலில் இடம்பெற்றுள்ள தமிழ்நாடு தொடர் பான செய்திகள் மட்டுமே, இந்நூல் அறிமுகத்தில் இடம் பெற்றுள்ளன.

அக்காலத்தில் அவர்கள் பயன்படுத்திய தொழிற் கருவிகள் பற்றிய செய்திகள் ஓரளவுக்கு இந்நூலில் இடம் பெற்றுள்ளன. இடங்கை வலங்கைப் பிரிவுகளுக்கு இடையிலான உறவுகள் முரண்பாடுகள் குறித்த செய்திகளும் நெசவாளர்கள் தம் சாதிய உயர்வை நிலைநாட்ட உருவாக்கிய புராணக் கதைகள் குறித்த செய்திகளும் இடம் பெற்று உள்ளன. சோழர் மற்றும் விசயநகர ஆட்சிக் காலத்திய கல்வெட்டுக்களை ஆசிரியர் நன்றாகப்

பயன்படுத்தியுள்ளார். பிரெஞ்சுக் காலனியவாதிகள் மேற் கொண்ட துணி ஏற்றுமதி தொடர்பான செய்திகள் ஆனந்த ரங்கம் பிள்ளையின் நாட்குறிப்பில் இடம் பெற்றுள்ளன. அவற்றையும் பயன்படுத்தியிருக்கலாம்.

இந்தியாவின் பிறபகுதிகளில் இருந்து பிற மொழி பேசும் நெசவாளர்கள் தமிழ்நாட்டிற்கு இடம் பெயர்ந்து நிலைபெற்ற வரலாறும் உண்டு. மேலும் கைக்கோளர், சாலியர், பட்டு நூல்காரர் மட்டுமின்றி பூர்வீகக் குடிகளான வாதிரியார் (கோவியர்) என்ற நெசவாளர் சமூகம் குறித்த பதிவும் அவசிய மான ஒன்று. அட்டவணைச் சாதியினர் பட்டியலில் இடம் பெற்று இன்று பல்வேறு தொழில்களில் ஈடுபட்டுள்ள இச் சமூகம் தனது பூர்வீகத் தொழிலாக நெசவுத் தொழிலையே மேற் கொண்டிருந்தது.

ஆங்கிலக் கிழக்கிந்திய கம்பெனியின் வருகையால் பாதிக்கப்பட்ட இச்சமூகம் தன் பாரம்பரியமான நெசவுத் தொழிலைப் படிப்படியாக இழந்தது. ஆனால் இன்றும் கூட ஆங்காங்கே வாதிரியார்கள் நெசவுத் தொழிலில் ஈடுபட்டு உள்ளார்கள். தெலுங்கு, கன்னடம், சௌராஷ்டிரம் ஆகிய மொழிகளைத் தாய்மொழியாகக் கொண்ட தமிழ்நாட்டு நெசவாளர்களுக்கு, ஆய்வாளர்களால் தரப்படும் இடம் பூர்வீகக்குடிகளான இவர்களுக்கு மறுக்கப்படுவதற்கான காரணம் ஆய்வுக்குரியது.

***

(இந்நூலைப் படிக்க வழங்கிய நண்பர் திரு. ரெங்கையா முருகனுக்கும் (MIDS: சென்னை) மாஸ்டர் வீவர் குறித்து விளக்கமளித்த தோழர் எஸ். எஸ். காசிவிஸ்வநாதனுக்கும் (A.I.T.U.C) கணினிப் படியை உருவாக்கிய முனைவர் நா.இராமச் சந்திரனுக்கும் (F.R.R.C) (பாளையங் கோட்டை) என் நன்றி உரியது)

Vijaya Ramaswamy - ***Textiles and weavers in Medieval South India.*** *Oxford University Press, New Delhi*

உங்கள் நூலகம், ஆகஸ்ட் 2014

7

இந்தியப் பெருங்கடலில், பண்டைய மற்றும் மத்திய கால வாணிபச் செயல்பாடுகள்:

நிலவுடைமைச் சமூக அமைப்பில் அதன் வளர்ச்சி நிலையின் அடையாளங்களில் ஒன்றாக வணிகக் குழுக்கள் அமைகின்றன. கில்டு (guild) என்று ஆங்கிலத்தில் குறிப்பிடுவதையே தமிழில் வணிகக் குழு என்று குறிப்பிடுவது மரபாக உள்ளது.

தமிழ்நாட்டில் நிலவுடைமைச் சமூகத்தின் வளர்ச்சிக் கட்டமாக மத்தியகாலத் தமிழகம் அமைகிறது. இக் காலத்தில் ஆட்சிப்பரப்பு விரிவடைந்திருந்தது. அத்துடன் வேளாண் பொருளாதாரம் வளர்ச்சி யுற்றிருந்தது.

இத்தகைய சமூகச்சூழலில் உள்நாட்டு வாணிபமும் அயல்நாட்டு வாணிபமும் குறிப்பிடத்தக்க அளவில் வளர்ச்சி பெற்றிருந்தன. வணிகர்கள் தமக்குள் குழுக் களை அமைத்துக்கொண்டு செயல்பட்டனர். சோழர் காலக் கல்வெட்டுக்களும், பிற்காலப் பாண்டியர் காலக் கல்வெட்டுக்களும் இவ்வணிகக் குழுக்களின் பெயர்களைக் குறிப்பிடுகின்றன. 'அய்நூற்றுவர்', 'அஞ்சு வண்ணம்', 'பதினெண் விஷயம்', 'பதினெண் பூமி', 'நகரம்', 'நானாதேசி' என்ற பெயர்களில் செயல் பட்ட வணிகக்குழுக்கள் குறித்த செய்திகள் கல் வெட்டுக்களில் இடம் பெற்றுள்ளன. (மொத்தம் 18 குழுக்கள் செயல்பட்டுள்ளன).

ஒரு நாட்டின் சமூக வரலாற்றாய்வில் வாணிபக் குழுக்கள் குறித்த ஆய்வு அவசியமான ஒன்று, வாணிபப் பொருட்கள் சரக்கு மதிப்பை மட்டும் கொண்டவையல்ல. அச்சமூகத்தின் நாகரிகம், பண்பாடு ஆகியனவற்றுடன் நெருக்கமான தொடர்புடையன. வாணிபக் குழுக்கள், வாணிபப் பொருட்கள் தொடர்பான பெயர்களை மட்டும் பட்டியலிடாது அவை குறித்து ஆழமாக ஆராய வேண்டியது அவசியம்.

இடைக்காலத் தமிழகத்தின் வரலாற்றை ஆராய்ந்த நீலகண்ட சாஸ்திரியார், சோழர்கள் குறித்த தம் நூலில் இது குறித்து விரிவாக அறிமுகம் செய்துள்ளார். தமிழ் வாணிபக் குழுக்களின் பரந்துபட்ட இயக்கத்தைக் காணும்போது இது போதுமானதல்ல. வாணிபக் குழுக்களை மட்டுமே மையமாகக்கொண்ட ஆய்வு அவசியமான ஒன்றாகும். மேலும் ஆய்வுக்குரிய தரவுகள் ஏராளமாகவுள்ளன.

ஆய்வுக்களத்தின் விரிவையும் ஆய்வுச் சான்றுகளின் ஆழத்தையும் உணர்ந்து, அய்ரோப்பிய அறிஞர்களும், இந்திய அறிஞர்களும் இப்பணியில் ஈடுபட்டு ஆய்வு நூல்களை எழுதி யுள்ளனர். இவற்றுள் கென்னத். ஆர்.ஹால் எழுதிய சோழர்கால வாணிபமும் ஆட்சி முறையும் (Trade and Statecraft in the Age of the Colas). மீரா ஆபிராஹாமின் 'மத்திய காலத் தென் இந்தி யாவின் இரு வணிகக் குழுக்கள்'. (Meera Abraham: Two Medieval Merchant Guilds of South India). செம்பகலட்சுமியின் 'தென்னிந்தியாவில் வாணிபம், சித்தாந்தம், நகரமயமாதல் கி.மு.300 முதல் கி.பி 1300 வரை' (Champakalakshmi, Trade Ideology and Urbanization: South India 300 BC to AD 1300) என்ற நூல்கள் குறிப்பிடத்தக்க நூல்களாகும். இந்நூல் ஆசிரியர்களுக்கு முன்னோடியாக கே.வி.சுப்பிரமணிய அய்யர், கே.ஆர். வெங்கடராமையா, ஜி.எஸ் தீட்சித், கே.இந்திரபாலா (இலங்கை) ஆகியோர் அமைந்துள்ளனர் என்பது நினைவில் கொள்ள வேண்டியதாகும்.

இவர்கள் பயன்படுத்திய கல்வெட்டுகளை வாசித்துப் பொருள் கொள்ளுதலில் ஏற்படும் மாறுபட்ட கருத்துக்கள், தமிழ் நாட்டிலும், இலங்கையிலும் புதிய கல்வெட்டுக்கள் கண்டுபிடிக்கப் பட்டமை ஆகியன புதிய ஆய்வின் அவசியத்திற்குக் காரணங் களாய் அமைந்தன. இதன் அடிப்படையில் உருவானதே இந்நூல்.

●●●

சப்பானின் தைசோ பல்கலைக்கழகத்தின் நிதியுதவியுடன் “கல்வெட்டுக்கள் மற்றும் சீன மட்பாண்டச் சில்லுகள் துணையால் அறியலாகும் இந்தியப்பெருங்கடலில் மத்தியகால வாணிபச் செயல்பாடுகள்” (‘Medieval Commercial Activities in Indian Ocean as Revealed from Inscriptions and Chinese Ceramic – Sherds’) என்ற தலைப்பில் பன்னாட்டு ஆய்வுத்திட்டம் ஒன்று உருவாக்கப் பட்டது. இதை வழிநடத்தியவர், தமிழ் வரலாற்றாய்வாளர் களுக்கும் வரலாற்றில் ஈடுபாடு கொண்டோருக்கும் நன்கு அறிமுகமான சப்பான் நாட்டு அறிஞர் நொபுரு கரோஷிமா.

அவரது வழிகாட்டுதலின்படி இவ்ஆய்வுத்திட்டம் இந்தியா விலும், இலங்கையிலும் 1997-1998-ஆம் ஆண்டுகளில் மேற் கொள்ளப்பட்டது. நொபுரு கரோஷிமாவின் வழிகாட்டுதலின் அடிப்படையில் செயல்பட்ட இவ்ஆய்வுத்திட்டத்தில் சப்பான், இலங்கை, இந்தியா ஆகிய நாடுகளைச் சேர்ந்த வரலாறு, தொல்லியல், கல்வெட்டு, நாணயவியல் அறிஞர் எனப் பத்து பேர் பங்காற்றினர். இந்தியாவிற்காக, தமிழ்நாட்டு வரலாற்று அறிஞர்கள் ஒய்.சுப்பராயலு, ப.சண்முகம் ஆகிய இருவரும் பங்காற்றியுள்ளனர்.

இவ்வாய்வுக் குழுவின் அறிக்கையை நொபுரு கரோஷிமா பதிப்பித்து மேற்கூறிய தலைப்பில் நூலாக்கியுள்ளார். தைசோ பல்கலைக்கழகம் இந்நூலை 2002-ஆம் ஆண்டில் வெளி யிட்டுள்ளது.

நூலின் அமைப்பு

நூல் மூன்று பகுதிகளாகப் பகுக்கப்பட்டுள்ளது. முதல் பகுதி கல்வெட்டுகள் குறித்த ஆய்வாகும். இரண்டாம் பகுதி சீன மட்பாண்டச் சில்லுகளை ஆராய்கிறது. மூன்றாவது பகுதி வரலாற்று உறவுகள் குறித்து ஆராய்கிறது. நூலின் இறுதியியலில் தென் கிழக்கு ஆசியாவில் கிடைத்த இந்தியக் கல்வெட்டுக்களின் படிகளும் அவற்றின் ஆங்கில மொழிபெயர்ப்பும் வாணிபக்குழுக்கள் தொடர்பான கல்வெட்டுக்கள் கிட்டிய ஊர்களின் பட்டியலும் இடம் பெற்றுள்ளன. இவை வாணிபக்குழு தொடர்பான ஆய்வை மேற்கொள்ள விழைவோர்க்குப் பெரிதும் துணைநிற்கும் தன்மையன.

கல்வெட்டுக்கள்

இத்தலைப்பிலான முதற்பகுதியில் பதினொன்று கட்டுரைகள் இடம்பெற்றுள்ளன. இவற்றுள் முதல் கட்டுரை நொபுரு கரோஷிமாவுடையது. வாணிபக் குழுக்கள் தொடர்பாக தென் இந்தியாவிலும், இலங்கையிலும் கிடைத்த கல்வெட்டுக்களை இக்கட்டுரையில் அவர் ஆராய்கிறார். கட்டுரையின் தொடக்கத்தில் இக்கல்வெட்டுக்கள் கிடைத்துள்ள நிலப்பகுதிகளை அவர் வகைப்படுத்தி அட்டவணை வடிவில் சுட்டிக் காட்டுகிறார். அதன்படி பார்த்தால் ஒன்பதாம் நூற்றாண்டு தொடங்கி 16-ஆம் நூற்றாண்டு முடிய உள்ள காலத்தைச் சார்ந்ததாக ஆந்திரம், கேரளம், கர்நாடகம், மகாராஷ்டிரம், தமிழ்நாடு, தென்கிழக்கு ஆசியா ஆகிய பகுதிகளில் கிடைத்துள்ள கல்வெட்டுகளின் மொத்த எண்ணிக்கை 314 ஆகும். இவற்றுள் 118 கல்வெட்டுக்கள் தமிழ்நாட்டிலும், கர்நாடகத்தில் 113 கல்வெட்டுக்களும் கிடைத்துள்ளன. காலவரிசைப்படி இவற்றைத் தொகுத்துள்ள கரோஷிமா, சோழர்களின் ஆட்சி உச்சக்கட்டத்தில் இருந்த 11,12-ஆம் நூற்றாண்டில் இக்கல்வெட்டுக்களின் எண்ணிக்கை குறைவாக இருப்பது ஏன் என்ற வினாவை எழுப்புகிறார்.

கடந்த கால ஆய்வுகளில் மணிக்கிராமம் என்ற வணிகக் குழுவின் நடவடிக்கைகள் குறித்த புதுக்கோட்டை மாவட்டப் பகுதிக் கல்வெட்டுக்கள் அதிக அளவில் இடம்பெற்றுள்ளன. உண்மையில் தஞ்சாவூர், திருச்சிராப்பள்ளி, மதுரை மாவட்டங்களில் புதுக்கோட்டை மாவட்டத்தை விட அதிக எண்ணிக்கை யிலான கல்வெட்டுக்கள் கிடைத்துள்ளன. எனவே எதிர்கால ஆய்வுகளில் இப்பகுதிகளில் கிடைக்கும் கல்வெட்டுக்களைப் பயன்படுத்த வேண்டும்.

இக்கல்வெட்டுக்களில் பல்வேறு வகையான செய்திகள் இடம் பெற்றுள்ளன. சில கல்வெட்டுக்கள் வணிகக் குழுக்களின் பெயரால் அமைந்த கோவில்கள் குளங்களைக் குறிப்பிடுகின்றன. சான்றாக, மியான்மர் நாட்டில் கிடைத்துள்ள தமிழ்க் கல்வெட்டு 'நானாதேசி விண்ணகர்' என்ற பெயரிலான கோவிலையும், புதுக் கோட்டை மாவட்டத்தில் கிடைத்துள்ள, முனி சந்தைக் கல்வெட்டு 'அய்நூற்றுவர் பேரேரி' என்ற நீர் நிலையையும் குறிப்பிடுவதைக் கூறலாம்.

சில கல்வெட்டுக்கள் வணிக குழுவைச் சேர்ந்த ஒருவன் கொடை வழங்கியதைக் குறிப்பிடுகின்றன. தஞ்சை மாவட்டம் கோனேரிராஜபுரத்தில் உள்ள கல்வெட்டொன்று, திசைஆயிரத்து அய்நூற்றுவன் என்ற வேங்கடன் சிங்கம் என்பவன், கோவிலில் நந்தாவிளக்கு எரிக்க நிலக்கொடை வழங்கியதைக் குறிப்பிடுகிறது.

பல கல்வெட்டுக்கள், வணிகக் குழுக்கள் கூடியெடுத்த முடிவுகள், ஒப்பந்தங்கள் ஆகியனவற்றைக் குறிப்பிடுகின்றன.

எறிவீரபட்டினம்

தமிழ் வணிகக் குழுக்களின் கல்வெட்டுகளில் எறி வீர பட்டினம் என்ற சொல்லாட்சி இடம் பெற்றுள்ளது. இச்சொல் குறித்து கல்வெட்டாய்வாளர்கள் வேறுபட்ட விளக்கங்களைக் கடந்த காலத்தில் அளித்துள்ளனர்.

வணிக நகரம் என்று நா.சுப்பிரமணியனும், கோட்டைக்குள் உள்ள சந்தை என்று வெங்கட்ராம அய்யரும், எறி வீரர்களால் (போர் வீரர்கள்) பாதுகாக்கப்படும் சந்தை நகரங்கள் என்று இந்திரபாலாவும் கருதுகின்றனர்.

நகரத்திற்கும் பட்டிணத்திற்கும் இடைப்பட்ட தொலை தூரத்தில் அமைக்கப்பட்ட அங்காடி நிலையங்களாக, ஹால் என்ற அய்ரோப்பியர் கருதுகிறார். சிறப்புரிமை பெற்ற நகரம் என்றும், இங்கு வணிகர்களது பாதுகாக்கப்பட்ட பண்டகசாலை இருந்தது என்றும் செம்பகலெட்சுமி கருதுகிறார்.

இவ்விளக்கங்களில் இந்திரபாலாவின் விளக்கம் சற்று வேறுபாடானதாக உள்ளது. இலங்கையிலும் இந்தியாவிலும் கிடைத்துள்ள கல்வெட்டுகளை ஒப்பிட்டு ஆராயும் போது இக்கருத்தைப் பெறமுடிகிறது. வீரகுடி என்ற பெயரிலான போர் வீரர்கள் வணிகர்களுக்கு எதிரானவருடன் போரிட்டு வணிகர் களைப் பாதுகாத்து உள்ளனர். இதனால் வணிகக்குழுக்களின் கல்வெட்டுக்களில் 'நம்மகன்கள்' என்று குறிப்பிட்டுள்ளனர். உள்ளூர் ஆட்சியாளன் ஒருவனால் சிறையில் அடைக்கப்பட்ட வீரகுடியார் ஒருவனைப் பணம் கொடுத்து வணிகர்கள் மீட்டுள்ளனர்.

ஆய்வுக்கு எடுத்துக்கொண்ட காலத்தில் வீரகுடியார் போன்று படைக்கலம் ஏந்தியோர் எல்லா வாணிப நகரங்களிலும்

ஓர் அங்கமாக இருந்துள்ளனர். எனவே எறிவீரபட்டணம் என்பதை ஒரு நகரமாகக் கருத வேண்டியதில்லை.

தாய்லாந்துக் கல்வெட்டு

தென்கிழக்கு ஆசிய நாடுகளில் இந்திய மொழிகளில் எழுதப்பட்ட கல்வெட்டுக்கள் காணக்கிடைக்கின்றன. இவற்றுள் பெரும்பாலானவை வடமொழிக் கல்வெட்டுக்கள். தென்கிழக்கு ஆசியாவிலும் சீனாவிலும் சில தமிழ்க் கல்வெட்டுக்கள் காணப்படுகின்றன. இவற்றின் மொத்த எண்ணிக்கை ஏழு ஆகும். தென் தாய்லாந்தின் கோவில் ஒன்றின் அருங்காட்சியகத்தில் செவ்வக வடிவில் தட்டையான கல்(3.7 X 7.5 X 3 செ.மீ) ஒன்றுள்ளது. தொல் தமிழ்க் கல்வெட்டு (பிராமி) ஒன்று இக்கல்லில் பொறிக்கப்பட்டுள்ளது. அது வருமாறு:

பெரும்பத்தன் கல்

பெரும் என்பது பெரிதானது என்பதையும் பத்தன் என்பது பொற்கொல்லரையும் குறிக்கும். இக்கல்லின் உரிமையாளரின் பட்டமாகவோ பெயராகவோ இது இருக்கலாம். பொற்கொல்லர் ஒருவருக்கு உரிமையான இக்கல்லில் பொறிக்கப்பட்ட எழுத்தின் அடிப்படையில் கி.மு. மூன்று அல்லது நான்காம் நூற்றாண்டைச் சேர்ந்ததாக இக்கல்வெட்டைக் குறிப்பிடலாம். தாய்லாந்தில் கண்டுபிடிக்கப்பட்ட முதல் தமிழ்க் கல்வெட்டு இதுவாகும். தமிழ்நாட்டில் இருந்து பொற்கொல்லர் ஒருவர் இடம்பெயர்ந்து இப்பகுதிக்கு வந்ததை இக்கல்வெட்டு உணர்த்துகிறது.

குளம் ஒன்றை ஒருவர் உருவாக்கி அதை 'மணிக் கிராமத்தார் சேனமுகத்தார்' என்ற வணிகக் குழுக்களின் பாதுகாப்பில் ஒப்படைத்துள்ளார். இச்செய்தியைக் கூறும் கல்வெட்டு தாய் லாந்தின் அருங்காட்சியகம் ஒன்றில் உள்ளது. இக்கல்வெட்டில் குறிப்பிடப்படும் மணிக்கிராமம் கி.பி.ஒன்பதாம் நூற்றாண்டில் இருந்து பதினான்காம் நூற்றாண்டு வரையிலான காலத்தில் தழைத்து வளர்ந்திருந்த தமிழ் வணிகக்குழுவாகும். தென் கிழக்கு ஆசியாவில் தமிழ் வணிகர்களின் வாணிப நடவடிக்கைக்கு இக்கல்வெட்டு, சான்றாக அமைகிறது. இக்கல்வெட்டின் காலம் கி.பி.9-ஆம் நூற்றாண்டு எனலாம்.

வடமேற்கு சுமத்திராவில் கிடைத்துள்ள தமிழ்க் கல்வெட் டொன்று கி.பி.1088-ஆம் ஆண்டு காலத்தியது. இது 'அய் நூற்றுவர்' என்ற வணிகக்குழுவைக் குறிப்பிடுகிறது.

அய்நூற்றுவர்

இடைக்காலத் தமிழகத்தின் வணிகக் குழுக்களில் 'அய்நூற்றுவர்' என்ற பெயரிலான வணிகக் குழுவும் ஒன்றாகும். அய்நூற்றுவர் தொடர்பான கல்வெட்டுக்கள் பலவற்றில் மெய்கீர்த்தி இடம் பெற்றுள்ளது. வட மொழியில் இதை பிரசஸ்தி என்பர். கல்வெட்டுக்களின் தொடக்கத்தில் இது இடம் பெறும். அய்நூற்றுவர் தொடர்பான மெய்கீர்த்தியில் காலத்தால் முந்தியதாக இராமனாதபுரம் மாவட்டம் கமுதியில் கிடைத்துள்ள கல்வெட்டில் இடம் பெற்றுள்ள மெய்கீர்த்திப் பகுதி அமைகிறது. இதன் காலம் பத்தாம் நூற்றாண்டின் நடுப்பகுதியாகும்.

கர்நாடகத்தில் பெல்காம் மாவட்டத்தில் கிடைத்துள்ள கல்வெட்டு ஒன்று கி.பி. ஆயிரத்தைச் சார்ந்தது. இக் கல்வெட்டிலும் அய்நூற்றுவரின் மெய்கீர்த்தி இடம் பெற்றுள்ளது. கமுதிக் கல்வெட்டில் அய்நூற்றுவர் என்ற பெயர் நேரடியாகக் குறிப்பிடப்படாவிட்டாலும் அதில் அடங்கிய குழுவினரின் பெயர்களான 'செட்டி' 'செட்டிபுத்திரன்' 'கவரை' என்பன குறிப்பிடப்பட்டு உள்ளன. வாசுதேவன் மரபில் வந்தோராகவும், பரமேஸ்வரியின் மகன்களாகவும் மெய்கீர்த்தி குறிப்பிடுகிறது. கமுதிக் கல்வெட்டு பெல்காம் பகுதிக் கல்வெட்டை ஒத்ததாகவே உள்ளது.

மதுரை மாவட்டம் சமுத்திரபட்டியில் கிடைத்துள்ள 1050-ஆம் ஆண்டுக் காலத்தியக் கல்வெட்டு, கமுதிக் கல்வெட்டை விட விரிவானது. ஆனால் பெல்காம் பகுதிக் கல்வெட்டில் காணப்படும் மிகைப்படுத்தப்படும் கூற்றுகள் இதில் காணப்படவில்லை. கன்னட மொழிக் கல்வெட்டுக்கள் சிலவும் அய்நூற்றுவரைக் குறிப்பிடு கின்றன. இக்கல்வெட்டுச் செய்திகள் பரந்துபட்ட பகுதியில் செயல்பட்ட வணிகக்குழுவாக அய்நூற்றுவர் என்ற வணிகக் குழுவை அடையாளம் காட்டுகின்றன. பல்வேறு மக்கள் குழுவினர் அல்லது நிர்வாகசபைகள் கூடி எடுத்த முடிவுகள் அல்லது உடன் படிக்கைகள் மேற்கூறிய கல்வெட்டுகளில் இடம்பெற்றுள்ளன. 55 கல்வெட்டுகளில் இருந்து பெறப்பட்ட செய்திகளின் அடிப் படையில் பார்க்கும் போது பத்து வகையான குழுக்களைக் கண்டறிய முடிகிறது.

முதலாவதாக பெரும் வணிகக் குழுவில் 18 வணிகக் குழுக்கள் இடம் பெற்றுள்ளன. 24 இடங்களில் 'அய்நூற்றுவர்' குழுவும் 21 இடங்களில் 'செட்டி' குழுவும் இடம் பெற்று முதலாவது, இரண்டாவது இடம் வகிக்கின்றன. இரண்டாவதாக, நில உடைமையாளர்களின் கட்டுப்பாட்டில் உள்ள அய்ந்து குழுக்கள் இடம் பெற்றுள்ளன.

மூன்றாவதாக குறிப்பிட்ட வட்டாரத்தில் செயல் படும் வணிகர்களாக இருபத்தியிரண்டு பெயர்கள் குறிப்பிடப்பட்டுள்ளன. இவர்களுள் பலர் குறிப்பிட்ட பொருளை மட்டுமே விற்பவர்கள். சான்றாக எண்ணெய் விற்பவர்கள் 'வாணியர்' என்றும் மீன்விற்பவர் 'கரையர்' என்றும் சுட்டப்பட்டுள்ளனர். குறிப்பிட்ட கிராமத்தில் மட்டுமே வாணிபம் செய்பவர் 'தலசெட்டி', 'திசை செட்டி' எனப் பட்டனர். பல்வேறு பெயர்களில் வெற்றிலை வணிகர்கள் அதிக எண்ணிக்கையில் இடம் பெற்றுள்ளனர்.

நான்காவதாக வணிகர்களாகவும் போர் வீரர்களாகவும் விளங்கிய குழுவினர் இடம் பெற்றுள்ளன. அய்ந்தாவதாக வணிகர்களைப் பாதுகாத்த வீரர்கள் அடங்கிய குழுவினர் குறிப்பிட்டுள்ளனர். இக்குழுக்களின் எண்ணிக்கை 21 ஆகும்.

ஆறாவது குழுவில் 'அஞ்சுவண்ணம்', 'பரதேசி' என்ற பெயர் களிலான இரு வெளிநாட்டு வணிகக் குழுக்கள் குறிப்பிடப் பட்டுள்ளன.

உள்ளூர் கடைக்காரரர்களாக எட்டு பெயர்கள் இடம் பெற்றுள்ளன.

கைவினைஞர்களும், நகை வணிகர்களும் எட்டாவது பிரிவில் இடம் பெற்றுள்ளனர். இவர்களது எண்ணிக்கை ஆறு ஆகும். வாசனைத்திரவியம் விற்பவர் ஒருவரும் இப்பட்டியலில் இடம் பெற்றுள்ளார்.

எழுத்தர்கள், தூதர்கள் என ஒன்பதாவது பிரிவில் அய்வர் இடம் பெற்றுள்ளனர். 'ஓலை வாரியன்' என்ற பெயரில் எழுத்தரும் 'ஒட்டன்' என்ற பெயரில் தூதுவனும் குறிப்பிடப்பட்டுள்ளனர். தரகர் என்ற தொழிற்பெயரும் இப்பட்டியலில் இடம் பெற்றுள்ளது,

அஞ்சுவண்ணம்

வெளிநாட்டு வணிகர்களைக் கொண்ட குழு என்று பல ஆய்வாளர்கள் அஞ்சுவண்ணம் குழு குறித்து விளக்கம் அளித்து நீள்ளனர். இவர்களில் யூதர்கள், கிறித்தவர்கள், இஸ்லாமியர் ஆகியோர் அடங்குவர். விசாகப்பட்டினத்தில் கிடைத்துள்ள மூன்று கல்வெட்டுக்களில் அஞ்சுவண்ணம் குழுவைச் சேர்ந்த வணிகர் ஒருவர் குறிப்பிடப்பட்டுள்ளார். இவர் ஸ்ரீலங்காவின் மாதோட்டம் என்ற பகுதியில் இருந்து வந்துள்ளார். இவர் கட்டிய பள்ளி (பெரும்பாலும் மசூதியாக இருக்கலாம்) அய்நூற்றுவர் என்ற பெயரைத் தாங்கியுள்ளது. அப்பகுதியை ஆண்ட மன்னன் அவருக்குச் சில முன்னுரிமைகளை வழங்கியுள்ளான். அய்நூற்று வருக்கும் அஞ்சுவண்ணத்துக்கும் இடையேயான நெருக்கமான உறவை இக்கல்வெட்டால் அறிய முடிகிறது.

மணிக்கிராமம்

தமிழ்நாட்டில் புதுக்கோட்டைப் பகுதியிலும் கேரளத்திலும் மணிக்கிராமம் என்ற பெயரிலான வணிகக்குழுவின் வாணிப நடவடிக்கைகள் நிகழ்ந்துள்ளன. புதுக்கோட்டைப்பகுதிக் கல்வெட்டுக்களின் காலம் ஒன்பதாம், பத்தாம் நூற்றாண்டு ஆகும். இதற்குப் பிந்தைய நூற்றாண்டுகளில் திருச்சி மாவட்டத்தின் கோவில்பட்டியிலும், பிரான்மலையிலும் இவ்வணிகக் குழு தொடர்பான சில பதிவுகள் கிடைக்கின்றன.

கோவில்பட்டியில் கிடைத்துள்ள கல்வெட்டில், ஆவணத்தில் கையெழுத்திட்டுள்ள கணக்கர், கொடும்பாளூர் மணிக்கிராமம் நகரம் சார்ந்தவர் என்று குறிப்பிடப்பட்டுள்ளது. மணிக்கிராமம் வணிக அமைப்பின் மையமாக கொடும்பாளூர் இருந்துள்ளது. ஆயினும் மங்கோலி கல்வெட்டின்படி பார்த்தால், வெற்றிலை, எண்ணெய், பழம் என ஒரு குறிப்பிட்ட பொருளின் விற்பனையில் ஈடுபட்டுள்ள குழுவைக் குறிக்கும் சொல் என்று கருத இடமுள்ளது. திருச்சிராப்பள்ளி மாவட்டம் வலிகண்டபுரம் கல்வெட்டு இது தொடர்பாக இரு முக்கிய செய்திகளைக் குறிப்பிடுகிறது.

நானாதேசி

பதினெண் விஷயம் வணிகக் குழுவை ஒத்த மற்றொரு வணிகக்குழுவைக் குறிக்க நானாதேசி என்ற சொல் பயன்படுத்தப்

பட்டுள்ளது. அய்நூற்றுவர் என்ற பெயரிலான குழுவின் பரந்துபட்ட வணிக நடவடிக்கைகளைக் குறிப்பிடும் போது நானாதேசி என்ற சொல் பயன்படுத்தப்பட்டுள்ளது.

நகரம்

கே.ஆர்.ஹால் என்பவரின் கருத்துப்படி உள்ளூர் வணிகர்களும், பிறதொழில் புரிவோரும், ஊர் ஊராகப் பயணம் செய்யும் வணிகர்களும் வந்து செல்லும் போது அவர்களுடன் இணைந்து செயல்படுவதற்கான இடமே நகரம் ஆகும். நகரம் என்பது அடிப்படையில் பல்வேறு வணிகர்களின் அமைப்பு அல்லது அவை என்று பல அறிஞர்கள் கருதுகிறார்கள்.

முதலாவதாக இக்கல்வெட்டில் இடம் பெறும் நகரத்தார் தம்மை வாணிப நகரத்தார் (எண்ணெய் வணிகர்) என்று அடையாளப்படுத்தியுள்ளனர். ஒரு குறிப்பிட்ட பொருளை விற்கும் வணிகக்குழுவும் தனக்கென 'நகரம்' என்ற அமைப்பைக் கொண்டிருந்தது என்ற கருத்திற்கு இது வலுவூட்டுகிறது.

இரண்டாவதாக அராகலூர் எண்ணெய் வணிகர்கள், தம்மை 'பதினெண் பூமி வாணிப நகரத்தார்' என்று அடையாளப்படுத்திக் கொள்ளுகின்றனர். இதன் வாயிலாக அய்நூற்றுவருடனான தொடர்பை வெளிப்படுத்தியுள்ளனர்.

பல்வேறு வணிகர்களையோ ஒரு குறிப்பிட்ட வணிகக் குழுவையோ 'நகரம்' என்ற அமைப்பு உள்ளடக்கியிருந்தாலும் ஒரு நகரத்தில் உள்ள 'நகரம்' என்ற வாணிபக்குழு அய்நூற்றுவர் என்ற வாணிபக் குழுவின் உறுப்பாகும்.

•••

வணிகக்குழு ஒவ்வொன்றும் தனக்கெனப் பொறிகளை (இலச்சினைகள்) கொண்டிருந்தது. வணிகக் குழுக்கள் தொடர்பான கல்வெட்டுக்களில் இவை இடம் பெற்றுள்ளன. இவற்றையெல்லாம் தொகுத்து கல்வெட்டறிஞர் இராசகோபால் ஆய்வு செய்துள்ளார்.

ஸ்ரீலங்காவில் அய்நூற்றுவர்

அய்நூற்றுவர் வணிகக்குழு, இலங்கையில் செயல்பட்டமைக்கான கல்வெட்டுச் சான்றுகள் அந்நாட்டில் கிடைத்துள்ளன.

'ராஜமகாவிஹாரா' என்ற பௌத்தப் பள்ளியில் மூன்று தமிழ்க் கல்வெட்டுக்கள் கிடைத்துள்ளன. இக்கல்வெட்டுக்களில் இரு கல்வெட்டுக்கள் தூண்களில் பொறிக்கப்பட்டுள்ளன. இவற்றுள் ஒரு கல்வெட்டு சோழ இளவரசியின் கோவில் கொடை தொடர் பானது. இரண்டாவது கல்வெட்டு, கம்மாளருக்கும், வண்ணாருக்கும் ஏற்பட்ட பிணக்கு தொடர்பாக அரசு அதிகாரிகள் விசாரித்து உடன்பாடு ஏற்படுத்தியதைக் குறிப்பிடுகிறது. இந்த புத்த விஹாரின் சுவரில் காணப்படும் சிவலிங்கமும் தூண்களின் அமைப்பும் சைவக்கோவில் ஒன்று கண்டியை ஆண்ட மன்னர் களால் புத்த விஹாரமாக மாற்றப்பட்டதை உணர்த்தி நிற்கின்றன. மூன்றாவது கல்வெட்டு செவ்வக வடிவிலான கல்லில் பொறிக்கப் பட்டுள்ளது. இக் கல்வெட்டை கரோஷிமாவின் வழிகாட்டுதலில் ஆய்வறிஞர்கள் ஒய்.சுப்பராயலுவும், ப.சண்முகமும் படித்துள்ளனர். அதன்படி அய்நூற்றுவர் வணிகக்குழுவின் நடவடிக்கைகளும் அக்குழுவுடன் தொடர்புடைய போர்க்குழுவும் அக்கல்வெட்டில் பதிவாகியுள்ளது கண்டறியப்பட்டுள்ளது.

வணிகக்குழுவினரின் பயணத்தின் போது வீர குடியார் என்ற படைவீரர் குழு பாதுகாப்பளித்துள்ளது. இவ்வாறு பாதுகாப்பு வழங்கியமைக்காக அவர்களுக்குப் பரிசும் சிறப்புரிமைகளும் வழங்கியுள்ளனர். வீரகுடி என்ற படைப்பிரிவினரின் பெயரால் அந்நகரில் உள்ள கோவிலுக்கு வீரமாகாளம் எனப்பெயரிட்டு உள்ளனர். லோகமாதா, அய்நூற்றுவன் பள்ளியில் உள்ள லோகப் பெருஞ் செட்டியார் கோவில் என்ற பெயரிலான கோவில்களுக்கு மகமைப்பணம் வாங்கவும் விளக்கெரிக்க எண்ணெய் வாங்கவும் இவர்கள் உரிமை பெற்றுள்ளனர்.

லோகமாதா அல்லது பரமேஸ்வரி என்றழைக்கப்படும் பெண் தெய்வம் நானாதேசி என்ற பெயரிலான வணிகக்குழுவின் காவல் தெய்வமாக விளங்கியுள்ளது.

மேலும் இக்கல்வெட்டில் குறிப்பிடப்பெறும் அய்நூற்றுவன் பள்ளி என்ற சொல், அய்நூற்றுவர் என்ற வணிகக் குழுவால் நிறுவப்பட்டு, பராமரிக்கப்பட்டு வந்ததை உணர்த்துகிறது.

அநுராதபுரம் ஊரிலும் தமிழ் வணிகக்குழுக்கள் தொடர்பான சான்றுகள் உள்ளன. தமிழ் வணிகக் குழுவினர் புத்தபள்ளிகளைக் கட்டியுள்ளனர். வணிகக் குடிஇருப்பு ஒன்றையும் ஏழைகளுக்கு

உதவும் இல்லம் ஒன்றையும் நானாதேசி என்ற வணிகக்குழு நிறுவியுள்ளது. கொழும்பு அருங்காட்சியகத்தில், சைவம், புத்தம் என்ற இரு சமயங்களையும் சார்ந்த உலோகப்படிமங்கள் இடம் பெற்று உள்ளன. பதினொன்று, பன்னிரண்டு பதிமூன்றாவது நூற்றாண்டுக் காலத்தில் இந்து, பௌத்த சமயப் பண்பாடுகளுக் கிடையிலான ஊடாட்டத்தை இப்படிமங்கள் வெளிப்படுத்து கின்றன.

சைவ சமயம் சார்ந்த உலோகப்படிமங்களில் வீரபத்திரர் என்ற கடவுளின் படிமமும் ஒன்று. இப்படிமத்தின் பீடத்தில் 'நானா தேசிகன்' என்று பொறிக்கப்பட்டுள்ளது. இதன் எழுத்தமைதி 12-ஆம் நூற்றாண்டைச் சார்ந்ததாகும். நானாதேசிகளும் குறிப்பாக அவர்களுடன் இணைந்திருந்த வீரகுடியாரும் வணங்கிவந்த போர்க் கடவுள் என்று இதைக் கூறலாம். வீரபத்திரர் வழிபாடு தமிழ் நாட்டை விட இடைக்கால ஆந்திரத்திலும், கர்னாடகத்திலும் செல் வாக்குப் பெற்றிருந்தது. இவ் உலோகப்படிமம் நானாதேசிகளுக்கு உரிமையானதா அல்லது அவர்களால் கோவிலுக்கு வழங்கப் பட்டதா என்பது விவாதத்திற்குரியது. எப்படியிருந்தாலும் இப் பகுதியில் நானாதேசிகள் தம்மை நிலைநிறுத்திக் கொண்டிருந் தார்கள் என்பது உண்மை.

பன்னிரண்டாம் நூற்றாண்டில் நானாதேசிகள் இங்கிருந்தமை, அப்பகுதி புத்தமடாலயத்துடன் அவர்கள் தொடர்பு கொண்டிருக் கலாம் என்று கருத இடமளிக்கிறது.

இப்பகுதியில் நிகழ்ந்த சமய, பண்பாட்டுச் செயல்பாடுகள் காரணமாகவும் பல்வேறு பகுதிகளில் இருந்து யாத்திரிகர்கள் வந்ததாலும், கோவில் வழிபாட்டுச் சடங்குகள் நிகழ்ந்துள்ளன. இவை வாணிப நடவடிக்கைக்குச் சாதகமானவை.

பொற்கொல்லர்களும் பதினென் விஷயமும்

நாகப்பட்டிணம் நகரில் மலாய் அல்லது சுமத்திரா நாட்டு மன்னன் ஸ்ரீ விஜயா என்பவன் பௌத்தப் பள்ளி ஒன்றைக் கட்டி யுள்ளான். சின்னலெய்டன் செப்பேடு (1090) இப்பள்ளியை 'ராஜேந்திரசோழப் பெரும்பள்ளி', 'அக்கசாலைப் பெரும்பள்ளி' என்று குறிப்பிடுகிறது. இவ்விரு பெயர்களும் இருவகையான விளக்கங்களுக்கு இடமளிக்கின்றன. இராஜேந்திர சோழப்பெரும் பள்ளியின் மற்றொரு பெயர் அக்கசாலைப் பெரும்பள்ளி என்று

கருதலாமென்றால் முதற்பெயரை அடுத்து 'ஆன' (அல்லது) என்ற சொல் கல்வெட்டில் இடம் பெறவில்லை. இராஜேந்திர சோழப்பெரும் பள்ளியில் இடம் பெற்றுள்ள சிறிய பள்ளியாகவும் அக்கசாலைப் பெரும்பள்ளியைக் கருதலாம்.

அக்கசாலை என்பது நாணயம் அச்சிடும் நாணயச் சாலை அல்லது தொழிற்பட்டறையைக் குறிக்கும் சொல்லாகும். இதன் அடிப்படையில் பொற்கொல்லர்களால் நிறுவப்பட்ட பௌத்தப் பள்ளி என்று அக்கசாலைப் பெரும்பள்ளியைக் குறிப்பிடலாம். இவ்வாறு குறிப்பிடுவதற்கு 'ஸ்வஸ்திஸ்ரீ பதினென் விஷயத்துக்கும் அக்கசாலை நாயகர்' என்று வரும் கல்வெட்டின் இரண்டாவது வரி தூண்டுகிறது. இவ் உலோகப் படிமமானது இராஜேந்திரப் பெரும் பள்ளியைச் சேர்ந்தது என்பதிலும் திருவிழா உலாவில் எடுத்துச் செல்லப்பட்டுள்ளது என்பதிலும் அய்யமில்லை.

இரண்டாவது வரியில் இடம்பெறும் 'பதினென் விஷயம்' என்ற சொல் குறிப்பிடத்தக்க சொல்லாகும். சோழர் ஆட்சியின் போது வணிகக் குழுக்களின் நடவடிக்கைகள் பரவலாக இருந்ததைக் குறித்து, தென் இந்தியக் கல்வெட்டுக்கள் குறிப்பிடுகின்றன. பதினென் விஷயம் என்பது 'அய்யவோள்' என்ற பெயரில் அறிமுகமாயிருந்த வணிகக் குழுவாகும். இப்பெயர்களில் சில, ஸ்ரீலங்கா, மலாய் தீபகற்பம், சுமத்திரா ஆகிய நாடுகளில் கிடைத்துள்ள தமிழ் கல்வெட்டுக்களில் இடம் பெற்றுள்ளன. பதினென் விஷயம் என்ற சொல்லுக்குப் பொருள், பதினெட்டு நாடுகள் என்பதாகும்.

அணிகலன்கள் விற்கும் வணிகர்கள் மேற்கூறிய வாணிபக் குழுக்களில் முக்கிய உறுப்பினர்களாக இருந்துள்ளனர். எனவே பொற்கொல்லர்களுடன் ஆன அவர்களது உறவு இயல்பானது தான். பதினென் விஷயத்தார் அனைவரும் புத்தமதத்தினர் என்ற கருத்து இக்கல்வெட்டின் அடிப்படையில் தோன்றலாம். ஆனால் இந்துக் கடவுளர்களுக்கும் இவ்வமைப்பு கொடை வழங்கியதைப் பல கல்வெட்டுக்கள் குறிப்பிடுகின்றன.

தம் வெளிநாட்டுத் தொடர்பின் அடிப்படையில் புத்த மதத்தைப் பதினென் விஷயத்தார் பின்பற்றியிருக்க வேண்டும். மேலும் சைவம், வைணவம், மகாயான புத்தம், தேரவாதபுத்தம் அதன் தாந்திரிக வடிவங்கள் ஆகியன ஒவ்வொன்றாக 13-ஆம் நூற்றாண்டு வரை தமிழகத்தில் தழைத்து வளர்ந்தன.

மேற்கூறிய பௌத்தப்பள்ளியை சுமத்தராவின் மன்னனான விஜயன் கட்டியதும் கைவினைஞர்கள் வணிகர்கள் உடனான அதன் தொடர்பும் சோழர் காலத்திய நாகப்பட்டிண வணிகர்களின், பன்னாட்டு உறவை வெளிப்படுத்தி நிற்கின்றன.

•••

நூலின் இரண்டாவது பகுதி சீன மட்பாண்ட ஓடுகள் குறித்த நான்கு கட்டுரைகளைக் கொண்டுள்ளது. இவற்றுள் கடைசி இரண்டு கட்டுரைகள் கோட்ட பட்டிணம் தொடர்பானவை.

கோட்டபட்டிணம்

இந்தியாவின் கிழக்குக் கடற்கரையில், ஏவுகணை ஏவும் நிலையமான ஸ்ரீஹரிகோட்டாவிற்கு அருகில் உள்ள ஊர் கோட்டபட்டணம். தற்போது அய்ம்பது குடியிருப்புகளைக் கொண்டு சிறிய கிராமமாகக் காட்சியளிக்கும் இவ்வூர் ஒரு காலத்தில் முக்கிய வணிக நகரமாகவும், துறைமுக நகரமாகவும் விளங்கியுள்ளது. இப்பகுதியில் கிடைக்கும் மட்பாண்ட ஓடுகள் சீனாவுக்கும் தென் இந்தியாவிற்கும் இடையிலான வாணிபத் தொடர்புக்குச் சான்று பகர்கின்றன. கி.பி.1408-இல் வெளியிடப் பட்ட சீன நாணயம் ஒன்று இங்கு கிடைத்துள்ளது. சீன மட்பாண்ட ஓடுகள் மட்டுமின்றி தாய்லாந்து மட்பாண்ட ஓடுகளும் கிடைத்துள்ளன.

•••

நூலின் மூன்றாவது பகுதி தென்கிழக்கு ஆசிய நாடுகளுடன் இடைக்காலத் தமிழகம் கொண்டிருந்த வரலாற்றுத் தொடர்பை வெளிப்படுத்துகிறது.

பண்பாட்டு உறவு

வியட்நாம், லாவோஸ், மலேசியா, தாய்லாந்து இந்தோனேசியா ஆகிய நாடுகளுடனான இந்தியாவின் பண்பாட்டு உறவை கே.வி.ரமேஷ் ஆய்வு செய்துள்ளார். சமஸ்கிருதம், பிராகிருதம் தமிழ் ஆகிய மொழிகளில் எழுதப்பட்டுள்ள கல்வெட்டுச் செய்தி களை அவர் பயன்படுத்தியுள்ளார். இவை தாய்லாந்தில் காணப் படுகின்றன.

•••

புதுச்சேரி

சீனச் சான்றுகளில் புதுச்சேரி குறித்த பதிவுகளை கரோஷிமா ஆய்வு செய்துள்ளார். 'தென்இந்தியாவைப் பற்றிய வரலாற்றுக் குறிப்புகள்' (1939) என்ற தமது ஆங்கில நூலில் நீலகண்ட சாஸ்திரியார், சீனமொழி ஆவணம் ஒன்றின் ஆங்கில மொழி பெயர்ப்பைத் தந்துள்ளார். இதில் சில பிழைகள் காணப்படுவதாகக் கூறி, கரோஷிமா தாமே ஒரு மொழிபெயர்ப்பைச் செய்துள்ளார். பதினான்காம் நூற்றாண்டின் தொடக்கத்தில் பாண்டியர்களின் தலைநகரான மதுரை, தில்லி சுல்தான்களால் கைப்பற்றப்பட்டது. இதன் பின்னர் பெரியபட்டிணம் அவர்களது ஆதரவைப் பெற்று முக்கிய துறைமுகமானது. ஆனால் சோழநாட்டின் துறைமுகமாக 14-ஆம் நூற்றாண்டு முழுவதும் புதுச்சேரி விளங்கியது. பதினான்கு பதினைந்தாம் நூற்றாண்டுக் காலத்தைச் சேர்ந்த சீன மட்பாண்ட ஓடுகள் புதுச்சேரியில் கிடைப்பது இதற்குச் சான்றாகும்.

பெரியபட்டிணம்

இராமேஸ்வரம் பகுதி மண்டபத்தில் இருந்து தென்கிழக்கில் உள்ள ஊர் பெரியபட்டிணம். சோழ மண்டலக் கடற்கரையில் ஒரு முக்கிய துறைமுகமாக விளங்கிய பெரியபட்டிணம் என்ற துறைமுகம் எது என்பதை கரோஷிமா தமது கட்டுரையில் அடையாளம் காண்கிறார். தூத்துக்குடி மாவட்டத்தில் உள்ள பழைய காயல் என்ற துறைமுகம் தன் செயல்பாட்டை இழந்ததையும் இக்கட்டுரையில் ஆராய்கிறார். இபான்பத்துதா என்ற அரேபியப்பயணி ஃபத்தான் என்று குறிப்பிடும் துறைமுகம் பெரியபட்டிணம் என்பது இவரது கருத்தாகும்.

ஆட்பெயர்கள்

தென்கிழக்கு ஆசியாவில் வழங்கும் ஆட்பெயர்களில் காணப்பெறும் இந்தியத்தாக்கத்தை கே.வி.ராமன் ஆராய்ந்துள்ளார். கட்டுரையில் இறுதியில் அகரவரிசையிலான பட்டியல் ஒன்றையும் இணைத்துள்ளமை குறிப்பிடத்தக்கது.

• • •

தமிழக வரலாற்றுத்துறையில் கடல்சார் வரலாறு இன்னும் குழந்தைப் பருவத்திலேயே உள்ளது. பேராசிரியர்கள் ராஜன், அதிகமான், ஜெயக்குமார், செல்வக்குமார், ராஜவேலு என ஒரு

சிலரே இத்துறையில் ஈடுபட்டு வருகின்றனர். கடல்சார் வரலாற்றின் முக்கிய அங்கமான கடல்வாணிபம் குறித்த ஆய்வுகள் அதிக அளவில் வெளியாகும்போதுதான் நம் முன்னோரின் வரலாற்றுச் சிறப்பை நாம் உணர்ந்துகொள்ள முடியும். உரிய நிதியுதவியும், ஆதரவும் கிட்டாத தமிழ்ச் சூழலில் சப்பானியப் பல்கலைக்கழகத்தின் துணையுடன் நிகழ்ந்த ஆய்வில் தமிழ்நாட்டு ஆய்வறிஞர்கள் ஒய்.சுப்பராயலு, ப.சண்முகம், கே.வி.ராமன், இராசகோபால் ஆகியோரும் இலங்கை வரலாற்று அறிஞர் பத்ம நாதனும் கலந்துகொண்டு சிறப்பான பங்களிப்பைச் செய்துள்ளமை தமிழர்கள் அனைவரின் பாராட்டுதலுக்கும் உரிய ஒன்று. இவர்களையெல்லாம் ஒன்றிணைத்து, இவ் ஆய்வுத்திட்டத்தை முன்னெடுத்துச் சென்ற சப்பானிய நாட்டு அறிஞர் நொபுரு கரோஷிமாவுக்குத் தமிழ் உலகம் நன்றி கூறக் கடமைப் பட்டுள்ளது.

இந்திய 'பெருங்கடலில், பண்டைய மற்றும் மத்திய கால வாணிபச் செயல்பாடுகள்: கல்வெட்டுச் சான்றுகள் மற்றும் மட்பாண்டச் சில்லுகள் அடிப்படையில் (2002) பதிப்பாசிரியர் நொபுரு கரோஷிமா.

(Ancient and Medieval Commercial Activities in the Indian Ocean: testimony of inscriptions and Ceramic sherds - Edited by Noboru Karashima.)

உங்கள் நூலகம், ஏப்ரல் 2015

8
நாட்டார் வழக்காறும் வரலாற்று வரைவியலும்

நாட்டார் வழக்காறுகள் தொடக்கத்தில் சேகரிப்புக்கு உரியனவாக மட்டுமே விளங்கின. பின்னர் பண்பாட்டு மானிடவியலின் ஓரங்கமாயின. இதன் அடுத்த கட்டமாக நாட்டார் வழக்காறுகளை மையமாகக் கொண்டு 'நாட்டார் வழக்காற்றியல்' (FOLKLORISTICS) என்ற தனி அறிவுத்துறை உருவானது. இதன் விளைவாக நாட்டார் வழக்காறுகள் ஆய்வுப் பொருளாயின.

ஓர் அறிவுத்துறையானது தனித்துவமான தன்மைகளுடன் விளங்கினாலும் பிற அறிவுத்துறைகளுடன் அதை இணைத்து ஆராயும் 'பல்துறைச் சங்கம ஆய்வு' என்ற பெயரிலான ஆய்வுமுறை இன்று செல்வாக்குப் பெற்றுள்ளது. இவ்வகையில் வரலாறு என்ற அறிவுத்துறைக்கும், நாட்டார் வழக்காற்றியல் என்ற அறிவுத்துறைக்கும் இடையிலான உறவின் அவசியத்தை இந்நூல் வலியுறுத்துகிறது.

வரலாறு குறித்த கல்வியில் 'வரலாற்று வரைவியல்' (HISTORIOGRAPHY) என்பது ஓர் அடிப்படையான இடத்தை வகிக்கிறது. கல்விப்புலம் சார்ந்த வரலாற்றுக் கல்வியில் இது முக்கியமான ஒன்றாக அமைகிறது. 'வரலாற்றை வரையும்' கலையைக் (Craft of writing of History) கற்றுக் கொடுக்கும் அறிவுத்துறையாக இதைக் கருதுகின்றனர்.

ஒரு குறிப்பிட்ட சமூகத்தின் வரலாற்றை எவ்வாறு எழுதுவது என்பதற்கு வழிகாட்டும் வரலாற்று வரைவியலானது, வரலாறு எழுதத் துணைபுரியும் பல்வேறு சான்றுகளைக் குறிப்பிடுகிறது. இச்சான்றுகளில் ஒன்றாக, நாட்டார் வழக்காற்றியல் பெரும்பாலும் ஏற்றுக்கொள்ளப்படுவதில்லை. இதற்கு அடிப்படைக் காரணம் அது எழுத்துவடிவம் பெறாததுதான். எழுத்து வடிவம் பெற்றிருந்தாலும் அது சாமானிய மனிதரின் வாய்மொழிப் பதிவு என்ற காரணத்தால் புறந்தள்ளப் படுகிறது.

இத்தகைய அறிவுச்சூழலில் பிரேந்திரநாத் தத்தாவின் இந்நூல் வெளியாகியுள்ளது.

* * *

இந்நூலாசிரியர் பிரேந்திரநாத் தத்தா இந்தியாவின் வடகிழக்கு மாநிலங்களில் ஒன்றான அஸ்ஸாம் மாநிலத்தைச் சேர்ந்தவர். 'அஸ்ஸாமின் கோல்புரா மாவட்டத்தின் நாட்டார் பண்பாடு' (Study on the Folk Culture of Goalpara District of Assam) என்ற தலைப்பில் ஆய்வு செய்து கௌகாத்திப் பல்கலைக்கழகத்தில் 1957இல் முனைவர் பட்டம் பெற்றவர். இதே பல்கலைக் கழகத்தில் 1979ஆம் ஆண்டிலிருந்து நாட்டார் வழக்காற்றுத் துறையில் பேராசிரியராக இருந்துள்ளார். பணியிலிருந்து ஓய்வு பெற்றபின் தேஜ்பூர் பல்கலைக் கழகத்தின் பாரம்பரியக் கலைகள் துறையில் ஆலோசகராகப் பணி புரிந்துள்ளார். பல ஆய்விதழ்களின் ஆசிரியராகப் பணியாற்றியதுடன் அஸ்ஸாமிய மொழியிலும், ஆங்கிலத்திலும் நாட்டார் வழக்காற்றியல் தொடர்பான நூல்களையெழுதியுள்ளார்.

* * *

Affinities Between Folkloristics And Historiography Some Theoretical Implications in The Context of Medieval And Modern History of North East India என்ற தலைப்பில் 1999ஆம் ஆண்டு மார்ச் 17, 18ஆம் நாட்களில் கல்கத்தாவின் ஜதாவ்பூர் பல்கலைக் கழகத்தில் இவர் ஆற்றிய சொற்பொழிவே FOLKLORE AND HISTORIOGRAPHY என்ற தலைப்பில் நூல்வடிவம் பெற்றுள்ளது.

உள்ளடக்கத்தின் அடிப்படையில் இந்நூலை இரு பிரிவு களாகப் பகுக்கலாம். அறிமுக உரையையடுத்து வரும் முதல்

அய்ந்து இயல்களும் வரலாறு, வரலாற்று வரைவியல், நாட்டார் வழக்காறு, வரலாற்றியலாளருக்கும் நாட்டார் வழக்காற்றிய லாளருக்கும் இடையிலான உறவுக்கான பொதுக்களம் என்பன வற்றை அறிமுகம் செய்கின்றன. இவ்விரு துறைசார்ந்த அறிஞர் களின் கருத்துக்களும் கோட்பாடுகளும் விரிவாகப் பதிவாகியுள்ளன.

ஆறாவது ஏழாவது இயல்கள், வடகிழக்கு இந்தியாவின் ஒருங்கிணைந்த வரலாறு எழுதுவது தொடர்பாகவும், அதற்குத் துணைபுரியும் அப்பகுதியின் வாய்மொழித் தரவுகள், அவற்றின் வரலாற்று மதிப்பு குறித்தும் சில தரவுகளை முன்வைக்கின்றன.

இப்பகுதியின் புராணங்கள், பழங்குடிப் புராணங்கள், நாட்டார் பாடல்கள் ஆகியனவற்றின் சுருக்கமான ஆங்கில மொழிபெயர்ப்பு பின்னிணைப்பில் இடம்பெற்றுள்ளது.

* * *

நூலின் அறிமுக உரை

பெர்னாட் கோன் என்ற மானுடவியலாளர் வரலாற்றில் ஈடுபாடு கொண்டு மானுடவியல், வரலாறு என்ற இரு துறை களையும் இணைத்து ஆய்வு செய்துள்ளார். அவர் எழுதிய ஆய்வுக்கட்டுரைகளைத் தொகுத்து 1994இல் ஒரு நூலாக வெளியிட்டபோது, அந்நூலுக்கு அவர் கொடுத்த தலைப்பு 'An Anthropologist among the Historians and other Essays' என்பதாகும். அவரைக் குறித்து:

> "பெர்னார்ட் கோன் அடிப்படையில் மானுடவியலாளர், மானுடவியலையும், வரலாறையும் நெருக்கமாக்க வேண்டு மென்ற ஆர்வத்தில் வரலாற்றியலாளர்களிடையே அதிலும் குறிப்பாகப் பல்கலைக்கழக வரலாற்றுத் துறைகளில் நீண்ட காலம் பணியாற்றினார். இதனால் வரலாற்று முறை யியலிலும் நுட்பங்களிலும் தெளிவு பெற்றார். இதன் அடிப்படையில் பல கட்டுரைகள் எழுதினார். எனவே வரலாற்றியலாளர்களிடையே ஒரு மானுடவியலாளர் என்ற பட்டத்திற்கு அவர் தகுதியானவர்."

என்று கூறிவிட்டு வரலாற்றியலாளர்களிடையே ஒரு நாட்டார் வழக்காற்றியலாளன் (FOLKLORIST among the Historian) என்று தம்மை அறிமுகப்படுத்திக் கொள்வதுடன், இதனையடுத்து வரும்

இயல்களில் நாட்டார் வழக்காற்றியலாளனுக்கும், வரலாற்றிய லாளனுக்கும் இடையில் பொருள்பொதிந்த உரையாடலைத் தாம் உருவாக்கப் போவதாகக் குறிப்பிடுவதுடன், மிகுதியான அளவில் மேற்கோள்களைக் குறிப்பிட்டுள்ளதாகக் கூறி இதனைப் பொறுத்துக் கொள்ளும்படி வாசகர்களை வேண்டுகிறார்.

வரலாறு

கடந்த காலத்தைப் பற்றிக் கூறுவதுதான் வரலாறு என்பது பரவலாக நிலவும் ஒரு கருத்தாகும். அகராதியொன்று தரும் பொருளின்படி, 'ஒரு நாடு மற்றும் தனிமனிதனின் கடந்த கால நிகழ்வுகளைக் கோர்வையாகக் கூறுவதே வரலாறாகும்'. மற்றொரு அகராதி, 'கடந்த கால நிகழ்வுகளின் காலவரிசைப்படியான பதிவே வரலாறு' என்கிறது. கல்விப்புலம் சார்ந்த வரையறையின்படி, நிகழ்வுகளைப் பற்றிப் பயிலும் பள்ளி அல்லது பல்கலைக்கழகப் பாடமாகும். இதையே வேறு வகையில் சொன்னால் ஒரு நாடு அல்லது அதன் மக்களைப் பாதிக்கும் நிகழ்வுகளின் கால வரிசைப் படியான பதிவாகும். இப்பதிவானது சான்றுகளை ஆழமாக ஆராய்ந்து அதன் காரணங்களை விளக்குவதாய் அமையும்.

வரலாற்று வரைவியல்

கல்விப்புலம் சார்ந்ததாகவே வரலாற்று வரைவியலைக் கருதுகின்றனர். வரலாற்றை வரையும் கலை என்று இதைக் குறிப்பிடலாம். வரலாற்று வரைவியலானது வரலாற்றை எழுதுவது தொடர்பான கோட்பாடுகளையும் அவற்றின் வரலாற்றையும் கூறுவதாகும். வரலாற்று வரைவியல் என்பது கல்விப் புலத்தில் ஒரு பாடமாக அறிமுகமாகி ஏறத்தாழ இருநூறு அல்லது இரு நூற்றைம்பது ஆண்டுகள்தான் ஆகின்றன. பதினெட்டாம் நூற்றாண்டுக்கு முன்புவரை கல்விப்புலத்தின் முக்கிய அங்க மாகவோ மனித வாழ்க்கை குறித்து விளக்கம் தரும் ஒன்றாகவோ அதைக் கருதவில்லை.

வரலாறும் பழமையும்

பழமையுடன் தொடர்புடைய ஓர் அறிவுத் துறையாக மட்டுமே வரலாறு தொடக்கத்தில் கருதப்பட்டது. இது குறித்து முன்னர்க் கண்டோம். ஆனால் இக்கருத்து அனைவராலும் ஏற்றுக்கொள்ளப்படவில்லை. சான்றாகக் காலிங்வுட் என்பவரின் பின்வரும் கூற்றைக் குறிப்பிடலாம்.

> "வரலாற்றாய்வாளன் ஆராயும் கடந்த காலம் என்பது இறந்துபோன பழமையல்ல. ஒரு வகையில் இன்றும் நிகழ் காலத்தில் வாழ்வதாகும்".

ஈ.எச்.கார் என்ற வரலாற்றறிஞர் வரலாற்றுக்கும், பழமைக்குமா்ன தொடர்பு குறித்துப் பின்வருமாறு குறிப்பிடுவார்.

> "வரலாற்று ஆசிரியருடைய வேலை கடந்த காலத்தை நேசிப்பதல்ல. கடந்த காலத்திலிருந்து தன்னை விடுவித்துக் கொள்வதுமல்ல. ஆனால் நிகழ்காலத்தைப் புரிந்துகொள் வதற்குத் திறவுகோலாகக் கருதிக் கடந்த காலத்தைப் புரிந்து கொள்ளவேண்டும்.

கடந்த காலத்தைப் பற்றி வரலாற்று ஆசிரியருடைய பார்வையில் நிகழ்காலப் பிரச்சினைகள் பற்றிய நுண்ணறிவு ஒளி வீசுகின்றபோதுதான் மாபெரும் வரலாற்று நூல்கள் எழுதப் படுகின்றன".

இக்கூற்றுகளின் அடிப்படையில் நோக்கினால் பழமையைப் பேசும் ஓர் அறிவுத்துறையாக வரலாற்றைக் காண்பது பொருத்த மற்றது என்ற உண்மை புலனாகும். இச்செய்திகளை மனதில் இறுத்திக்கொண்டு 'நாட்டார் வழக்காறு' குறித்தும், வரலாற்று வரைவியலில் அதன் பங்களிப்புக் குறித்தும் ஆராய்வது பொருத்தமாயிருக்கும்.

நாட்டார் வழக்காறு

ஜான் தாம்ஸ் என்ற ஆங்கிலேயர் நாட்டார் வழக்காற்றைக் குறிக்கும் 'FOLKLORE' என்ற ஆங்கிலச் சொல்லை **1846**ஆம் ஆண்டில் உருவாக்கினார். கடந்த காலத்தின் பழக்கவழக்கங்கள், நம்பிக்கைகள், கதைப் பாடல்கள், பழமொழிகள், பாடல்கள், கதைகள் ஆகியனவற்றைக் குறிப்பதாக இச்சொல்லுக்கு அவர் விளக்கமளித்தார். அவரது விளக்கத்தின் அடிப்படையில் பார்த்தால் நாட்டார் வழக்காறென்பது கடந்த காலத்தின் பதிவாகும். எனவே கடந்தகாலம் தொடர்பான பதிவுகள் விரைவாக அழிந்து வரும் சூழலில் இவற்றைச் சேகரித்துப் பாதுகாப்பது நாட்டார் வழக்காறுகளில் ஆர்வம் கொண்டோரின் கடமை யாயிற்று. மேலும் இவ்வழக்காறுகளைக் கிராமப்புறக் குடியானவர் களைச் சார்ந்ததாகவே கருதினார்.

ஜேம்ஸ் ஃபிரேசர் என்ற மானுடவியலாளர் நாட்டார் வழக்காறு தொடர்பாக 1908ஆம் ஆண்டில் பின்வருமாறு குறிப்பிட்டார்:

"பண்பாட்டு நிலையில் உயர்ந்து விளங்கும் மக்களிடையே புராதனச் சிந்தனைகள் நடைமுறைகள் ஆகியன எஞ்சி நிற்கும்போது அது நாட்டார் வழக்காறாகும்."

இவ்வாறு கடந்த காலத்தின் மிச்சங்களைச் சுமந்து நிற்கும் ஒன்றாகவே நாட்டார் வழக்காறு பார்க்கப்பட்டது.

வரலாறும் நாட்டார் வழக்காறும்

வரலாற்றியலாளர்கள் பலர் நாட்டார் வழக்காறு என்றாலே அதை ஒதுக்கிப் புறந்தள்ளுகின்றனர். ஆனால் வரலாற்றின் தந்தையெனப்படும் ஹெராடாட்டஸ் என்பவரைக் குறித்து பெர்ட்ராண்ட் ரஸ்ஸல் பின்வருமாறு குறிப்பிட்டுள்ளார்.

"வரலாற்றின் தந்தையென்றழைக்கப்படும் ஹெராடாட்டஸின் படைப்பைப் பல காரணங்களுக்காகப் படிக்க வேண்டும். முதலில் அவரிடம் பல சுவையான கதைகள் உண்டு. இக் கதைகளை வரலாற்றுக் கண்கொண்டு அவர் பார்க்கவில்லை. அதேபோல் வரலாற்றியலாளர் என்பதால் அவற்றைத் தவிர்க்கவுமில்லை. அவருடைய காலத்தில் நிலவிய பல காட்டுமிராண்டிப் பழக்கங்களை அவர் வருணிப்பதை மானுடவியலை ரசிக்கும் அனைவரும் விரும்புவர். பயணிகளின் கதைகளைத்தான் அவர் மீண்டும் மீண்டும் சொல்கிறார். ஆனால் இவற்றை நவீன ஆய்வுக்குட்படுத்து கிறார். இவர் அறிந்த நாடுகள் மற்றும் இனங்கள் பற்றிய இவரது ஆய்வுகள் நிதானமானவை, ஆழமானவை. இவற்றைப் பற்றி அதிகமறியாதவர்களுக்கு இவை நல்ல அறிமுகமாகும்".

கடந்த காலம் தொடர்பானதாக வரலாற்றையும், கடந்த கால மிச்சங்களின் பதிவாக நாட்டார் வழக்காறையும் நோக்கியதன் விளைவாக இவ்விரண்டு அறிவுத் துறைகளுக்கும் இடையே ஒற்றுமை இருப்பதாகக் கருதும் நிலை உருவானது. இதன் தொடர்ச்சியாக வரலாற்றுப் பண்பு (Historical sense) கொண்டதாக நாட்டார் வழக்காற்றைக் கருதும் போக்கு உருவானது. ஜியார்ஜ்

லாரன்ஸ்கோம் என்பவர் 1908இல் 'ஒரு வரலாற்று அறிவியலாக நாட்டார் வழக்காறு' (FOLKLORE as an Historical Science) என்ற நூலை எழுதினார்.

இதையடுத்து வரலாற்று நிலவியல் என்ற சிந்தனை உருப்பெற்று அய்ரோப்பாவில் செல்வாக்குப் பெற்றது. இச் சிந்தனை வளர்ச்சியுற்றுச் சீரமைக்கப்பட்டு பின்லாந்து நாட்டில் பின்லாந்து கருத்துப்பள்ளி என்ற நிலைக்கு உயர்ந்தது. இக்கருத்துப் பள்ளி 'பரவல் கோட்பாடு' (Diffusionist theory) என்ற கோட்பாட்டை உருவாக்கியது. நாட்டார் வழக்காறுகள் ஒரு குறிப்பிட்ட இடத்தில் முதலில் தோன்றிப் பின்னர் பல இடங்களுக்கும் வாய் மொழியாகப் பரவுகிறது என்பதே இக்கோட்பாட்டின் அடிப்படை யாகும். இதுவே பின்னர் 'வரலாற்று நிலவியல் கோட்பாடு' (Historical Geographical Method) என்பதற்கு வித்திட்டது. மற்றொரு பக்கம் 'வரலாற்று மீட்டுருவாக்கக் கோட்பாடு' (Historical Reconstructional School) என்ற கோட்பாடு உருவானது.

கடந்த காலத்துடனோ நாகரிகத்திற்கு வெளியில் வாழும் விளிம்புநிலை மக்களுடனோ நாட்டார் வழக்காற்றியலாளர் நின்றுவிட முடியாது என்ற கருத்து, பின்னர் வளர்ச்சியடைந்தது. 'கடந்த காலத்தின் மிச்சங்களைக் கொண்டதே நாட்டார் வழக்காறு' என்ற கருத்தில் மாற்றம் ஏற்படலாயிற்று. ஜாக்கப் என்பவரின் கூற்றின்படி, **"எஞ்சி நிற்பவை நாட்டார் வழக்காறு. ஆனால் எஞ்சி நிற்பவை அனைத்தையும் நாட்டார் வழக்காறு கொண்டிருக்க வேண்டிய அவசியமில்லை."**

காலவெள்ளத்தில் நாட்டார் வழக்காறு மாறுதலுக்கு ஆட்பட்டும் புதிய வடிவங்களை எடுத்துக் கொண்டுமுள்ளது. நகரங்களிலும் ஆலைத்தொழில் நகரங்களிலும் நாட்டார் வழக்காறுகள் உருவாகின்றன. ஊடகங்கள் வாயிலாகப் பரவு கின்றன. இதனால்தான் நகரங்களைக் குறித்து நாட்டார் வழக்காற்றியலாளர்கள் சிந்திக்க வேண்டும் என்று ரிச்சர்டு எம்.டார்சன் குறிப்பிடுகிறார். சுருங்கக் கூறின் பழம்பொருள் சேகரிப்பவன் போன்று நாட்டார் வழக்காற்றியலாளன் இருக்கக் கூடாது. **"நாட்டார் வழக்காறென்பது கடந்த காலத்தின் எதிரொலிதான். அதேநேரத்தில் நிகழ்காலத்தின் உயிரோட்ட முள்ள குரலும் ஆகும்"** என்று சுக்லோவ் என்ற ருசியா நாட்டார்

வழக்காற்றியலாளர் குறிப்பிடுகிறார். இவ்வாறு நாட்டார் வழக்காறென்பது கடந்த காலத்துடனும் நிகழ்காலத்துடனும் தொடர்புடையதாக விளங்குகிறது.

மரபு

மரபுடன் தொடர்புடையதாக நாட்டார் வழக்காற்றிய லாளர்கள் இன்றும் நாட்டார் வழக்காறுகளைக் கருதுகின்றனர். வரலாறு குறித்தும் இதே கருத்துண்டு. மரபுக்கும் வரலாற்றுப் பழமைக்கும் இடையிலான இணைப்புக் குறித்து டி.எஸ்.எலியட் பின்வருமாறு குறிப்பிடுகிறார்.

"பாரம்பரியம் என்பது ஒரு சில இறுக்கமான நம்பிக்கை களைக் கட்டிக்காப்பதல்ல. பழைய பாரம்பரியத்தை இறுக்கமாகப் பற்றிக்கொள்ளும் அல்லது பழைய பாரம் பரியத்துக்குப் புத்துயிர் தரும் முயற்சியில் நாம் இறங்கக் கூடும். அதே போன்று அவசியமானதையும் அவசியமற்ற தையும் பிரித்தறிய முடியாமல் குழப்பி விடக் கூடும்.

மாற்றத்திற்கு அப்பாற்பட்டதாகவும் மாற்றத்திற்கு எதிரான தாகவும் பாரம்பரியத்தைக் கருதி கடந்தகால நிலைக்குத் திரும்ப முயற்சி செய்யலாம். அக்கடந்தகாலச் சூழலில் இருந்த வாழ்வுக்கு உயிர் கொடுக்காமல் அந்தச் சூழலுக்கு மட்டும் உயிர்கொடுக்க நினைக்கும் தவறைச் செய்து விடலாம்".

வரலாற்றுப் பழமை குறித்துப் பேசும் போது ரஸ்ஸலின் இக்கூற்றை நினைவில் கொள்வதவசியம். மேலும் 'வரலாற்று உணர்வில் மரபு இடம் பெறுகிறது. அதேநேரத்தில் வரலாற்று உணர்வில் பழங்காலம் மட்டுமின்றி நிகழ்காலமும் இடம் பெறுவதவசியம்' என்றும் அவர் வலியுறுத்துகிறார்.

வரலாறும் மக்களும்

நாட்டார் வழக்காறு, வரலாறு, வரலாற்று வரைவியல் தொடர்பாக இதுவரையறிந்துகொண்ட செய்திகளின் பின்புலத்தில் மக்களுக்கும் வரலாற்றுக்குமான தொடர்பைக் கண்டறிய வேண்டும்.

காலனிய ஆட்சிக்காலத்தில் பள்ளிகளிலும், கல்லூரிகளிலும் கற்றுத் தரப்பட்ட வரலாற்றுப் பாடம் குறித்து இருபதாம்

நூற்றாண்டின் தொடக்கத்தில் தாம் எழுதிய கட்டுரையில் ரவீந்திரநாத் தாகூர் பின்வருமாறு எழுதியுள்ளார்.

"தேர்வுகளுக்காக நாம் படித்து மனப்பாடம் செய்யும் இந்திய வரலாறு நம்மை அச்சுறுத்தும் நடுநிசிக் கதைகளாகவே உள்ளது. மர்ம மனிதர்கள் திடீரெனத் தோன்றுகின்றனர். வன்முறையும், கொலைகளும் தொடர்கின்றன. தந்தைக்கும், மகனுக்கும், அண்ணன், தம்பிகளுக்குமிடையே அரியணைக் காகப் போட்டிகள் நடைபெறுகின்றன. ஒரு கும்பல் வெளியேறினால் மற்றொன்று வருகிறது. ஆப்கானியர், முகலாயர், போர்ச்சுகீசியர், பிரெஞ்சுக்காரர் மற்றும் ஆங்கிலேயர் என்று பலரும் சேர்ந்து இந்தப் பயங்கரக் கதைகளை மேலும் சிக்கலாக்குகின்றனர். பளபளக்கும் வண்ணங்களால் தீட்டப்பட்ட காட்சிகளால் மங்கிப் போன இந்தக் கண்ணாடியின் வழியாகப் பார்த்தால் உண்மையான இந்தியாவைக் காணமுடியாது. உண்மையான இந்தியர்கள் இந்திய வரலாற்றில் எங்கே இருக்கிறார்கள்? இந்தக் கேள்விக்கு மேற்கூறிய வரலாற்றில் பதிலில்லை. வன்முறை களிலும் கொலைகளிலும் ஈடுபட்டவர்களைத் தவிர வேறு இந்தியர்கள் இருந்ததில்லையென்ற எண்ணம்தான் இந்த வரலாற்றைப் படிப்பவர்களுக்குத் தோன்றும்".

தாகூரின் இக்கூற்றில் இந்திய வரலாற்றில் மக்களுக்கு இடமில்லை என்ற உண்மை வெளிப்படுகிறது. மக்களுக்கு இடம் மறுக்கப்பட்ட வரலாற்று வரைவுக்கு மாறாக, மக்களை முன்னிலைப்படுத்தும் வரலாறு என்ற கருத்துநிலை உருவாகி யுள்ளது. 'அடித்தளத்தில் இருந்து வரலாறு' என்ற கருத்து நிலையின் வெளிப்பாடாகக் கீழ் நிலையில் இருந்து வரலாறு (History from Below) என்ற சிந்தனையை முன்னர்க் குறிப்பிட்ட பெர்னாட் கோன் என்ற மானுடவியலாளர் முன்வைக்கிறார். அவரது கருத்துப்படி எழுத்து வடிவ ஆவணங்கள், தொல்லியல் சான்றுகள் போன்ற நேரடி மூலங்களில் இருந்து வரலாற்றாய் வாளர் விடுபட வேண்டிய காலம் வந்துவிட்டது. இத்தகைய சான்றுகள் இல்லாத அரிதான களங்களை நோக்கி வரலாற்றி யலாளர் சென்று மானுடவியலாளருடன் இணைந்து செயல்பட வேண்டிய காலம் வந்துவிட்டதென்பது அவரது வாதமாகும். 'வரலாற்றாய்வாளருக்குக் குறைவான மூலங்களும் கடினமான

செருப்புகளும் தேவை' என்று ஆர்.எச்.டானி கூறுவதை கோன் ஏற்றுக்கொள்கிறார். இது தொடர்பாக அவர் முன்வைக்கும் கருத்துக்களைப் பின்வரும் நீண்ட மேற்கோளாக இந்நூலாசிரியர் குறிப்பிட்டுள்ளார். அது வருமாறு:

"பதினெட்டாம் நூற்றாண்டின் இறுதியில் அய்ரோப்பியரிடமிருந்து விலகிய நிலப்பரப்பில் வாழ்ந்த மக்கள் குறித்த ஆய்வுகளுக்கு மானுடவியலாளர் தள்ளப்பட்டனர். மாற்றம் அடையாத அல்லது மெதுவாக மாறும் சமூகங்கள் அதாவது வரலாற்றுக்கு அப்பாற்பட்டவரின் வாழ்க்கை இவர்களது களமாக இருந்தது. இச்சமூகங்களிடையே மாற்றமில்லாததால் இவர்களுக்குக் காலமும் வரலாறும் இல்லையென்று கூறப்பட்டது.

ஆசியர், ஆப்பிரிக்கர், அமெரிக்காவின் பழங்குடிகள், மற்றவர் என்று கொள்ளப்பட்டபோது இவர்களுக்கிடையே மற்றொரு 'மற்றவர்' இருந்தனர். நாகரிகமடைந்த அய்ரோப்பியரிடமிருந்து இவர்கள் வேறொரு வகையில் வேறுபட்டவர்கள். அதாவது முன்னர் நாகரிகமாக இருந்து பின்னர் அதைத் தொலைத்த இந்தியரும், சீனரும். இவர்கள் நாகரிகமடைந்த அய்ரோப்பியருக்கு இணையாகச் சொல்ல முடியாதவர். இவர்களுக்கு எழுத்தறிவிருந்தாலும் தமக்கென வரலாற்றாவணங்கள் இல்லாதவர். இந்தியர், சீனர் போன்றவரின் வரலாற்றைப் பின்னோக்கிய வரலாறாக அய்ரோப்பியர் கருதினர். அய்ரோப்பியர் முன்னோக்கி நகர்பவர். இவர்கள் பின்னோக்கி நகர்பவர்.

இந்தியர், சீனர் மற்றும் இஸ்லாமியரின் வரலாற்றை அய்ரோப்பியர் எழுத முற்பட்ட போது, அய்ரோப்பிய அளவுகோல்களையும் முறைகளையும் பயன்படுத்தினர். முன்பொரு காலத்தில் வலுவாக, வளமாக இருந்த இவர்களுடைய வரலாறும், வாழ்வும் பாதை மாறி திசையிழந்து பின்னோக்கி நகர்ந்ததாக இவர்களுடைய வரலாறு கட்டமைக்கப்பட்டது. சூழியம், சதுரங்கம் போன்றவற்றை உருவாக்கிய நாகரிகங்கள் இன்று ஒரு தேக்க நிலைக்கு வந்துவிட்டன. எனவே வினோதமானவற்றை ஆய்வு செய்வோர் மட்டுமே இவற்றை ஆய்வு செய்வர் என்ற கருத்தும் அய்ரோப்பியர்களிடையே வலுப்பெற்றது.

பொதுவாக வரலாற்றியலாளர்கள் காலத்தை அடிப்படையாகக் கொண்டு ஆய்வு செய்வர். நிகழ்வுக்கு வெளியே நிற்கும்

காலம், நாள் போன்ற கூறுகளைக் கொண்டோ நிகழ்வுகளை வரிசைப்படுத்தியோ ஆய்வு செய்வர். அய்ரோப்பியரின் கணிப்பின் படி காலத்தை அளவிட முடியும். அதற்குத் தொடக்கமும் முடிவும் உண்டு. நிகழ்வுகளைக் காலவரிசைப்படி முறைப்படுத்துவது அய்ரோப்பிய மரபு. காலத்தைப் பகுதிகளாகப் பகுத்து புத்தொளிக் காலம், புரட்சிக்காலம் என்றெல்லாம் பகுப்பது மேற்கத்திய சமூகமுறை. ஒரு காலத்திற்குட்பட்ட அனைத்து நிகழ்வுகளிலும் ஒருவித ஒற்றுமையைக் காண அய்ரோப்பிய வரலாற்றுமுறை எத்தனிக்கிறது. ஆனால் அதே காலத்தில் இத்தகைய ஒருமித்த போக்கிற்கு மாறாகவும் எதிராகவும் செயல்பட்ட சிறு குழுக்களும் நிகழ்வுகளும் உண்டென்பதை அய்ரோப்பிய வரலாற்று முறை கண்டு கொள்வதில்லை.

இக்குறையைப் போக்கும் வகையில் வட்டார வரலாறு (Local History), அடித்தள வரலாறு (Protological History), இன வரலாறு (Ethno History) என்ற புதிய வரலாற்றுக் கருத்துப்பள்ளிகள் உருவாகியுள்ளன.

அடித்தளத்தில் இருந்து வரலாறு

இவற்றுள் அடித்தளத்தில் இருந்து வரலாறு என்பதை முன்னர் குறிப்பிட்ட பெர்னாட் கோன் என்ற மானிடவியலாளர் Protological History என்றழைக்கிறார். இதை அடித்தள வரலாறு அல்லது கீழ்நிலை வரலாறு என்று தமிழில் அழைக்கலாம். இவ்வரலாறு குறித்து அவர் தரும் விளக்கம் வருமாறு:

"சாமானிய மக்களைக் குறித்துப் படிப்பதே அடித்தள வரலாறாகும். குரல் எழுப்ப முடியாதவர், வலுவிழந்தவர், அதிகாரமற்றவர், சுரண்டப்பட்டவர் ஆகியோர் முந்தைய மேல்தட்டு வரலாற்றாய்வாளர்களால், மௌனமானவர்களாக, வரலாற்றின் நாயகர்களாகும் தகுதியற்றவர்களாகக் கருதப்பட்டனர். எனவே வரலாற்றின் பின்னால் இவர்கள் தள்ளப்பட்டனர். நாகரிகமும் முன்னேற்றமும் ஏற்பட்டபோது, இவற்றால் பயன் பெற்றோராக மிதவாத வரலாற்றியலாளர் இவர்களை நோக்கினர். நாகரிகத்திற்கும், முன்னேற்றத்திற்கும் ஏற்படும் களங்கமாக பழமைவாத வரலாற்றியலாளர் இவர்களைக் கருதினர். இக் குழுக்களை ஆய்வு செய்வது சிரமம். ஏனென்றால் பெண்கள், தொழிலாளர், கறுப்பர், சிறு இனக்குழுக்கள் குறித்த தரவுகள்

குறைவு. பெரும்பாலும் வரலாற்றாய்வுகளில் இவர்கள் சேர்த்துக் கொள்ளப்படுவதில்லை. இவ்வாறு புறக்கணிக்கப்பட்ட குழுக்கள் குறித்த ஆய்வுகள் கடந்த சில ஆண்டுகளில் அதிகரித்துள்ளன. இம்மக்கள் குறித்து ஆய்வு மேற்கொண்ட வரலாற்றியலாளர்கள் முழுமையான வரலாற்றை உருவாக்கியுள்ளனர்."

இவ்வாறு அடித்தள வரலாறு குறித்துக் குறிப்பிடும் பெர்னாட் கோன், சமூக நிறுவனங்கள் குறித்ததாகவும், பெரும் பாலும் அரசியல் அமைப்பு சார்ந்ததாகவும் நமது வரலாற்றாய் வாளர்களின் நடைமுறை இருந்துள்ளதாகக் குறிப்பிடுகிறார். அவரது கருத்துப்படி பண்பாட்டு அமைப்பு நிர்வாக அமைப்பைத் தீர்மானிக்கிறது.

வரலாற்றுச் சான்றாக நாட்டார் வழக்காறு

இப்புதிய வரலாற்றுப் பள்ளிகளுக்கு நாட்டார் வழக்காறு சான்றாக அமைகிறது. எனவே வரலாற்றியலாளனுக்கும் நாட்டார் வழக்காற்றியலாளனுக்கும் இடையிலான பொதுவெளி குறித்தும், இவ்விரு துறையினருக்கும் இடையிலான ஒத்துழைப்புக் குறித்தும், ஆராய்வது அவசியமாகிறது.

வாய்மொழி அல்லது எழுதப்படாத சான்றுகளை ஏற்றுக் கொள்வதற்கு வரலாற்றியலாளர் தயங்குகின்றனர். இத்தயக்கத் திற்குப் பின்வரும் மூன்று காரணங்கள் முன்வைக்கப்படுகின்றன.

i. எழுதப்படாதனவும் வாய்மொழி மரபும் நம்பத் தகாதன வாகும்.

ii. ஆவணங்கள், பிற சான்றுகளின் துணையுடன் எழுதப் படும் உண்மைகளே நல்ல வரலாறாக இருக்க முடியும்.

iii. கல்வியறிவில்லாத மக்கள் காலவரிசை முறையைப் பொருட்படுத்துவதில்லை. இதனால் நாட்டார் வழக்காறுகளில் வரலாற்றுணர்வு இருப்பதில்லை.

இக்காரணங்களைக் கூறி வரலாற்றுச் சான்றுகளாகும் தகுதி நாட்டார் வழக்காறுகளுக்குக் கிடையாது என்று வரலாற்றியலாளர்கள் குறிப்பிடுகின்றனர். அவர்களைப் பொருத்த அளவில் எழுத்து மரபு சார்ந்த, மேற்கத்திய வரலாற்று வரைவியல் முறைப்படி எழுதப் பட்ட வரலாறுதான் அறிவியல் பூர்வமான வரலாறாகும். வாய் மொழிச் சான்றுகளுக்கும், எழுத்துவடிவிலான சான்றுகளுக்கும்

இடையே ஊடாட்டம் உண்டு என்பதை இவர்கள் மறந்து விடுகின்றனர். எழுத்து வடிவிலான ஆவணங்களைக் கண்மூடித் தனமாகப் போற்றும் இப்போக்கை ஈ.எச்.கார் என்ற வரலாற்றறிஞர் 'புனிதப்பொருள் வழிபாடு' (Fetishism) போன்றது என்கிறார். எது வரலாற்றுண்மை? என்ற வினாவையெழுப்பி அதற்கு விடை தருகிறார். அவரது கருத்துப்படி சில அடிப்படையான விவரங்கள் அனைத்து வரலாற்றாசிரியர்களுக்கும் பொதுவானவை. வரலாற்றா சிரியனின் மூலப்பொருள் போன்றவை. இவை வரலாற்றைச் சார்ந்ததல்ல. இவ்விவரங்களை நிறுவ வேண்டிய அவசியம் விவரங்களின் தன்மையில் இல்லை. 'காரணம்' 'விளைவு' குறித்த ஆசிரியனது முடிவுதான் காரணம். இவ்வாறு குறிப்பிட்டுவிட்டு 'விவரங்கள் தாமே பேசும்' என்ற கருத்து தொடர்பாகப் பின்வரும் விளக்கத்தைத் தருகிறார்:

"விவரங்கள் தாமே பேசும்" என்று சொல்லப்படுகிறது. இது உண்மையல்ல. வரலாற்றாசிரியன் அழைத்தால்தான் உண்மைகள் பேசுகின்றன. எந்த வரிசையில் அல்லது எந்தச் சூழலில் என்று முடிவு செய்வது வரலாற்றாசிரியரே.

வரலாற்றாசிரியர் விவரங்களைப் பொறுக்கி எடுக்கிறார். வரலாற்று விவரங்கள் என்ற உட்கரு புறநிலையானது வரலாற்றா சிரியனது விளக்கத்திலிருந்து சுதந்திரமானது என்ற நம்பிக்கை முற்றிலும் தவறாகும். ஆனால் அந்த நம்பிக்கையை ஒழிப்பது மிகவும் கடினம்".

ஈ.எச்.காரின் இம்மேற்கோளைக் குறிப்பிடும் நூலாசிரியர் வாய்மொழி மரபானது வரலாற்றாய்வுக்கு உதவும் மதிப்பு வாய்ந்த விவரங்களைக் கொண்டுள்ளது என்கிறார். மரபார்ந்த வரலாற்றில் பொதுவான தளத்தை வரலாற்றியலாளரும் நாட்டார் வழக்காற்றிய லாளரும் கண்டறிய முடியும் என்ற ரிச்சர்ட் எம்.டார்சனின் கூற்றையும் வெகுசன நினைவு வாயிலாக வரலாற்று ஆவணங்களில் உள்ள இடைவெளிகளை இட்டு நிரப்ப முடியும் என்ற அவரது கூற்றையும் சுட்டிக்காட்டுகிறார். ஒரு பொதுத்தளத்தில் நாட்டார் வழக்காற்றியலாளருக்கும் வரலாற்றியலாளருக்கும் இடையிலான ஒத்துழைப்பின் தேவையைக் குறிப்பிடுகிறார்.

* * *

இறுதியாக வடகிழக்கு இந்தியாவினது பாரம்பரியத் தரவுகளின் வரலாற்று மதிப்பை எடுத்துக்காட்டுகிறார். மணிப்பூர் மக்களிடையே வழங்கும் இடப்பெயர்ச்சி தொடர்பான கதைகள், வடகிழக்கு மாநில மக்களது வாய்மொழித் தரவுகளின் வரலாற்று மதிப்பு, அஸ்ஸாமியர்களிடையே வழங்கும் கதைப்பாடல்கள் ஆகியன குறித்துக் குறிப்பிட்டுள்ளார். ஆங்கில ஆட்சியின்போது நிகழ்ந்த வரி எதிர்ப்புப் போராட்டம், Poppy என்ற தாவரம் பயிரிடுவதை ஆங்கிலேயர் தடைசெய்ததை எதிர்த்து நடந்த போராட்டம், ஆங்கிலப்படையுடன் நிகழ்த்திய ஆயுதம் தாங்கிய போராட்டம், அதில் கலந்து கொண்டோர், அந்தமான் தீவுக்கு நாடு கடத்தப்பட்டமை ஆகியன குறித்த செய்திகள் துண்டு துண்டாகக் கதை வடிவில் உள்ளன.

அந்தமான் தீவுக்கு நாடு கடத்தப்பட்ட பாகு கைபர்த்தா என்பவர் திரும்பி வந்து தம் அனுபவங்களை விவரித்துப் பாடலாகப் பாடியுள்ளார். வாய்மொழியாக வழங்கி வந்த இப்பாடல்கள் சேகரிக்கப்பட்டு முழுமையற்ற நிலையில் நூல்வடிவம் பெற்றுள்ளன.

இதுபோன்றே மணிப்புரிப் பகுதியில் ஏராளமான வரலாற்றுக் கதைப்பாடல்கள் மரபு சார்ந்த முறையில் பாடப்படுகின்றன.

ஊர்ப்பெயர்கள் சிலவும் கூட சில வரலாற்றுண்மைகளைக் கொண்டுள்ளன. மணிப்புரி மக்கள் தம் தொல்சமயத்தைக் கைவிட்டு இந்துக்களாக மாறியதன் விளைவாக அவர்களின் பாரம்பரிய புராணக்கதைகளிலும், பழமரபுக் கதைகளிலும் பிராமணியப் பண்பாட்டின் தாக்கம் ஏற்பட்டுள்ளது. இம்மக்களின் பாரம் பரியமான தெய்வங்கள் இந்து சமய தெய்வங் களுடன் இணைக்கப்பட்டுள்ளன. கிறித்தவத்தின் பரவலும் இவர்களது நாட்டார் வழக்காறுகளை அழித்து வைத்தது.

* * *

நூலின் அறிமுகவுரையில் மேற்கோள்களின் அணிவகுப்பு (Arrays of Quotations) என்று தம் நூலின் உள்ளடக்கம் குறித்து நூலாசிரியர் குறிப்பிட்டுள்ளது மிகவும் உண்மை. என்றாலும் வரலாற்று மாணவர்களும் நாட்டார் வழக்காற்றியல் மாணவர்களும் அவசியம் அறிந்துகொள்ள வேண்டிய பல புதிய செய்திகளை இம்மேற்கோள்கள் வாயிலாக அறியமுடியும். ஈ.எச்.கார் எழுதிய

'What is History' என்ற நூலையும், பெர்னாட் கோன் எழுதிய கட்டுரைகளின் தொகுப்பான 'An Anthropologist among the Historians and other Essays' என்ற நூலையும் முழுமையாகப் படித்தறிய வேண்டும் என்ற ஆர்வத்தை இம்மேற்கோள்கள் தூண்டுகின்றன.

குறிப்பு

இக்கட்டுரையில் இடம்பெற்றுள்ள பெர்னாட் கோனின் மேற்கோள்களைத் தமிழில் மொழி பெயர்ப்பதில் துணை நின்ற அன்பு நண்பர் பேராசிரியர். ரகு அந்தோனி அவர்களுக்கு என் நன்றி.

(BIRENDRANATH DATTA, (2002), **FOLKLORE AND HISTORIOGRAPHY, NATIONAL** FOLKLORE SUPPORT CENTRE, CHENNAI)

உங்கள் நூலகம், ஜூலை 2014

9
போராட்டக்களமாக வரலாறு

தமிழ் வாசகர்களுக்கு நன்கு அறிமுகமான வரலாற்று அறிஞர் கே.என்.பணிக்கர், இந்தியாவின் தலைசிறந்த வரலாற்றுப் பேராசிரியர்களில் ஒருவர். சவகர்லால் நேரு பல்கலைக்கழகத்தில் பேராசிரியராகவும் கேரளத்தின் சமஸ்கிருதப் பல்கலைக்கழகத்தின் துணைவேந்தர் ஆகவும் பணியாற்றியவர். இந்திய வரலாற்று ஆய்வுக் கழகத்தின் செயல்பாடுகளில் குறிப்பிடத்தக்க அளவில் இவரது பங்களிப்பு உண்டு. கேரள வரலாற்று ஆய்வுக் கழகத்தின் தலைவராகவும் பணியாற்றி உள்ளார்.

தனிமனிதர்களையும், நிகழ்வுகளையும் கால வரிசைப் படிப் பட்டியலிடும் வரலாற்று வரைவிலிருந்து விலகி நின்று வரலாற்றை ஆராயும் வரலாற்று அறிஞர்கள் வரிசையில் இவருக்கும் இடமுண்டு.

வரலாற்றை மத அடிப்படையில் திரித்து, தம் வகுப்பு வாத அரசியலுக்குப் பயன்படுத்தும் போக்கிற்கு எதிராக இடைவிடாது, அறிவுத்தளத்தில் இவர் போராடி வருகிறார். வகுப்புவாதத்திற்கு எதிராகப் போராடி வருவோர்க்கான போர்க் கருவிகளாக இவரது நூல்கள் விளங்குகின்றன. இதனால் கல்விப் புல எல்லையைக் கடந்து நிற்கும் சிறப்பு இவரது நூல்களுக்கு உண்டு.

இங்கு அறிமுகம் செய்யும் இந்நூல் இவரது எழுபத்தியேழு கட்டுரைகளின் தொகுப்பாகும். இவை பல்வேறு காலக்கட்டத்தில் நாளிதழ்கள், பருவ இதழ்கள், ஆய்விதழ்கள் ஆகியனவற்றில் வெளியானவை. அவரது நேர்காணல்கள் சிலவும் இவராற்றிய தலைமையுரைகள் சிலவும் இவற்றில் அடங்கும்.

இவை அனைத்தையும் உள்ளடக்கத்தின் அடிப்படையில் 'வரலாறும் வரலாற்று வரைவியலும்' (15), 'வகுப்புவாதமும் தேசிய அரசியலும்' (21),'வகுப்புவாத அரசியல்' (20), 'கல்வி' (9), 'பண்பாடு' (12) என்ற தலைப்புகளில் தொகுத்துள்ளனர். (அடைப்புக் குறிக்குள் கட்டுரைகளின் எண்ணிக்கை இடம்பெற்றுள்ளது). இவை அனைத்தையும் படித்து முடித்தால் வரலாறு என்பது கடந்த காலத்தை மட்டுமே குறித்த ஓர் அறிவுத் துறை என்ற கருத்துநிலையிலிருந்து நாம் விடுபடுவோம்.

வரலாறும் வரலாற்று வரைவியலும்

இத்தலைப்பில் இடம்பெற்றுள்ள பெரும்பாலான கட்டுரைகள் கோட்பாடு சார்ந்தவை. ஆனால் வழக்கமான பாடத்திட்டம் சார்ந்த வரலாற்றுக் கோட்பாடுகளை இவை போதிக்கவில்லை. இவ்வாறு போதிக்காமைக்கு அடிப்படைக் காரணமாக அமைவது, நூலாசிரியரின் முற்போக்கான தத்துவச் சார்புதான்.

வரலாற்று வரைவியலில் ஒன்றுக்கொன்று மாறுபாடான வரையறைகளும் விளக்கங்களும் இடம் பெற்றுள்ளன. இவ்வேறு பாடுகளுக்கான காரணம் என்ன என்பது குறித்து நம் கல்விப்புல பாடநூல்கள் குறிப்பிடுவதில்லை. இதனால் இப்பாடத்தை நடத்தும் பேராசிரியர்கள் பெரும்பாலோர் இவ்வேறுபாடுகள் குறித்தும் அதற்கான காரணங்கள் குறித்தும் விளக்கம் அளிப்ப தில்லை.

பணிக்கர், இது தொடர்பாக மாற்றுவரலாற்று வரைவியல் (Alternative Historiographics) என்ற கட்டுரையில், இவ்வேறுபாடு களுக்கானக் காரணம், கல்விப்புலம் சார்ந்திருத்தலோ அறிவார்ந்த வேறுபாடுகளைக் கொண்டிருத்தலோ அல்ல என்கிறார்; அதிகாரத் திற்கான போராட்டத்தைப் பெரிதும் பிரதிபலிப்பதுதான் என்கிறார்.

இனவாத அடிப்படையில் இந்திய வரலாற்றை அணுகுவோர், ஐரோப்பியரைவிட இந்தியர்கள் தாழ்ந்தவர்கள் என்ற கருத்தை

முன்வைக்கின்றனர். பணிக்கர் இக்கருத்தை ஏற்றுக்கொள்ளவில்லை. ஐரோப்பியரின் தொழில்நுட்ப மேலாண்மையே இந்தியரின் தோல்விக்குக் காரணமாய் அமைந்தது என்கிறார்.

போராட்டக்களமாக வரலாறு (History is a site of Struggle) என்ற தலைப்பிலான கட்டுரை, வரலாறு என்ற அறிவுத்துறையின் மீது செலுத்தப்படும் சித்தாந்த போராட்டங்களைச் சார்ந்தே இந்தியாவின் வரலாற்று வரைவு அமையும் என்ற கருத்தை முன்வைக்கிறது.

காலனிய ஆதிக்கத்தின் ஒரு பகுதியே காலனிய நவீனத்துவம் என்று கருதும் பணிக்கர், மேற்கத்திய நவீனம், இந்தியாவின் நிலவுடைமை மரபு என்ற இரண்டிற்கும் இடையிலான முரண் பாட்டை வெளிப்படுத்தும் கருவியாகவே காலனிய வரலாற்று வரைவு பயன்பட்டது என்கிறார்.

வரலாறு குறித்த காலனியவாதிகளின் விளக்கத்தை ஆராய்ந்த பின்னர் மதவாத அடிப்படையிலான வரலாற்று வரைவையும் ஆராய்கிறார்.

காலனியம் சார்ந்த வரலாற்று வரைவையடுத்து உருவான மார்க்சியம் சார்பான வரலாற்று வரைவைக் கூறுகிறார். காலனியத்திலிருந்து விடுபட்ட நாடு குறித்து, தேசிய வரலாற்று வரைவு முன்வைத்தது. மார்க்சிய வரலாற்று வரைவானது விளிம்புநிலை மக்களான குடியானவர்கள், தொழிலாளர்கள் ஆகியோரையும் அவர்களின் கனவுகளையும் எதிர்பார்ப்புகளையும் முன்னிலைப்படுத்தியது. ஆனால் தலித்துகள், ஆதிவாசிகள், பெண்கள் ஆகியோரை கண்டுகொள்ளவில்லை. (பணிக்கரின் இக்கருத்து விவாதத்திற்குரிய ஒன்று) தேசிய, மார்க்சிய வரலாற்று வரைவானது சமயச்சார்பற்ற தன்மை கொண்டதாக விளங்கியது. ஆனால் கடந்த இருபதாண்டு காலமாக, சமய வகுப்புவாதம் இந்திய வரலாற்று வரைவில் ஆதிக்கம் செலுத்தத் தொடங்கி யுள்ளது. இப்போக்கானது வரலாறு என்ற அறிவுத்துறையைச் சிதைக்கின்றது.

இவ்வாறு நவீன இந்தியாவின் வரலாற்று வரைவானது, வரலாறு என்ற அறிவுத்துறைக்குள் நிகழும் சித்தாந்த போராட்டத் திற்கான களமாக அமைகின்றது. காலனியம் சார்ந்த வரலாற்று

வரைவானது மீண்டும் தலைதூக்குகிறது. கடந்தகாலக் காலனி யத்தை நியாயப்படுத்த முயற்சி செய்கிறது. குறிப்பாக புதிய வடிவிலான காலனிய ஊடுருவல் அறிவுநிலையிலும் பண்பாட்டு நிலையிலும் நிகழும் தற்காலச்சூழலில் இது கவனத்திற்குரியது. தேசிய வரலாற்றிற்கு மாற்றாக உலகளாவிய வரலாற்றின் தோற்ற மானது உலகமயமாதலின் அதிகாரச் செயல்பாட்டின் அடையாள மாக அமைகின்றது.

* * *

தமிழ்நாடு முற்போக்கு எழுத்தாளர்கள் கலைஞர்கள் சங்கம் புதுச்சேரி, பிரஞ்சு ஆய்வு நிறுவனத்துடன் இணைந்து வட்டார வரலாற்றுத் தொடர்பான பயிற்சிப்பட்டறை ஒன்றை நடத்தியது. அதில் பணிக்கர் ஆற்றிய வழிகாட்டு உரை உலகமயமாதலின் சூழலில் வட்டார வரலாறு எழுதுதல் (Writing Local History in the Times of Globalisation) என்ற தலைப்பில் இந்நூலில் இடம் பெற்றுள்ளது.

முழுமையான வரலாற்றுக்கு, வட்டார வரலாறு துணை புரிகிறது என்று குறிப்பிடும் பணிக்கர் எந்த ஒரு சமூகமும் வரலாற்று உணர்வின்றி இருக்காது என்றும் எல்லாச் சமூகங்களும் ஒரே சீரான வரலாற்று உணர்வைக் கொண்டிருக்காது என்றும் கூறுகிறார்.

இந்தியர்களுக்கு வரலாற்று உணர்வு கிடையாது என்று காலனிய அறிவாளிகள் நீண்ட காலமாகக் கூறி வருவதற்கான காரணம் இவ்வேறுபாடினை அறியாததுதான் என்பது அவரது கருத்தாகும். உண்மையில் வரலாற்று உணர்வானது ஏதேனும் ஒரு வடிவில் எல்லாச் சமூகங்களிலும் வெளிப்படும். ஒரு சமூகத்தின் பண்பாட்டுச் சிறப்பியல்புகளுக்கு ஏற்ப சான்றாதாரங்களும் அதன் வீச்சும் வேறுபடும் என்றும் அவர் கருதுகிறார்.

பொதுவாக வரலாற்று அறிவானது சமூகத்தில் பின்வரும் இரண்டு வழிமுறைகளில் வெளிப்படும் என்று அவர் குறிப்பிட்டு உள்ளார். முதலாவதாக, கல்வி நிறுவனங்களின் ஆராய்ச்சி வாயிலாகவும் கற்பித்தல் வாயிலாகவும் இது வெளிப்படும். கல்வி நிறுவனங்களின் வகுப்பறையில் கற்றுக்கொடுக்கப்படும் வரலாறு கல்விப்புல எல்லைக்குள்ளேயே அடங்கியிருக்கும். கல்விப்புலம்

சார்ந்த வரலாறானது அரிதாகவே பொது மக்களைச் சென்றடையும். அண்மைக்கால வரலாற்றுக் கண்டுபிடிப்புகள் நீண்டகாலம் கழித்தே பாட நூல்களில் இடம்பெறும். இதற்கான காரணங்களுள் ஒன்று பாடத்திட்டங்களை நாம் அடிக்கடி மாற்றிக் கொள்ளாதது தான். புதிய சிந்தனைகளை பாடநூல்களில் இணைத்துக்கொள்வது குறித்தும் பெரிதும் தயக்கம் காட்டுகிறோம்.

இரண்டாவதாக, கல்விப்புல வரலாறுகள் எளிதில் பொது மக்களைச் சென்றடைவதில்லை. என்ன காரணமாக இருந்தாலும் பொதுமக்களிடம் வரலாற்று உணர்வை உருவாக்குவதில் கல்விப் புல வரலாறு குறைந்த பங்களிப்பையே செய்கிறது. கல்விப் புல வரலாற்றிற்கும் பொதுமக்கள் வரலாற்றிற்குமிடையே பெரியளவிலான இடைவெளியுள்ளது. வரலாற்றுணர்வு ஊட்டு வதில் மக்கள் வரலாற்றிற்குப் பெரிதும் பங்குண்டு. மக்கள் வரலாற்றிற்கானச் சான்றுகள் தனிமனிதர்களுக்கு இடையே வேறுபடும். சமூக அனுபவங்களின் அடிப்படையில் இவ்வேறுபாடு அமையும். அண்டைவீட்டார், குடும்பத்தினர் எனத் தன்னைச் சுற்றியுள்ளவர்களிடமிருந்து அறிவைப் பெற்றுக்கொள்கிறார்கள். இதன் விளைவாக மக்கள் வரலாறானது தலைமுறை தலை முறையாக வாய்மொழியாகச் சொல்லப்படுகிறது. எல்லாச் சமூக நிறுவனங்களிலும் பாரம்பரியங்களிலும் அது புதைந்துள்ளது. மக்களின் வரலாறு என்பது அவர்களின் சமூக அனுபவங்களால் உருவாக்கப்படுகிறது.

மக்களின் வரலாற்று உணர்வானது மக்கள் வரலாற்றிலிருந்தே உருப்பெறுகிறது. மக்களின் வரலாற்றிற்கும் கல்விப்புல வரலாற்றிற்கும் இடையே இடைவெளி அடிக்கடி காணப்படும். இவ்விடைவெளியை உருவாக்குவதில் சுற்றுலாத்துறை சார்ந்த கற்பனைவாத வரலாறுகளுக்கு முக்கியப்பங்குண்டு. ஒரு குறிப் பிட்ட ஊரின் வரலாற்றைக் கவர்ச்சிகரமான முறையில் மிகைப் படுத்தி, கற்பனைத் தன்மையுடன் இவை பதிவுசெய்யும். சமூக யதார்த்தத்திற்குப் புறம்பான முறையில் வட்டார வீரர்களைக் குறித்த புனைவுகளை இவை தாங்கி நிற்கும்.

மக்களின் வரலாற்று உணர்விற்கான மற்றொரு ஆதாரமாக அமைவது வட்டாரத் தன்மையாக்கப்பட்ட வரலாறாகும். மக்களின் வரலாற்றிற்கும் வட்டாரத் தன்மையாக்கப்பட்ட வரலாற்றிற்கும்

இடையிலான வேறுபாடு முக்கியமான ஒன்றாகும். மக்கள் வரலாறு என்பது சமூக நினைவுகளிலிருந்து உருவாகிறது என்றால் வட்டாரத்தன்மையாக்கப்பட்ட வரலாறு என்பது திட்டமிட்டே மக்களின் நினைவில் பதியவைக்கப் படுகிறது. சில குழுவினர் அல்லது இயக்கத்தினரின் அரசியல் அல்லது சமூகநலன்களுக்கேற்ப இது உருவாக்கப்படுகிறது. இப்போக்கிற்குச் சான்றாக அயோத்தியா தொடர்பான நூல்களையும் துண்டு வெளியீடுகளையும் குறிப்பிடலாம். வட்டார வரலாற்றை எழுதும்போது இம்மூன்று போக்குகளையும் இணைத்துப் பார்க்கவேண்டும்.

வட்டார வரலாறு

வட்டார வரலாறு என்பது எதைக் குறிக்கிறது என்பதை வரையறுத்துக்கொள்வது அவசியமானது. ஒரு வட்டாரம் ஒன்றை அளவுகோலாகக் கொள்ளலாமா என்றால், பெரிய வட்டாரம் ஒவ்வொன்றும் பல சிறிய வட்டாரங்களைத் தன்னுள் கொண்டிருக்கும். இதனால் வட்டாரம் என்பதை வரையறுக்க வேண்டும்.

ஒரு சிறிய அலகாக இன்று அமைவது 'ஊராட்சி' ஆகும். ஆனால் இதன் எல்லைகள் நிரந்தரமானவை அல்ல. நிர்வாக வசதிக்காக இவற்றின் எல்லைகள் மாற்றியமைக்கப்படும். சான்றாக, காலனிய ஆட்சிக் காலம் தொடங்கி தமிழ்நாட்டின் மாவட்டங்கள் குறிப்பிடத்தக்க அளவில் அதிகரித்துள்ளன. நிர்வாக வசதிக்காகவும் அரசியல் காரணங்களுக்காகவும் இவை உருவாக்கப்பட்டுள்ளன.

எனவே நிர்வாகப் பிரிவுகளை, வட்டாரம் ஒன்றிற்கான அளவு கோலாக எடுத்துக்கொள்ள முடியாது. ஒரே தரத்துப் பண்பாட்டு நினைவுகளை அடிப்படையாகக் கொண்ட வரலாற்றைத் தேட வேண்டும். சமூக மற்றும் சூழலியல் குணாம்சங்களையும் கவனத்தில் எடுத்துக்கொள்ளவேண்டும். ஒற்றைத் தன்மையற்ற பன்மைத் தன்மையுடைய அம்சங்களைக் கணக்கில் கொள்ள வேண்டும்.

வட்டார வரலாற்று வரைவுக்கு முக்கியமான சான்றாக வாய்மொழி மரபும், வாய்மொழி வரலாறும் அமைகின்றன. எல்லாச் சமூகங்களிலும் ஒரு குறிப்பிட்ட காலத்தில் நிகழ்ந்த நிகழ்வுகள் தலைமுறை தலைமுறையாக வாய்மொழியாகப் பரப்பப்படுகின்றன. இப்பரப்பலின்போது அவை மாறுதலுக்கு ஆளாகின்றன. வாய்மொழி மரபானது கடந்தகாலம் குறித்த

சிக்கலான ஆவணமாகும் புராணங்கள், பழமரபுக்கதைகள் மற்றும் மக்களின் பிற நினைவு வடிவங்களில் அவை வெளிப்படுகின்றன. அவை கடந்த காலத்தின் குரலாகும். வரலாற்றை மறுகட்டமைப்புச் செய்வதில் இவை மிகவும் பயன்படும். வரலாற்று அறிஞர்கள் இவற்றின் பயன்பாட்டு எல்லை குறித்து விழிப்பாகவே இருப்பார்கள்.

ஒரு குறிப்பிட்ட நிகழ்வில் பங்கேற்றவர்களாகவோ பார்வை யாளர்களாகவோ இருந்தவர்கள் தம் நினைவில் அவற்றைப் பதிவு செய்து வைத்திருப்பார்கள். இதுவே வாய்மொழி வரலாறாகும். இக்கடந்தகால அனுபவங்களை அல்லது நினைவுகளை மீண்டும் நினைவு படுத்தும்போது குறிப்பிடத்தக்க அளவில் வேறுபாடுகள் உருவாகும். நிகழ்வுகளை மீண்டும் நினைவுகூறும்போது அவை மாறுதல்களுக்காளாவதுடன் மிகைப்படுத்தவும் படும்.

வாய்மொழி மரபு, வரலாறு என்ற இரண்டில் வாய்மொழி மரபானது சமூக நினைவாலும் வாய்மொழி வரலாறானது தனிமனித நிலையிலும் பாதுகாக்கப்படும். நினைவுகளில் புதையுண்டுபோவதால் பெரும்பாலான வட்டார வரலாறானது முழுமையாகப் பதிவுசெய்யப் படாமல் போகின்றது. இந்தியாவில் இச்சான்றுகள் முழுமையாகப் பதிவுசெய்யப்படவில்லை. சமூக மற்றும் தனிமனித நினைவுகளைப் பதிவு செய்யாததுடன் வரலாற்று மீட்டுருவாக்கத்திற்கு அவற்றைப் பொருத்திப் பார்க்கும் முறையையும் வட்டார வரலாற்று ஆசிரியர்கள் உருவாக்கவில்லை.

வட்டார வரலாற்றுடன் மிகவும் நெருக்கமான ஓர் ஆதாரமாக அமைவது பழமரபுக்கதைகள் ஆகும். ஒவ்வொரு வட்டாரமும் தனக்கென சில பழமரபுக் கதைகளைக் கொண்டுள்ளது. பழமரபுக் கதை என்பது வரலாறு அல்ல. ஆனால் அதில் வரலாறு அடங்கியிருக்கும். வரலாறு தொடர்பான ஏராளமான செய்திகளையும் ஒரு குறிப்பிட்ட காலத்தின் சமூகப்பண்பாட்டு உணர்வுகளையும் அது வெளிப்படுத்தும். ஆனால் இது இன்னும் ஏற்றுக்கொள்ளப்படவில்லை. வரலாற்றி லிருந்து பழமரபுக்கதைகளைப் பிரிப்பது ஒரு வட்டாரத்தின் வரலாற்றுணர்வை அறிய உதவும்.

முழுமையான வரலாறாக வட்டார வரலாறு

வட்டார வரலாறானது தனக்கென ஒரு முறையியலை உருவாக்கிக்கொள்ள வேண்டும். அதே நேரத்தில் வரலாற்று

முறையியல் பயிற்சி அவசியமாகும். வட்டார வரலாறு எழுதுவோர் வரலாற்றுப் பகுப்பாய்வை வளர்த்துக்கொள்ள வேண்டும். வரலாற்று வரைவுக்கு,

i. உண்மை

ii. சான்று

iii. பொதுமைப்படுத்துதல்

என்ற மூன்று தூண்கள் உண்டு. எல்லா உண்மைகளும் வரலாற்று உண்மை அல்ல. வரலாற்றியலாளர்களால் உண்மைகள் தேர்வு செய்யப்படுகின்றன. இவ்உண்மைகளைத்தான் வரலாற்றியலாளர் சான்றாக மாற்றியமைக்கின்றார்கள்.

வரலாற்றைச் சித்தரிப்பதும் ஆய்வுசெய்தலும் வரலாற்றிய லாளர்களால் கட்டமைக்கப்படுகின்றன. எனவே எல்லா வரலாறும் தற்சார்புடையவைதான். மூன்றாவதாக உண்மைகளிலிருந்து பொதுமைப்படுத்துதலுக்கானச் சான்றுகளை வரலாற்றியலாளன் எடுத்துக்கொள்கிறான்.

உண்மைகள் தாமாகப் பேசுமென்று அடிக்கடிக் கூறப் படுகிறது. இதன் அடிப்படையில் வரலாற்றியலாளனின் பணி சேகரிப்பதுடனும், தொகுப்பதுடனும் முடிவடைந்துவிடுகிறது. ஆனால் மிக அரிதாகவே உண்மைகள் தாமாகவே பேசும். அதை வரலாற்றியலாளன்தான் பேசவைக்க வேண்டும். இவ்வாறு பேச வைக்கும் வழிமுறைகளில் ஒன்று பொதுமைப்படுத்துதல் ஆகும். ஆனால் வரலாற்று வரைவில் பொதுமைப் படுத்துதல் என்பது கடினமானதாகும். வரலாற்று உண்மைகளையும் சான்றுகளையும் அடிப்படையாகக் கொண்டே பொதுமைப்படுத்துதல் அமைதல் வேண்டும்.

அண்மைக்காலமாக இவ்விதிமுறையானது வகுப்புவாத வரலாற்று ஆசிரியர்களால் மீறப்படுகிறது. வரலாற்று முறையில் தேர்ச்சிப் பெறாத என்.எஸ். இராஜாராம் சான்றுகளைத் தாமே உருவாக்கிக் கொள்கிறார். ஆரியர்கள் இந்தியாவின் பூர்வக்குடிகள் என்பதை நிறுவும்வகையில் சிந்துச்சமவெளி ஆய்வில் குதிரையைச் சான்றாகப் படைத்தார் (சிந்துச்சமவெளி அகழாய்வில் கிடைத்த முத்திரையில் பொறிக்கப்பட்டு இருந்த காளையின் கொம்புகளை, கணினியின் துணையுடன் குதிரையின் காதாக மாற்றியமைத்ததையே பணிக்கர் இங்குக் குறிப்பிடுகிறார்).

எல்லா வரலாறுகளையும் போன்றே வட்டார வரலாறும் பொதுமைப்படுத்துதலுக்குள் வரமுடியாமலேயே போய் விடுகிறது. பெரும்பாலான வட்டார வரலாற்றியலாளர்களின் பொதுவான பலவீனமாக இது அமைகின்றது. இதன் விளைவாக ஒரு குறிப்பிட்ட வட்டாரத்தின் தகவல் களஞ்சியமாக மட்டுமே அவை அமைந்து விடுகின்றன. வட்டார அளவிலான மிகுதியான சான்றுகளைக் கொண்டிருந்தாலும்கூட அவற்றின் நிலை இவ்வாறு தான் அமைகிறது. ஆகையால் வட்டார வரலாற்று வரைவானது பொதுமைப்படுத்துதலை நோக்கிச் செல்வது அவசியமான ஒன்றாகும்.

வட்டார வரலாற்றை ஏன் எழுதவேண்டும்?

எந்த ஒரு சமூகத்திற்கும் ஒற்றை வரலாறு கிடையாது. ஒரே சீரான வரலாறும் எந்த சமூகத்திற்கும் கிடையாது. பல சமயங் களையும் பன்முகத்தன்மை வாய்ந்த பண்பாடுகளையும் கொண்ட நாடு இந்தியா. எனவே இதன் எல்லாப் பகுதிகளும் ஒரே தன்மை யிலான வளர்ச்சியைக் கொண்டவையல்ல. இந்தியாவின் ஒரு பகுதியில் நிகழ்ந்த நிகழ்வுகளை இந்திய உபகண்டம் முழுமைக்கும் பொருத்திப் பார்க்கிறோம். இது இந்திய வரலாற்றைப் பொதுமைப் படுத்தும் போக்காக அமைகிறது. மாணவன் ஒருவன் மௌரியர், முகலாயர் (அ) பிரிட்டிஷ் ஆட்சியாளர்கள் குறித்துப் பயின்று பட்டம் பெற்று விடுகின்றான். ஆனால் தன்னுடைய சொந்தக் கிராமம் குறித்து அவன் எதையும் அறிந்து கொள்வதில்லை. தன் கிராமமும் அதன் சுற்றுப்புறமும் தனக்கென ஒரு வரலாற்றைக் கொண்டிருப்பதை அவன் உணர்வதில்லை. வரலாறு குறித்த அறிவில் இது ஒரு பகுதியாகக் கருதப்படுவதில்லை. வெகுசனத் தன்மையுடன் கூடிய அரசியல் வரலாறு எளிதில் பரவலாக அறிமுகமாகிறது. வட்டார வரலாறு குறித்த அறிவானது இத்தகையச் சூழலில் அறிவியல் அடிப்படை கொண்டதாகவும் ஜனநாயகத்தன்மை கொண்டதாகவும் முக்கியப் பங்காற்றமுடியும்.

வகுப்புவாதம் குறித்த நம் கருத்துகள் வட இந்தியாவிலும் மேற்கிந்தியாவிலும் உள்ள நிகழ்வுகளை மையமாகக்கொண்டு உருவாகின்றன. சிவாஜியையும் ஔரங்கசீப்பையும் எடுத்துக்காட்டு களாகக் காட்டுகிறோம். சூரத் அல்லது ஔரங்காபாத்தில் நிகழ்ந்த கலவரங்களைச் சான்றுகளாகக் காட்டுகிறோம். வகுப்புக் கலவரங்கள் எதுவும் நடந்திடாத நாம் வாழும் பகுதியைக்

கண்டுகொள்வதில்லை. வட்டார வரலாறு குறித்த உணர்வு இருக்கும்போதுதான் இதை அறியமுடியும். வகுப்புவாதத்திற்கு எதிரானக் கருத்துப் பரப்பலில் வட்டார வரலாற்று அறிவு துணைநிற்கும்.

ஒருவேளை ஒருவரது கிராமத்தில் வகுப்புக் கலவரம் நடை பெற்றால் அதற்கான காரணத்தைப் புரிந்துகொள்ளமுடியும். ஆகையால் வட்டார வரலாற்றைப் புரிந்துகொள்ளும்போது அது வகுப்புவாத உணர்வை எதிர்க்கத் துணை நிற்கும்.

உலகமயமாக்கலில் வட்டார வரலாறு

ஒரு வட்டாரத்தின் மீதான உலகமயமாக்கம் வலுவானதாகும். உலகமயமாக்கலினால் ஒவ்வொரு வட்டாரமும் மாறுதலுக் காளாகிறது. வட்டாரப் பண்பாடுகளை அது புதைவடிவம் (Fossil) ஆக்குகிறது. இப்போக்கிலிருந்து ஒரு வட்டாரத்தின் பண்பாட்டு வடிவங்களையும் செயல்பாடுகளையும் எவ்வாறு பாதுகாக்கப் போகிறோம் என்பது நம்முன் உள்ள கேள்வியாகும். இதை எதிர்த்துச் செயல்படுவது என்பதே இவற்றைப் பாது காப்பதற்கான வழிமுறையாகும். ஆனால் இவ்வெதிர்ப்பு உணர் வானது, ஆளும் வர்க்கத்தினரிடத்தில் இருந்து வெளிப்படாது. ஏனெனில் பன்னாட்டு மூலதனத்தின் கூட்டாளிகளாக அவர்கள் உள்ளனர். மக்கள் பண்பாட்டின் வாயிலாகவே இப்போக்கை எதிர்க்க முடியும். வட்டார வரலாறானது மக்கள் பண்பாட்டை உள்ளடக்கியதாகும்.

வட்டார வரலாற்றின் தேவை

வட்டார வரலாற்று வரைவானது ஜனநாயகத் தன்மை கொண்டது. ஒரு சமூகத்தை ஜனநாயகப் படுத்துதலின் ஒரு பகுதியாகும். ஏனெனில் அது மக்களின் பண்பாட்டை அனுமதிக் கிறது. ஆனால் இத்தகைய ஜனநாயகத்தன்மை கொண்ட வரலாற்று வரைவானது, கடந்த சில ஆண்டுகளாக வரலாறு என்ற அறிவுத்துறை எதிர்கொண்டுவரும் வரலாற்றைப் புராணமாக்கும் ஆபத்தானப் போக்கிற்கு எதிராகும்.

* * *

'வரலாற்றியலாளராக இ.எம்.எஸ்' (E.M.S. as Historian) என்ற தலைப்பிலான கட்டுரை, வரலாறு என்ற அறிவுத்துறைக்கு இ.எம்.எஸ்.சின் பங்களிப்பை ஆராய்கிறது. கற்றறியும் ஆர்வமும் கற்றதை உள்வாங்கிக் கொள்ளும் இயல்பும் கொண்ட இ.எம்.எஸ்

கோட்பாட்டாளராகவும் அதனை நடைமுறைப்படுத்தும் ஆற்றலும் கொண்டவராகவும் விளங்கிய மார்க்சியவாதி.

மலபார் மாப்பிளா கலகத்தில் இடம்பெற்றிருந்த ஏகாதிபத்திய எதிர்ப்பு, நிலவுடைமை எதிர்ப்பு என்ற இரு கூறுகளையும் முதலில் வெளிப்படுத்தியவர் அவர்தாம். அதேநேரத்தில் அது உள்வாங்கி யிருந்த மதவுணர்வையும் அவர் சுட்டிக்காட்டினார். இவ்வகையில் இக்கலகமானது செயற்பாட்டிற்கான அறைகூவலாகவும் எச்சரிக்கை யாகவும் விளங்கியது என்று கூறியுள்ளார்.

'மகாத்மாவும் அவரது இஸமும்', 'இந்திய விடுதலைப் போராட்ட வரலாறு' என்ற இரு நூல்களும் அவர் எழுதிய குறிப் பிடத்தக்க நூல்களாகும். காந்திய இயக்கத்தின் முரண்பாடுகளையும் சிக்கல்களையும் உணர்ந்திருந்த அவர் அவற்றை எந்திரகதியில் அணுகக் கூடாது என்பதிலும் விழிப்பாக இருந்தார். காந்தியத் திற்கும் மார்க்சியத்திற்கும் இடையிலான பொது அடையாளங் களைக் கண்டறிதல் குறித்து அவர் குறிப்பிட்டு உள்ளார்.

புதிய சிந்தனைப்போக்குகள் குறித்து அவர் திறந்த மனதுடன் இருந்தார். தம் வாழ்வின் இறுதிக் காலத்தில் இத்தாலிய மார்க்சியவாதியான அந்தோனி கிராம்ஸ்கியின் 'சிறைக்குறிப்புகள்' (Prison Note Books) என்ற நூலைக் கற்றறிந்தார். கிராம்ஸ்கியின் சிந்தனைகள் அவரை ஈர்த்தன. பரந்தளவில் பரப்புவதற்கும் விவாதிப்பதற்கும் அவை தகுதியானவை என்று கருதினார். இதன் விளைவாக பி.கோவிந்தப்பிள்ளையுடன் இணைந்து கிராம்ஸ்கி குறித்த நூலொன்றை எழுதினார்.

* * *

பி.ஜே.பி.யின் அரசியல் குறித்து 'Meaning of BJP Politics' என்ற தலைப்பில் 1998இல் பணிக்கர் எழுதிய கட்டுரை, இன்றைய அரசியல் சூழலில் பொருள்மிக்க ஒன்றாக விளங்குகின்றது. இக் கட்டுரையில் ஜனநாயகம், மதச்சார்பின்மை என்ற இரண்டிற்கும் எதிராக அணி திரட்டும் தன்மையில் பி.ஜே.பி.யின் அரசியல் உள்ளது என்று குறிப்பிடுகிறார். இத்தகைய மனப்போக்கானது அது ஆட்சிக்கு வந்தால் மேலும் வலுவடையும். பி.ஜே.பி.யானது இன்று பாசிஸ்ட் அமைப்பல்ல. பாசிஸப் போக்குகளைக் கொண்ட அமைப்பாகும். ஜனநாயக அமைப்பையும் அதன் நிறுவனங் களையும் தனக்குச் சாதகமாக அது பயன்படுத்துகிறது. இது ஜெர் மனியில் ஹிட்லர் மேற்கொண்ட தந்திரங்களை நினைவூட்டுகிறது.

கடந்த பத்தாண்டுகளாக பி.ஜே.பி. நடத்திவரும் அரசியலானது, அதன் பாசிஸப் போக்குகளுக்குச் சான்றாக அமைகின்றது. பகுத்தறிவிற்குப் புறம்பான அரசியலும் வன்முறையைப் பயன்படுத்தலும் அதன் நடைமுறைகளுக்கு முக்கியமானவை. அது வன்முறைகளைப் பயன்படுத்துவதற்குச் சான்று, பாபர் மசூதி இடிப்புடன் முடிந்துவிடவில்லை. சங்பரிவாரத்திற்கு எதிரானவர்களைத் தாக்குவதும் வசைமாரி பொழிவதும் அதன் வன்முறைச் செயல்பாட்டின் ஒரு பகுதியாகும்.

நாஜிகளின் இன அரசியல் பி.ஜே.பி.யின் சமய அரசியலில் மறுவடிவம் எடுத்துள்ளது. மதம் சார்ந்த மூடநம்பிக்கைகளையும் பகுத்தறிவிற்குப் புறம்பான சிந்தனைகளையும் அடிப்படையாகக் கொண்டுள்ள பி.ஜே.பி.யின் அரசியல் மக்களின் வாழ்வைச் சிதைக்கின்றது.

பி.ஜே.பி. ஆட்சிக்கு வந்தால் இப்பாசிஸப் போக்குகளுக்கு என்ன நேரும்? இக்கேள்வியானது அக்கட்சியின் சமூக அடித்தளத்துடன் இணைந்தது. இந்திய மக்கள் தொகையில் 82 விழுக்காடுள்ள இந்துக்களின் பெயரால் அதிகாரத்தைத் தேடுகிறது. இந்துக்கள் அனைவரும் ஒத்த தன்மைகொண்ட ஒரு சமூகம் என்ற அடிப்படையில் இத்தேடுதல் நிகழ்கிறது. இந்துக்களுக்கு இடையேயுள்ள சாதி, வர்க்க வேறுபாடுகளை அது கணக்கில் எடுத்துக்கொள்ளவில்லை. எனவே அது அதிகாரத்திற்கு வந்தாலும் அதன் சமய அரசியலால் சமூகத்தளத்தில் உள்ள முரண்பாடுகளைத் தீர்க்க இயலாது. இதிலிருந்து தப்பிக்கும் வழிமுறையாக ஜெர்மனியில் நடந்ததுபோல் பாசிஸ முறைகளிலே அது தஞ்சமடைய வேண்டும். வேறுவகையில் சொன்னால் மத்தியில் ஆட்சிக்கு வந்த பின்னால் முழு அளவில் பாசிஸத்திற்கு வாய்ப்புண்டு. இதை உணரத் தவறுபவர்கள் மட்டுமே அதிகாரத்தினை நாடும் கட்சிகளில் ஒன்றாக பி.ஜே.பி.யைப் பார்ப்பார்கள்.

* * *

அன்னா ஹசாரே நடத்திய ஊழலுக்கு எதிரானப் போராட்டம் குறித்த நேர்காணல் ஒன்று ‘ஊழலும் மத்தியதர வர்க்கமும்’ (Corruption and the middle class) என்ற தலைப்பில் இடம்பெற்றுள்ளது. அன்னா ஹசாரே குறித்து ஊடகங்கள் உருவாக்கிய மாயத்தோற்றத்தைப் பணிக்கர் அம்பலப்படுத்தியுள்ளார். நேர்காணலின் இறுதியில் ஒரு வரலாற்று ஆய்வாளன்

என்ற முறையில் அவர் முன்வைக்கும் கருத்துகள் வருமாறு: இந்தியச் சமூகத்தில் விளிம்பு நிலையினராக வாழும் தலித்துகள், சிறுபான்மையினர், பெண்கள் ஆகியோரின் அடிப்படைப் பிரச்சினைகள் எவற்றையும் அவர் முன்வைக்கவில்லை. வறுமை குறித்தும், வெகு சிலரிடம் செல்வம் குவிவது குறித்தும் அவர் எதுவும் பேசவில்லை. சமூகத்தின் ஒரு பிரிவினரிடமிருந்தே அதிகார வர்க்கம் தேர்வு செய்யப்படுவது குறித்தும் வினா எதுவும் எழுப்பவில்லை. இப்பிரச்சனைகளையெல்லாம் லோக்பால் சட்டம் தீர்த்துவிடாது. வழக்கம்போல் சமூக மற்றும் அரசியல் அதிகாரம் மேல்சாதியினரிடமும் மேல்நிலை வர்க்கத்தினரிடமும் தொடரும். சமூக அமைதியைப் பராமரிக்க முதலாளித்துவ அமைப்பு மேற்கொண்ட மற்றொரு முயற்சியாகவே வரலாறு இதை மதிப்பிடும்.

* * *

வரலாற்றை எவ்வாறு எழுதவேண்டும்; எவ்வாறு கற்பிக்க வேண்டும்; எவ்வாறு கற்க வேண்டும் என்பன தொடர்பான ஓர் ஆழமான நூலாக இந்நூல் அமைந்துள்ளது. வரலாற்றுக் கல்வியின் அரசியல் குறித்த உண்மைகளை நாம் உணர்ந்துகொள்ளும்படி இந்நூல் தூண்டுகிறது. 652 பக்கங்களைக்கொண்ட இந்நூலில் இருந்து தேர்வுசெய்யப்பட்ட மிகமிகச் சிறுபகுதியே இக் கட்டுரையில் அறிமுகமாகியுள்ளது.

பணிக்கரின் சிந்தனைகளை உள்வாங்கினால் வரலாறு தொடர்பாக நம் பொதுப்புத்தியில் படிந்துள்ள தவறான கருத்துகள் நம்மைவிட்டு நீங்கும். அத்துடன் வரலாறு என்ற அறிவுத்துறை குறித்த ஆழமான புரிதல் நம்மிடம் உருவாகும்.

* * *

(History as a site of struggle - K.N.Panikkar 2014. Essays on history, culture and politics)

உங்கள் நூலகம், மார்ச் 2015

10

காலனிய இந்தியாவில் சாதியும் முதலாளித்துவமும்

இன்றைய தமிழ்நாட்டில் எண்ணிறைந்த சாதிப் பிரிவுகள் உள்ளன. இவற்றுள் சில மக்கள்தொகை எண்ணிக்கையில் அதிகமானவை, சில எண்ணிக்கை குறைந்தவை. சில சாதியினர் பொருளியல் நிலையில் வளமானவர்களாகவும், அரசியல் அதிகாரத்துடன் நெருக்கமானவர்களாகவும் விளங்குகின்றனர். இவர்களுள் சிறுபான்மையினராகவும், பொருளியல் நிலையில் வலுவானவர்களாகவும் விளங்குபவர்கள் 'நகரத்தார்' என்னும் சமூகத்தினர். தம் பொருளியல் நிலை மற்றும் பெரிய கல்விக்கூடங்களை நடத்தி வருதல் என்பனவற்றால் அரசியல் செல்வாக்கும் உடையவர்கள்.

இவர்களது பெயருக்குப் பின் 'செட்டியார்' என்ற சாதிப் பின்னொட்டு உண்டு. செட்டியார் என்ற சாதிப் பின்னொட்டுடன் வேறுபல சாதியினரும் உண்டு என்பதால் அவர்களிடமிருந்து வேறுபடுத்திக்காட்டும் வகையில் நாட்டுக்கோட்டைச் செட்டியார் என்றும், நகரத்தார் என்றும் அழைக்கப்படுகின்றனர். (பிற்காலச் சோழர் ஆட்சிக்காலத்தில் வணிகர்கள் வாழும் பகுதி 'நகரம்' என்று குறிப்பிடப்பட்டுள்ளது) தன வணிகர் என்ற பெயரும் இவர்களுக்குண்டு.

காஞ்சிபுரத்தில் தொடக்கத்தில் வாழ்ந்த இச்சமூகத்தினர் வரிக்கொடுமை தாளாது காவிரிப்பூம்பட்டிணத்திற்கு

இடம்பெயர்ந்ததாகவும், பின்னர் பாண்டிய மன்னனது அழைப்பின் பெயரில் அங்கிருந்து இடம்பெயர்ந்து தற்போது வாழும் பகுதிக்கு வந்து சேர்ந்ததாகவும் வாய்மொழி வரலாறுள்ளது. இவர்கள் குடியேறிய நிலப்பகுதியின் எல்லையை,

வெள்ளா றதுவடக்காம் மேற்குப் பிரான்மலையாம்
தெள்ளார் புனல்வைகை தெற்காம்- ஒள்ளியசீர்
எட்டிக்கடல் கிழக்காம் இஃதன்றோ நாட்டரசன் சேர்
செட்டிநாட் டெல்லையெனச் செப்பு

என்று, 'பாடுவார் முத்தப்பச் செட்டியார்' பாடியுள்ளார். தொடக்கத்தில் மேற்கூறிய எல்லைப் பகுதிக்குள் 96 ஊர்களை இவர்கள் உருவாக்கி வாழத் தொடங்கியுள்ளனர். இந்நிலப் பகுதியே செட்டிநாடு எனப்பட்டது. இன்று 74 ஊர்களை இவர்கள் தம் பூர்வீக ஊர்களாகக் கொண்டுள்ளனர். 78 ஊர்கள் என்ற கருத்தும் உண்டு. செட்டிநாடு என்று இவர்கள் வாழும் நிலப்பகுதி அழைக்கப் பட்டாலும் இப்பகுதியில் பல்வேறு சமூகத்தினரும் வாழ்கின்றனர்.

நகரத்தார்; கோத்திரம் என்ற சாதி உட்பிரிவைக் கடைப் பிடிப்பவர்கள். ஒவ்வொரு கோத்திரமும் தனக்கென ஒரு கோவிலைக் கொண்டுள்ளது. இவ்வகையில்

1. இளையாற்றக்குடி கோயில்
2. மாற்றூர்க் கோயில்
3. வைரவன் கோயில்
4. இரணக்கோயில்
5. பிள்ளையார்பட்டிக் கோயில்
6. நேமங்கோயில்
7. இலுப்பைக் குடிக்கோயில்
8. ஆழைக்குடிக் கோயில்
9. வேலங்குடிக் கோயில்

என்ற ஒன்பது கோயில்கள் உள்ளன. ஒவ்வொரு கோவிலுடனும் நகரத்தாரின் கோத்திரங்கள் சில இணைந்திருக்கும். ஒரே கோத்திரத்தில் உள்ளவர்களை சகோதர சகோதரி உறவுடையவர்கள் என்று கருதுகின்றனர். இதனால் ஒரே கோத்திரத்திற்குள் திருமணம்

செய்வதில்லை. பிள்ளை இல்லாத நிலையில் தத்தெடுப்பவர்கள் தம் சுய கோத்திரத்தில் இருந்து தத்தெடுக்க வேண்டும்.

* * *

நகரத்தார் அல்லாத சாதியினரிடம் நகரத்தார் என்றதும் நினைவுக்கு வருவது அவர்களது அரண்மனை போன்ற வீடுகளும், சமையல் முறைகளும் வட்டித் தொழிலும்தான். அவர்களது வட்டித்தொழிலை மையமாகக் கொண்டு பல வாய்மொழி வழக்காறுகள் உழுகுடிகளிடம் இன்றும் வழக்கிலுள்ளன. இவை பகடியுடன் கூடிய எதிர்க்குரல்கள்.

தனிச்சொத்துரிமை உருவாகி நாணய வடிவிலான பணப் புழக்கம் பரவலாக அறிமுகமான பின்னர் தோன்றிய பல தொழில் களில் கடன் கொடுத்தலும் ஒன்று. நிலவுடைமை வளர்ச்சி யுற்றிருந்த பிற்காலச் சோழர் ஆட்சிக்காலத்தியக் கல்வெட்டுக்களில் 'பொலிசை' என்ற பெயரில் வட்டி குறிப்பிடப்பட்டுள்ளது. கோவில்களும் கூட இத்தொழிலைச் செய்துள்ளன.

பொருளியல் வரலாற்றில் இன்றைய வங்கித் தொழிலின் முன்னோடித் தொழிலாக வட்டித் தொழிலைக் குறிப்பிட இயலும். இவ்வகையில் வங்கித் தொழிலின் முன்னோடிகளாக நகரத்தார் இருந்துள்ளனர்.

டேவிட் வெஸ்ட் ருட்னர் 'நகரத்தார் சமூகம்' குறித்து எழுதிய 'Caste and Capitalism in Colonial India; The Nattukottai Chettiars' நூலின் சில முக்கிய பகுதிகளை இக்கட்டுரை அறிமுகம் செய்கிறது. நூலாசிரியர் ஃபோஸ்டன் பல்கலைக்கழகத்தில் மானிடவியல் துறையில் உதவிப்பேராசிரியராக விளங்குபவர். ஆழமான களஆய்வின் அடிப்படையிலும், ஆவணச் செய்திகளின் அடிப்படையிலும் எழுதப்பட்ட இந்நூல் விவரணத் தன்மை மட்டும் கொண்டதல்ல. மாக்ஸ் வெப்பர் போன்ற சமூகவியலாளர் களின் கோட்பாடுகளைப் பொருத்திப்பார்த்து ஆய்வு செய்துள்ளார்.

1870 முதல் 1930 வரையிலான காலத்தில் வங்கித் தொழிலிலும், வாணிபத்திலும் முக்கியப் பங்காற்றிய நாட்டுக் கோட்டைச் செட்டியார்களை மையமாகக் கொண்டே இந்நூலை எழுதியுள்ளார். முதலாளித்துவப் பொருளாதார அமைப்பில்

பாரம்பரியமான வாணிப முறையை மேற்கொண்டு வந்த ஒரு சாதியின் மீது காலனியம் ஏற்படுத்திய தாக்கத்தை இந்நூல் வெளிப் படுத்துகிறது.

நகரத்தார் சாதியின் தோற்றம் குறித்த புராணச் செய்திகள், வழிபாட்டு முறைகள், வாழ்க்கை வட்டச் சடங்குகள், சாதி அமைப்பு உருவாக்கிய நிர்வாக உறுப்புகள், வட்டித் தொழில் முறை, மேற்கொண்ட அறச்செயல்கள், இவர்களிடையே உருவான மேட்டிமையோர் எனப் பல விரிவான செய்திகளை இந்நூல் தன்னுள் கொண்டுள்ளது. விரிவஞ்சி நகரத்தாரின் சாதி சார்ந்த அமைப்புகள், அவர்களது வட்டித்தொழில் செய்யும் முறை என்பன தொடர்பான செய்திகளை மட்டுமே இக்கட்டுரை அறிமுகம் செய்கிறது. கோட்பாட்டடிப்படையிலான விவாதங்கள் தவிர்க்கப் பட்டுள்ளன.

***

வட்டித்தொழிலுக்கான மூலதனம்

ஆங்கிலக் காலனியத்திற்கு முந்தைய, ஆவணப்படுத்தப்படாத காலம் தொட்டு 19ஆம் நூற்றாண்டின் நடுப்பகுதி வரை உப்பு வணிகம், அரிசி, பருத்தி வணிகம் ஆகியனவற்றில் நகரத்தார் ஈடுபட்டு வந்துள்ளனர். இலங்கை, வங்கம் ஆகிய பகுதிகளிலும் இவ்வாணிபத்தை விரிவுபடுத்தினர்.

பர்மாவையும் (மியான்மர்), மலேசியாவையும் முழுமையாக ஆங்கிலேயர் கைப்பற்றிய பின் 1850-1860 காலகட்டத்தில் காலனிய வளர்ச்சிக்கும் தம் சுரண்டலுக்கும் உதவும் வகையில் உள்நாட்டுப் பகுதிகளை வாணிபத்திற்குத் திறந்துவிட்டனர்.

1869இல் சூயஸ் கால்வாயைத் திறந்துவிட்ட பின் ஆசியாவுக்கும் அய்ரோப்பாவுக்கும் இடையே வாணிபம் அதிகரித்தது. வேளாண் பொருட்கள் ஏற்றுமதிக்கான வாய்ப்பு கூடியது. தென்கிழக்கு ஆசிய நாடுகளில் வேளாண்குடிகள், மலைத்தோட்ட உரிமையாளர்கள், சுரங்க உரிமையாளர்கள் ஆகியோர் அதிகரித்தனர். ஏற்கனவே சந்தைக் கடன் வழங்குவதில் ஈடுபட்டிருந்த, நகரத்தார் சமூக வணிகர்கள், கடன் வழங்குவதை, தனித்ததொரு தொழிலாக மேற்கொள்ளத் தொடங்கினர். இதற்கு அதிக அளவில் நிதி மூலதனம் தேவைப்பட்ட நிலையில் அதைத் திரட்டலாயினர். இவ்வாறு அவர்கள் திரட்டிய மூலதனம் பின்வருமாறு அமைந்தது.

நகரத்தார் ஒருவர் வட்டித்தொழிலில் ஈடுபடும் போது அவர் முதலீடு செய்யும் பணம் முதல்பணம் எனப்பட்டது. சொந்த தவணைப்பணம் என்றும் இதைக்குறிப்பர். இது முற்றிலும் அவரது சொந்தப் பணமாகும். இது தவிர தொழிலுக்கான மூலதனமாகப் பல்வேறு வகைகளில் வைப்புத் தொகை (டெபாசிட்) பெற்றனர். வைப்புத்தொகையாகப் பெறப்படும் பணம் மேம்பணம் எனப்பட்டது. இது பல்வேறு பெயர்களில் அமைந்தது. அது வருமாறு;

ஆச்சிமார் பணம்

நகரத்தார் சமூகப் பெண்களிடம் இருந்து இது பெறப்பட்டது. பொதுவாக உரிமையாளரின் மனைவி, மருமகள்களின் சீதனப்பணம் வைப்புத் தொகையாகப் பெறப்பட்டது. தாயாதிக்காரர்களின் பணமும் இவ்வாறு கூறப்படும்.

தண்டுப்பணம் அல்லது தண்டுமுறைப்பணம்

தாயாதியல்லாத பிற நகரத்தாரிடம் இருந்து பெறும் வைப்புத்தொகை. வளவித்தொகை என்றும் இதை அழைப்பர்.

கோவில் பணம்

நகரத்தார்களின் கட்டுப்பாட்டில் உள்ள கோவில்களில் இருந்து பெறப்படும் வைப்புத்தொகை. தர்மப்பணம் என்றும் இதைக்குறிப்பர்.

அடத்திக்கடைப்பணம்

நகரத்தார்களின் மூல வங்கி மற்றும் நகரத்தார் சமூகத்தின் பெரும் செல்வந்தர்களிடம் இருந்து பெற்றுக் கொள்ளும் பணம்.

வெள்ளைக்காரன் பணம்

அய்ரோப்பியர்களுக்கு உரிமையான வங்கிகளில் இருந்து பெறும் பணம். இது மிகவும் குறைந்த விழுக்காட்டில்தான் கிடைக்கும். அனைவருக்கும் கிடைத்தல் அரிது.

இவைதவிர மலேசியா, சிங்கப்பூர், ரங்கூன் போன்ற பகுதிகளில் வாழும் சீனர்களிடமிருந்தும் இப்பகுதியில் தொழில் புரியும் நகரத்தார் வைப்புத் தொகை திரட்டினர்.

கடன் வழங்கல்

பெரிய அளவிலான சொத்துக்களை ஈடாகப் பெற்றுக் கொண்டு பெருந்தொகையைக் கடனாக வழங்குவது ஒரு நடைமுறை.

மற்றொரு பக்கம் சிறுகடைக்காரர்கள், சிறு வணிகர்கள் ஆகியோருக்குக் கடனாகத் தருவது கண்டு கிஸ்தி எனப்படும். இவர்களிடம் கடன்தொகை கொடுக்கும்போதே வட்டி பிடிக்கப்படும்.

சக நகரத்தாரின் வட்டிக்கடையில் அவசரத் தேவைக்காக வாங்கும் பணம் கைமாத்துப் பணம் எனப்படும். இதைப் பெற ஆவணம் தேவையில்லை. அதிகபட்சம் பத்தாயிரம் ரூபாய் வரைதான் கைமாத்துப் பணம் வாங்க முடியும். இது விரைவில் திருப்பிக் கொடுக்க வேண்டும்.

தவணைவட்டி, கூட்டு வட்டி என இருவகை வட்டியுண்டு. நகரத்தார் அல்லாதவர்களிடம் இருந்தும் உள்நாட்டிலும் வைப்புத்தொகை பெறப்படும். இதற்கு தனிவட்டி வழங்கப்படும். இது வயன்வட்டி என அழைக்கப்படும்.

கணக்குப்பதிவேடுகள்

பல்வேறு வகையிலான கணக்குப் பதிவேடுகளை நகரத்தார் பராமரித்து வந்தனர்.

அனைத்து வரவு செலவுகளும் பதிவாகும் கணக்கேடு, பேரேடு எனப்பட்டது.

நிலுவையில் உள்ள தொகை, கடன்கள் வைப்புத் தொகை தொடர்பான கணக்குகளின் பதிவேடு பாக்கிப் புத்தகம் எனப்பட்டது.

வைப்புத்தொகை செலுத்தியவர்களுக்கு வழங்க வேண்டிய வட்டி குறித்த கணக்கேட்டின் பெயர் வட்டிச்சிட்டை என்பதாகும்.

அன்றாட வரவு செலவுகளின் பதிவு, குறிப்பு என்ற பெயரிலான கணக்கேட்டில் இடம்பெற்றது. குறிப்பேட்டில் பதிவான கணக்குகள் பேரேடுக்கு மாற்றம் பெறும்.

இரண்டு மாதம் முதல் ஆறு மாதம் வரையிலான காலஅளவு குறுகிய கால வைப்புத்தொகை, தவணைக் கணக்கு எனப்படும்.

அலுவலகமும் ஊழியர்களும்

நகரத்தாரின் அலுவலகம் கிட்டங்கி எனப்படும். இது இச்சமூகத்தினரின் பொதுக்கட்டடங்களிலும், நகரத்தாருக்கு உரிமையான விடுதிகளிலும் (சத்திரம்) சாதிக்குரிய கோவில்களிலும் இடம்பெற்றது. இது பெரும்பாலும் 8x4 அடி பரப்புள்ளதாக

விளங்கும். நகை, ரொக்கம், தொழில் தொடர்பான ஆவணங்கள், கணக்கேடு, கடிதப்போக்குவரத்து ஆகியனவற்றை வைக்கும் வகையில் சிறு மரப்பெட்டியொன்று இங்கிருக்கும்.

இவ்வலுவலகத்தை நிர்வகிப்பவர் நாள்தோறும் நகரத்தார் கோவிலுக்குச் சென்று பணத்தேவை, பரிவர்த்தனை, மதிப்பு, சரக்குகளின் விலை, அரசின் சட்டவிதிகள், அரசியல் ஆகியன தொடர்பான செய்திகளை ஏனைய நகரத்தாரிடம் அறிந்து கொள்வர். நகரத்தார் சமூகக் கூட்டங்களில் கலந்துகொள்ள வரும் விருந்தினர்களைச் சிறப்பான முறையில் உரிமையாளரின் சார்பில் கவனித்துக் கொள்வதும் இவரது பொறுப்பு.

இவரையடுத்து இருப்பவர் முதல் ஆள் எனப்படும் கட்டுக் கணக்கப்பிள்ளை இருப்பார். உண்மையில் இவர்தான் கடையை நிர்வகிப்பவர். இவரை அடுத்துப் பணிபுரிபவர் அடுத்தாள் எனப்படுவார்.

அயல்நாடுகளில் தொழில்புரியச் செல்லும் நகரத்தார் தம் வீட்டுப்பெண்களை அழைத்துச் செல்லும் பழக்கமில்லை. எனவே கடைநிர்வாகி மற்றும் ஊழியர்களுக்கு உணவு தயாரிக்க சமையல்காரர் ஒருவரும் இருப்பார். எடுபிடி வேலைசெய்ய பெட்டியடிப் பொடியன் என்ற பெயரில் சிறுவன் ஒருவன் பணி புரிவான்.

பெரிய கடைகளில் நீதிமன்ற வழக்குகளைக் கவனிக்க கிராணி என்ற பெயரில் எழுத்தர் ஒருவர் இருப்பார். காசாளர் ஒருவரும் இருப்பதுண்டு.

பணத்தைச் சரிபார்ப்பதும், கடையை மூடுவதும் முதல் ஆளின் பணியாகும். வாடிக்கையாளரைச் சந்திப்பது, நிறுவனத்துக் குரிமையான இடங்களை நிர்வகிப்பது தொடர்பான பணிகளை பர்மிய மொழி தெரிந்த உள்ளூர்வாசி ஒருவர் கவனித்துக் கொள்வார்.

அன்றாடம் பணத்தைக் கையாள்வது ‘கைமாத்துப் பணம்’ வாங்கி வருவது போன்ற செயல்களை மேற்கொள்ள பையன் ஒருவனும் இருப்பதுண்டு. இவனுக்கு ஊதியம் எதுவும் கிடையாது. கிட்டங்கியில் தங்குமிடமும் உணவும் இலவசம். அவன் பணியை விட்டுச் செல்லும்போது அன்பளிப்பாகச் சிறுதொகை வழங்கப் படும். இப்பையன்கள் வட்டித்தொழிலின் நுட்பங்களை இப்பணியின் வாயிலாக அறிந்து கொள்வர். இன்று தொழில்

பழகுவோர் (அப்ரண்டிஸ்) என்ற பெயரில் பணிசெய்வதற்கு இது இணையானது. பெரும்பாலான நகரத்தார்கள் இம்முறையில் பணிசெய்தே தம் தொழில் வாழ்வைத் தொடங்கியுள்ளனர்.

நகரத்தார் விடுதி

நகரத்தார்கள் சாதி அடிப்படையில் தமக்கென்று நிறுவிய ஒரு முக்கிய நிறுவனம் விடுதி ஆகும். இது ஒருவகையில் சத்திரம் போன்றதாகும். நகரத்தாருக்கு உரிமையான கோவில் பகுதியிலோ அதன் அருகிலோ அமைக்கப்படும். நகரத்தார் மடம் என்றும் இதைக் குறிப்பிடுவதுண்டு.

இவ்விடுதியின் முதல்தளத்தில் தனித்தனி அறைகள், பொதுப் படுக்கையறைகள், பொருள் வைப்பறைகள், கூட்ட அறை, உணவருந்தும் கூடம், பெண்கள் பயன்படுத்தும் வகையிலான சமையலறை என்பன இருக்கும்.

இரண்டாம் தளத்தில் கருவறை அல்லது கோவில் இடம் பெற்றிருக்கும். அறங்காவலர் குழுவால் நிர்வகிக்கப்படும் இவ்விடுதியில் பயணம் செய்யும் நகரத்தாருக்கு உதவும் வகையில் மேலாளர் ஒருவரும் ஊழியர்களும் இருப்பார்கள். தொழில் முறையாகப் பயணம் செய்யும் நகரத்தாருக்கு உதவியாய் விடுதி விளங்கும்.

நகரத்தாரில் பெரும் பணக்காரர்களாக இருப்பவர்கள் இத்தகைய விடுதிகள் உருவாக நிதி உதவி செய்வர். ஏனைய நகரத்தாரும் இயன்ற வரையில் நிதி வழங்குவர். விடுதியைப் பயன்படுத்துவோர் மகமை என்ற பெயரில், பெயரளவிலான வாடகை தருவர்.

செட்டிநாட்டுப்பகுதியில் உள்ள கிராமங்களில் உள்ள விடுதிகள் நகரத்தாரது கிராமக் கோயில்களின் விரிவாக்கம் போன்றவையாகும். உள்ளூர் நகரத்தாரின் சாதிக் கூட்டம், கிராம அளவிலான சமயச் சடங்குகள் ஆகியன நிகழ விடுதி பயன்படும். இவ்விடுதிகள் தங்குவதற்குப் பயன்படுத்தப்படுவதில்லை. உள்ளூர் நகரத்தாரின் நிதி உதவியால் இவ்விடுதி பராமரிக்கப்படும். பெரும் செல்வர்கள் அதிகளவில் நிதி வழங்குவர்.

தாம் வணிகம் நிகழ்த்தும் ஊர்களில் எல்லாம் கடல் கடந்தும் கூட இத்தகைய விடுதிகளை உருவாக்குவர். 1880இல் சென்னை துறைமுகப்பகுதியில் விடுதியொன்றை நிறுவினர்.

நகரத்தாரின் விடுதியென்பது தங்கும் இடம் மட்டுமல்ல. நகரத்தாரின் சமூக நிறுவனமாக இது விளங்குகிறது. வாணிபம் தொடர்பான செய்திப் பரிமாற்றம் செய்யும் இடமாகவும், நகரத்தார் அனைவரும் ஒன்று கூடும் இடமாகவும், அன்னதானம் வழங்கும் இடமாகவும், ஒருவரின் வாணிபம் தொடர்பான செய்திகளை மற்றவர் அறிந்து கொள்ளும் இடமாகவும் நகரத்தாரின் விடுதி பயன்படுகிறது.

சாதிப் பஞ்சாயத்து

நகரத்தாரின் சாதிப்பஞ்சாயத்தானது மையமான அமைப்பன்று. எனவே அனைத்து நகரத்தாருக்கும் எனப் பொதுவான தலைமை கிடையாது.

வட்டார அளவிலேயே நகரத்தாரின் பஞ்சாயத்து செயல் படுகிறது. மேலே குறிப்பிட்ட நகரத்தாரின் விடுதி அல்லது கோவில்கள் பஞ்சாயத்து கூடும் இடமாக அமையும். சமயம் மற்றும் வாணிபம் தொடர்பான சிக்கல்கள் மட்டுமின்றி ஒருவரின் விதவைத்தாய் அல்லது திருமணமாகாத சகோதரிக்கு வாழ்க்கைப் பணம் வழங்குதல், திருமணமான சகோதரிகளுக்கு வழங்க வேண்டிய முறைப்பணம், கூட்டுக்குடும்ப வாழ்க்கையில் உருவாகும் சிக்கல்கள், கூட்டு வாணிபத்தில் ஏற்படும் பிணக்குகள், சொத்துக்களைப் பிரிவினை செய்தல், மருமகள் தரவேண்டிய வரதட்சணைப் பணம், மாமியார் மருமகள் சண்டை ஆகியன சாதிப் பஞ்சாயத்தில் இடம்பெறும்.

நகரத்தார் சமூகத்திற்கு உரிமையான கோயில்களுக்குத் தரவேண்டிய வரியைத் தராதிருத்தல், அயற்சாதிப்பெண்ணைத் திருமணம் செய்தல், பணம் கொடுக்கல் வாங்கலில் அசல் அல்லது அசலுக்கான வட்டியைக் கொடுக்காதிருத்தல் தொடர்பான சிக்கல் களும் பஞ்சாயத்தில் இடம்பெறும்.

பஞ்சாயத்தின் முடிவை ஏற்க மறுப்பவர்களின் குடும்பத்துடன் மணஉறவு மேற்கொள்வது தடை செய்யப்படும். நகரத்தார் சமூகத்துக்கு உரிமையான விடுதி, கோயில் நுழையும் உரிமை பறிக்கப்படும். ஏனைய நகரத்தார் அவருடன் வாணிப உறவு மேற்கொள்வதும் தடைசெய்யப்படும்.

கோவில் திருப்பணி

நகரத்தார் சமூகத்தின் முக்கிய பொதுப்பணியாக அமைவது கோவில்களைப் பராமரித்தலாகும். தொடக்கத்தில் குறிப்பிட்ட நகரத்தாரின் ஒன்பது கோவில்களை மட்டுமன்றி அவர்கள் வாழும் 78 ஊர்களின் கோவில்களையும் தம் ஊருக்கு அருகில் உள்ள முப்பத்து நான்கு கிராமக் கோவில்களையும் அவர்கள் பராமரித்து வந்தனர். இவை தவிர தமிழ்நாட்டின் சோழநாடு, பாண்டியநாடு, கொங்கு நாடு, நடுநாடு, தொண்டை நாடு ஆகிய பகுதிகளில் உள்ள ஆலயங்களுக்கு நிதி வழங்கிப் பராமரித்துள்ளனர். இச்செயல் அவர்களது பாரம்பரியச் செயலாக அமைந்துவிட்டது.

இச்செயலின் காரணமாகக் கோவிலின் சிறப்பு மரியாதையை இச்சமூகம் பெற்றதுடன், கோவில் நிர்வாகத்திலும் பங்குபெறும் வாய்ப்பை அடைந்தது. இவை தமிழ்ச்சமூகத்தில் ஓர் உயரிய சமூக மதிப்பைப் பெற்றுத்தந்தன.

தனிப்பட்ட முறையில் மட்டுமின்றி தம் சமூகத்தின் வாயிலாகவும் இவற்றை மேற்கொண்டனர். இதற்கான நிதி ஆதாரத்தை i.புள்ளி வரி ii.ஆஸ்தி என்ற இருவகையான வரிகளின் வாயிலாகப் பெற்றனர்.

புள்ளி வரி

இவ்வரியானது நகரத்தார் சமூகத்தின் கோத்திரங்களுக்குரிய ஒன்பது கோவில்களுக்குத் தரவேண்டிய வரியுடன் தொடர் பில்லாதது. இது நகரத்தார் வாழும் ஊரின் கிராமக்கோவிலை மையமாகக் கொண்டது. வணிகர்கள் என்ற முறையில் சரக்குகளின் எண்ணிக்கையை புள்ளிகள் இட்டு எண்ணி வந்ததன் அடிப் படையில் நகரத்தார் குடும்பம் ஒவ்வொன்றும் ஒரு புள்ளியாகக் கணக்கிடப்பட்டது. ஒவ்வொரு புள்ளிக்கும் (குடும்பத்துக்கும்) விதிக்கப்பட்ட கோவில்வரி புள்ளி வரி எனப்பட்டது. இது ஆண்டுக்கு ஒருமுறை வாங்கப் படும். இவ்வரித்தொகை ஊருக்கு ஊர் சற்று வேறுபடும். பணம் மட்டுமின்றி அரிசியும் பெறப்படும்.

ஒவ்வொரு நகரத்தாரின் கிராமக் கோவிலிலும் புள்ளி வரிக் கணக்கு முறையாகப் பராமரிக்கப்படும். இவ்வரியைக் கொடாதவர் களின் பெயரில் அவர்கள் தரவேண்டிய வரித்தொகைக் கடனாகப் பதிவு செய்யப் படுவதுடன் அதற்கு வட்டியும் விதிக்கப்படும்.

குடும்பத்தலைவர் இறந்துபோனால் அவரது மனைவியை அரைப் புள்ளியாகக் கணக்கிட்டு, புள்ளி வரியில் பாதி வரி வாங்கப்படும். இறந்தவரின் மகன்களுக்குத் திருமணம் நடந்தபின் அவர்கள் தனிப்புள்ளியாகக் கணக்கிடப்படுவர். மகன்களுக்குத் திருமணம் நிகழ்ந்த பின்னர் இறந்தவரின் மனைவி புள்ளிவரி செலுத்த வேண்டாம்.

புள்ளிவரியை முறையாகச் செலுத்தாதவர் தம் வீட்டில் நிகழும் மங்கல, அமங்கல நிகழ்ச்சிகளையொட்டி அதைச் செலுத்தி விட வேண்டும். அவ்வாறு செலுத்தாவிடில் அக்கிராமத்தில் வாழும் ஏனைய நகரத்தார் அதில் கலந்துகொள்ள மாட்டார்கள்.

ஆஸ்தி வரி

புள்ளிவரியினால் கிட்டும் வருவாய் போதவில்லையென்றால், அதை ஈடுகட்ட ஆஸ்தி வரி என்ற வரி விதிக்கப்படும். இதுகுறித்து முடிவு செய்ய 'நகரக் கூட்டம்' என்ற பெயரிலான நகரத்தாரின் சாதிக் கூட்டம் நிகழும். இக்கூட்டம் ஆஸ்திவரிக் கூட்டம் எனப்படும். இக்கூட்டத்தில் இவ்வரி விதிப்புக்கு ஆளாக வேண்டியவர்களின் பெயர்களும், அவர்கள் செலுத்த வேண்டிய வரித்தொகையும் முடிவு செய்யப்படும். இது அரசின் செல்வ வரி போன்றது.

நகரத்தார் சமூகத்தின் இடப்பெயர்ச்சியும், சடங்குகளிலிருந்து தம்மை விடுவித்துக் கொள்வதும், வேறுபல தொழில்களை மேற் கொள்வதும் அண்மைக் கால நிகழ்வுகளாய் உள்ளன. இதனால் மேற்கூறிய இருவரிகளையும் வாங்குவது பெரும்பாலும் மறைந்து வருகிறது. அதேநேரத்தில் பொருள்வளம் மிக்க சில நகரத்தார்கள் தம் ஊர்ப்பகுதிகளில் உள்ள சிவன் கோவில்களில் தம் சொந்தச் செலவில் புனரமைப்பு வேலைகளை மேற்கொள்கின்றனர். இதன் விளைவாக நகரத்தாருக்கும், நகரத்தார் அல்லாத சாதியினருக்கும் இடையில் பிணக்குகள் உருவாகின்றன. இது தொடர்பான வழக்குகளின் அடிப்படையில் சில கோவில்கள் மூடப்பட்ட நிகழ்வுகளும் நடந்துள்ளன.

மேட்டிமையோர்

நகரத்தார் சமூகமானது வாணிபம், வட்டித்தொழில் என்பன வற்றில் தொடக்கத்தில் ஈடுபட்டுப் பின்னர் காலனிய ஆட்சியின்

விளைவாக உருவான வணிக முதலாளித்துவத்திற்குள் நுழைந்தபின், இச்சமூகத்தில் மேட்டிமையோர் உருவாகத் தொடங்கினர். இதன் விளைவாக ராவ்பகதூர், ஜமீந்தார், ராஜா, மேயர், அமைச்சர் போன்ற பட்டங்களையும் பதவிகளையும் இவர்கள் பெற்றனர். அத்துடன் சென்னை நகர அரசியலில் ஈடுபடலாயினர். தமிழ் உணர்வைப் பயன்படுத்தி வளர்ந்த நீதிக்கட்சி அரசியலில் தம்மையும் ஈடுபடுத்திக்கொண்டனர்.

ஆனால் நகரத்தார் சமூகம் முழுமையும் ஆங்கில அரசுக்கு ஆதரவாய் செயல்பட்டு வந்த நீதிக்கட்சியின் அரசியலை ஆதரித்தது என்று கூற முடியாது. 1937இல் நிகழ்ந்த நகரத்தார் சங்கக் கூட்டத்தில் நீதிக்கட்சியைப் புறந்தள்ளி காந்தியின் தலைமையிலான காங்கிரசை ஆதரித்தது.

நகரத்தார் சமூகத்தின் மேட்டிமையோரில் முக்கிய இடம் பெறுவது அண்ணாமலை செட்டியார் குடும்பமாகும். அண்ணா மலை செட்டியாரின் தந்தை முத்தையா செட்டியார் ஆங்கில அரசுடன் நெருக்கமான பிணைப்புக்கொண்டவர். 'ராஜா சர்' என்ற பட்டத்தை ஆங்கில அரசிடமிருந்து இவரது மகன் பெற்றதுடன், செட்டிநாட்டின் ராஜாவாக அறிமுகமானார். இங்கு 'செட்டிநாடு' என்பது இப்பெயரால் அழைக்கப்படும் பரந்துபட்ட நிலப் பரப்பைக் குறிக்கவில்லை. புதிதாக உருவான செட்டிநாடு கிராமத்தையே குறிப்பதாகும். அண்ணாமலை செட்டியார் அண்ணாமலைப் பல்கலைக்கழகத்தை நிறுவினார். தமிழ் மறுமலர்ச்சி இயக்கத்துடன் தன்னை இணைத்துக் கொண்டார். இதன் வெளிப்பாடாக 1942இல் 'தமிழிசை மன்றம்' என்ற அமைப்பை உருவாக்கினார்.

இம்மன்றத்தின் கட்டடச் செலவுக்கான பணத்தை அண்ணா மலை செட்டியாரும், நகரத்தார் சமூகத்தின் செல்வந்தர்களும் வழங்கினர். இம்மன்றத்தின் முன்பகுதியில் உயரமான அளவில் அண்ணாமலை செட்டியாரின் சிலை உள்ளது. இதுதொடர்பாக ஒரு செய்தியுண்டு.

1936ஆம் ஆண்டில் திருவிதாங்கூர் மன்னர் தாழ்த்தப்பட்ட சமூகத்தினரை இந்துக்கோயில்களில் நுழைய அனுமதிக்கும் சட்டத்தை நிறைவேற்றினார். இச்செயலுக்காக அவரைப் பாராட்டும் வகையில் அவரது சிலையை அன்றைய சென்னை

மாநிலத்தின் முதல்வராக இருந்த இராஜாஜி சென்னை உயர்நீதிமன்ற வளாகத்தில் நிறுவினார்.

திருவிதாங்கூர் மகாராஜாவின் சிலையைவிட உயரமாக அதற்கு எதிர்ப்புறத்தில் அண்ணாமலை செட்டியார் தன் உருவச்சிலையை நிறுவ விரும்பினார். அவரது மறைவுக்குப்பின் அவரது விருப்பத்தை அவரது மகன் ராஜா சர்.முத்தையா செட்டியார் நிறைவேற்றினார்.

அரசிடமிருந்து தொண்ணூற்றொன்பது ஆண்டுகளுக்குக் குத்தகையாக இச்சிலை நிறுவ இடம் பெறப்பட்டது. இதற்கான குத்தகைத் தொகை ஆண்டுக்கு ஒரு ரூபாய் ஆகும். திருவிதாங்கூர் மன்னரின் சிலையைவிட உயரமாக அண்ணாமலை செட்டி யாரின் சிலை இந்த இடத்தில் இன்றும் காட்சியளிக்கிறது.

* * *

நீதிக்கட்சியின் தலைமைக் கொறடாவாகவும், தலைவராகவும் ராஜா சர். முத்தையா செட்டியார் இருந்தார். 1934ஆம் ஆண்டில் நிகழ்ந்த சட்டமன்றத் தேர்தலில் நீதிக்கட்சியின் வேட்பாளராக ஆர்.கே.சண்முகம் செட்டியார் (நகரத்தார் சமூகத்தைச் சேர்ந்தவர் அல்லர்) என்பவர் போட்டியிட்டார். இவரை ஆதரித்து முத்தையா செட்டியார் தேர்தல் பணியில் ஈடுபடவில்லை. தேர்தலில் ஆர்.கே.சண்முகம் செட்டியார் தோல்வியடைந்தார். இதனால் நீதிக் கட்சியின் சார்பில் முதல்வராக இருந்த பொப்பிலி ராஜா, கொறடா பதவியில் இருந்து முத்தையா செட்டியாரை நீக்கினார்.

இந்நிகழ்ச்சி நடந்து நான்கு மாதங்கள் கழித்து தன்னுடைய சொந்தக்கட்சியின் அமைச்சரவை மீதே நம்பிக்கையில்லாத் தீர்மானத்தை முத்தையா செட்டியார் கொண்டு வந்தார். இதுதொடர்பாக சென்னையின் ஆளுநராயிருந்த எர்ஸ்கின் பிரபு இந்தியாவின் கவர்னர் ஜெனரலாயிருந்த வெலிங்டன் பிரபுவுக்கு எழுதிய கடிதத்தின் ஒரு பகுதி வருமாறு:

‘சாதாரணமான அரசியல் வழிமுறைகளை அவர் மேற் கொண்டிருந்தால் எவரும் அதைக் குறை கூற முடியாது. ஆனால் தன்னுடைய பழிவாங்கும் செயலை வெகுசனக் கையூட்டு வாயிலாக மேற்கொண்டார். முப்பதினாயிரம் ரூபாய் வரை

இதுதொடர்பாக அவர் செலவழித்துள்ளார். அத்துடன் மேலும் முப்பதினாயிரம் ரூபாய் வரை செலவு செய்யவும் ஆயத்தமாயுள்ளார். அற்பத்தனமான அரசியல் நடத்துவதை நான் உணர்கிறேன். இத்தகைய இந்தியர்களுக்குத் தலைவணங்கித் தான் ஆகவேண்டும். இக்கலையில் அவர்கள் வல்லவர்களாய் உள்ளனர். இதனையடுத்து வரும் நாட்கள் கையூட்டின் களியாட்டமாகவும் கபடச்செயலாகவும் அமையும்.

* * *

1938இல் நடந்த தேர்தலில் சென்னை மாகாண ஆட்சியை நீதிக்கட்சியிழந்தது. காங்கிரஸ் கட்சி ஆளும் கட்சியாயிற்று. நீதிக்கட்சியின் சார்பில் சட்டமன்றத் தலைவராக இருந்த முத்தையா செட்டியார் தான் செலுத்த வேண்டிய எஸ்டேட் வரி தொடர்பாகப் பேரம்பேசி சலுகைபெற்றார். 1938இல் தஞ்சாவூரிலும் மதுரையிலும் நடந்த சுயமரியாதை மாநாட்டில் அவரது இச்செயல் கண்டனத்துக்குள்ளானது.

1934இல் தலைமைக் கொறடா பதவியில் இருந்து நீக்கப் பட்டமையும், 1938இல் சுயமரியாதை இயக்க மாநாட்டில் நிறை வேற்றப்பட்ட கண்டனத் தீர்மானமும் வேறு ஒரு மனிதருக்கு நிகழ்ந்திருந்தால் அவரது அரசியல் செல்வாக்கு பலவீனமடைந் திருக்கும். ஆனால் முத்தையா செட்டியாரைப் பொறுத்தளவில் அவரது அரசியல் நீடிப்பானது பொது அமைப்புகளிலும் அரசியலிலும் பதவி வகிப்பதற்கு துணைநின்று அவரது பலமாகத் தொடர்ந்தன. 1928-32ஆம் ஆண்டுகளில் இந்தியன் வங்கியின் இயக்குநர் பதவியில் தொடங்கி 1962-82 வரை தமிழ்நாடு சட்டமன்ற மேலவை உறுப்பினர் முடிய அவர் பொது நிறுவனங்கள், உள்ளாட்சி நிறுவனங்கள், அறக்கட்டளைகள், சட்ட மன்றம் எனப் பல்வேறு அமைப்புகளில் இருந்துள்ளார். சென்னை மாநகராட்சியின் முதல் நகரத் தந்தை (1933-35), சென்னைப் பல்கலைக்கழகத்தின் ஆட்சிக்குழு உறுப்பினர் (1933-37), கல்வி மற்றும் மருத்துவ அமைச்சர் (1936), அறநிலையத் துறை அமைச்சர் (1937), அண்ணாமலைப் பல்கலைக் கழகத்தின் இணை வேந்தர் (1948-1982), பச்சையப்பன் அறக்கட்டளை உறுப்பினர் (1928-63) என்பன குறிப்பிடத்தக்கவை.

முத்தையா செட்டியாரைப் போன்று இத்தகைய பதவிகளை வகிக்காவிட்டாலும், நகரத்தார் சமூகத்தின் மேட்டிமையாளர்களாக

வேறு சிலரும் திகழ்ந்தனர். இவர்களுள் கருமுத்து தியாகராயர் செட்டியார், ஆர்.எம்.அழகப்ப செட்டியார், சித.சிதம்பர செட்டியார், அ.மு.மு.முருகப்ப செட்டியார், அ.மு.மு.அருணாசலம் செட்டியார் ஆகியோர் குறிப்பிடத்தக்கவர்கள்.

முடிவுரை

நவீன வங்கித் தொழிலின் முன்னோடிகளாக நகரத்தார் சமூகம் விளங்கியதையும் அதன் சாதிக் கட்டமைப்பு சார்ந்து உருவான அமைப்புகளையும் இந்நூல் அறிமுகம் செய்கிறது. வட்டித் தொழில், அதன் வளர்ச்சி நிலையான வங்கித் தொழில் தொடர்பாக அவர்கள் உருவாக்கிப் பயன்படுத்திய கலைச் சொற்களும், நிதி மூலதனத்தை அவர்கள் திரட்டிய முறையும், மண்சார்ந்த வணிகவியல் அறிவின் அடையாளங்களாய் அமைந்துள்ளன. இவற்றை மேலும் ஆய்வு செய்யத் தூண்டும் வகையில் இந்நூல் அமைந்துள்ளது.

•••

David West Rudner, (1994), *Caste and Capitalism in Colonial India; The Nattukottai Chettiars*, Munshiram Manoharlal Publishers Pvt Ltd

பயன்பட்ட இதர நூல்கள்

1. அண்ணாமலை,பழ., 1994, நகரத்தார் பண்பாடும் பழக்கங்களும்.
2. சேஷாத்ரி சர்மா, அ., 1999, நாட்டுக்கோட்டை நகரத்தார் வரலாறு.

உங்கள் நூலகம், அக்டோபர் 2014

11

வடலூர் சத்திய ஞான சபை வழக்கு

நீதிமன்ற வழக்குகள் என்பன அவை உரிமையியல் வழக்காக இருந்தாலும், குற்றவியல் வழக்காக இருந்தாலும் பெரும்பாலும் தனிமனிதரைச் சார்ந்தவையாகவே இருக்கும். இதனால் இவ்வழக்குகளின் மீது வழங்கப்படும் தீர்ப்புகளை வெறும் செய்தியாக மட்டுமே பெரும்பாலோர் படிப்பர்.

தம் சட்ட அறிவுக்குத் துணைபுரியும் என்றும் வேறு வழக்கில் மேற்கோள்காட்ட உதவும் என்றும் கருதினால் வழக்கறிஞர்களும் நீதிபதிகளும் நீதிமன்றத் தீர்ப்புகள் சிலவற்றை வரி பிறழாது படிப்பர்.

ஆனால் இவ்வெல்லையைத் தாண்டி சமூக வரலாற்றாவணமாக நீதிமன்றத் தீர்ப்புகள் சில அமைந்து விடுவதுண்டு. வரலாற்றாய்வாளர்களும், சமூகவியல் ஆய்வாளர்களும் படித்து விவாதிக்கும் தகுதியை இவை பெற்றிருக்கும். இத்தீர்ப்பின் வாசிப்புத்தளம் இதனால் விரிவடைந்துவிடும்.

இத்தகையத் தீர்ப்புகளில் தீர்ப்பு வழங்கியவரின் சட்ட அறிவு மட்டுமன்றி, அவரது உலகக் கண்ணோட்டமும் சார்புநிலையும்கூட வெளிப்படும். அத்துடன் சில வரலாற்றுண்மைகளையும் சமூகச் சிக்கல்களையும் இவை வெளிப்படுத்தி நிற்கும். இத்தன்மை வாய்ந்த உயர்நீதிமன்றத் தீர்ப்பொன்றை இக்கட்டுரை அறிமுகம் செய்கிறது.

வள்ளலார் என்றழைக்கப்படும் இராமலிங்க அடிகளார் *(1823-1874)* வடலூரில் நிறுவிய சத்தியஞான சபையை மையமாகக் கொண்டது இத்தீர்ப்பு. இத்தீர்ப்பை வழங்கியவர் நீதியரசர் சந்துரு.

வழக்கின் பின்புலம்

வழிபாட்டிற்காக உருவம் எதுவும் நிறுவப்படாத சத்தியஞான சபையில் சிவலிங்கம் ஒன்றை சபாபதி சிவாச்சாரியார் என்பவர் 2006இல் நிறுவினார். 'பிரதோசம்' அன்று அதற்கு வழிபாடு நிகழ்த்திப் பிரசாதங்களும் திருநீறும் வழங்கினார். அவரது இச்செயல் இச்சபையை நிறுவிய வள்ளலாரின் கோட்பாடுகளுக்கு முரணானது என்று, அவரைப் பின்பற்றுவோர் சிலர் இந்து அறநிலையத் துறையிடம் முறையீடு செய்தனர். இம்முறையீடே இவ்வழக்கின் தொடக்கமாக அமைந்தது.

விசாரணை

*13.07.2006*இல் இதுதொடர்பான விசாரணையை இந்து அறநிலையத் துறை மேற்கொண்டது. இவ் விசாரணையை இந்து அறநிலையத் துறையின் இணை ஆணையர் நடத்தினார். இவ் விசாரணையில் மேற்கூறிய சிவாச்சாரியார் கலந்து கொள்ள வில்லை.

இராமனாதபுரம் மாவட்டம் புதுக்குடியைச் சேர்ந்த தொண்டர்குல வி.பெருமாள் என்பவர் 22.08.2006இல் நடந்த விசாரணையில் கலந்துகொண்டு அறிக்கை அளித்தார். அதன் சுருக்கம் வருமாறு:

*18.07.1872*இல் வள்ளலார் வகுத்த விதிமுறைகளின்படி பன்னிரெண்டு வயதுக்கு உட்பட்ட, எழுபத்தியிரண்டு வயதுக்கு மேற்பட்ட எவரும் சத்தியஞான சபையைத் தூய்மைப்படுத்தி விளக்கு ஏற்றலாம்.

18.09.2006 அன்று உதவி ஆணையரும் சத்திய ஞான சபையின் நிர்வாக அதிகாரியும் மனு அளித்தனர். சமயம் சார்ந்த வழிபாடு நடத்தி வள்ளலாரின் அடையாளத்தைச் சிதைக்கக் கூடாது என்று இருவரும் தம் மனுவில் குறிப்பிட்டிருந்தனர்.

இதே நாளில் மேற்படி சிவாச்சாரியார் தமது வழக்கறிஞர் வாயிலாக மனுவொன்றை அளித்தார். இம்மனுவில் 25.01.1872ஆம் ஆண்டில் முதல் முறையாகத் தைப்பூசத் திருவிழா நடைபெற்ற தாகவும், தம்முடைய தாத்தாவிடம் கண்ணாடி ஒன்றையும்,

விளக்கு ஒன்றையும் வள்ளலார் வழங்கியதாகவும், அன்றிலிருந்து தற்போதைய பூசைமுறை தொடங்கியதாகவும் அவர் குறிப் பிட்டிருந்தார். தம் மனுவுடன் ஆறு ஆவணங்களையும் இணைத் திருந்தார்.

முதல் ஆவணத்தில் வள்ளலாரின் கையொப்பம் இருந்தது. *11.02.1941*இல் நடந்த திருவிழா அழைப்பிதழ் இரண்டாவது ஆவணமாகவும், *01.02.1942*இல் நடந்த திருவிழாவின் அழைப்பிதழ் மூன்றாவது ஆவணமாகவும் இடம்பெற்றிருந்தன. நான்கு மற்றும் அய்ந்தாவது ஆவணங்கள் தைப்பூசத் திருவிழா தொடர்பான ஆவணங்களாகும். அறங்காவலர்கள் பட்டியலாக ஆறாவது ஆவணம் அமைந்திருந்தது.

நிகழ்வின்போது நிர்வாக அதிகாரியாக இருந்த சங்கர நாராணயன் சத்தியஞான சபை அறக்கட்டளையின் தலைவர் வி.எம்.சண்முகம் மற்றும் இதர அறங்காவலர்களான அருட்பா அண்ணாமலை, எம்.ஏ.ராஜன், கணக்காளர் பி.ஞானப்பிரகாசம் ஆகியோர் இணை ஆணையரிடம் மனுச்செய்தனர். இம்மனுவில் பின்வரும் கருத்துக்கள் இடம் பெற்றிருந்தன.

வள்ளலார் காட்டிய வழிகாட்டுதலின்படி ஜோதி வழிபாடே நிகழுதல் வேண்டும்.

பிராமணர் ஒருவர் வழிபட விரும்பினாலும்கூட அவர் தனது பூணூலை நீக்கி, தன் சாதியடையாளத்தைக் கைவிட்டே வழிபடவேண்டும். ஆனால் மனுதாரர் சபையின் கிழக்குப் பகுதியில் சிவலிங்கத்தை நிறுவி சமயச் சடங்குகளையும் மேற்கொண்டுள்ளார். திருநீறு விநியோகித்துள்ளனர். இதை உறுதி செய்யும் வகையிலான புகைப்படங்களும் துண்டறிக்கைகளும் விசாரணையில் தாக்கல் செய்யப்பட்டுள்ளன.

இம்மனுக்களில் இடம்பெற்றுள்ள செய்திகளின் அடிப் படையில் இவ்வழக்கில் பின்வரும் வினாக்களுக்கு விடைகாண வேண்டும் என்று இணை ஆணையர் முடிவு செய்தார். அவர் எழுப்பிய மூன்று வினாக்கள் வருமாறு:

1. சத்தியஞான சபை தொடங்கிய *25.01.1872* லிருந்து யார் சடங்குகளைத் தொடங்கியது?

2. உருவ வழிபாடு எப்போது தொடங்கியது? எப்போது சிவலிங்கம் நிறுவப்பட்டது.

3. இச்சடங்குகள் வள்ளலார் வகுத்த விதிமுறைகளுக்கு உட்பட்டனவா?

இவ்வினாக்களுக்கான விடைகளாக தம் தீர்ப்பில் குறிப்பிட்டுள்ளவை வருமாறு:

சபாபதி சிவாச்சாரியார் வழங்கியுள்ள ஆவணத்தில் நாள், திங்கள், ஆண்டு எதுவும் இல்லை. இதில் இடம் பெற்றுள்ள சபாபதி சிவாச்சாரியார் வள்ளலார் ஆகியோரின் கையொப்பங்கள் அடையாளம் காணப்படவில்லை. இதன் நம்பகத்தன்மை நிலைநாட்டப்படவில்லை.

சபாபதி சிவாச்சாரியார் 13.11.1903வரை அறங்காவலராக இருந்ததாகவும், அவரது உடல்நலக் குறைவுக்குப் பின்னர் அவரது மகனும் மருமகளும் அறங்காவலர்களாக இருந்து தைப்பூசத் திருவிழாவின் போது சைவ சமயம் சார்ந்த சடங்குகளை மேற்கொண்டிருந்தனர் என்ற வாதத்திற்குச் சான்றுகளில்லை. மேலும் சபாபதி சிவாச்சாரியார் மரபினர் அறங்காவலர்களாகத் தொடர்ந்து இருந்தார்கள் என்பது நிரூபிக்கப்படவில்லை. அத்துடன் அறங்காவலர்களே பூசகர்களாக இருந்துள்ளனர் என்பதும் நிரூபிக்கப்படவில்லை.

25.01.1872இல் சத்தியஞான சபை நிறுவப்பட்ட பின்னர் 18.07.1872இல் வழிபாட்டு முறைகள் வகுக்கப்பட்டன. ஜோதி வடிவிலேயே இறைவனை வழிபடும் முறையைத் தவிர வேறு வழிபாட்டு முறைகள் பின்பற்றப்படவில்லை. தற்போதைய லிங்க வழிபாடு மிக அண்மைக்காலத்திலேயே தொடங்கியுள்ளது. இது வள்ளலார் வகுத்துள்ள விதிமுறைகளுக்கு முரணானது.

இணை ஆணையரின் வழிகாட்டுதல்

மேற்கூறிய அறிக்கைகளையும் ஆவணங்களையும் மட்டுமே சான்றுகளாகக் கொள்ளாது 18.07.1872 அன்று சமரச சுத்த சன்மார்க்க சபையை நிறுவிய போது, வள்ளலார் வகுத்த விதிமுறைகளின் சாரத்தைப் பட்டியலிட்டு இவையே இச்சபையின் செயல்பாட்டுக்கான வழிகாட்டி என்று இணை ஆணையர் சுட்டிக் காட்டினார். அவை வருமாறு:

1. சன்மார்க்க சங்கத்தைச் சேர்ந்தோர் வள்ளலார் வகுத்த விதிமுறைகளைப் பின்பற்ற வேண்டும்.
2. பன்னிரெண்டு வயதுக்கு உட்பட்டோரும், எழுபத்தி யிரண்டு ஆண்டுகட்கு மேற்பட்டோரும் சத்தியஞான சபையில் வழிபாட்டை நடத்த வேண்டும்.
3. உள்ளமும் உடலும் தூய்மையானவர்களாக அவர்கள் இருக்க வேண்டும்.
4. நீராடிய பின்னர் தம் பாதங்களை ஆடையால் மறைத்துக் கொண்டு தகரத்தாலும் கண்ணாடி யாலும் செய்யப் பட்ட பெட்டியில் இருக்கும் ஜோதியை அறையில் இருந்து எடுத்துவந்து மேடையில் வைக்க வேண்டும்.
5. தம் பாதத்தைத் துணியால் மறைத்துக் கொண்டு நான்கு நாட்களுக்கு ஒருமுறை கருவறையில் நுழைந்து, கண்ணாடி விளக்கையும் மற்ற இடங்களையும் தூய்மைப்படுத்த வேண்டும்.
6. இதைத் தவிர வேறு எதையும் அங்கு மேற்கொள்ளக் கூடாது.
7. ஞானசபையின் திறவுகோல் நிரந்தரமாக ஒருவரிடமே இருக்கக்கூடாது. பணிமுடிந்ததும் திறவுகோலைப் பெட்டியொன்றில் வைத்துப் பூட்டி பின் அறையையும் பூட்டி அத்திறவு கோலை அப்பகுதியைப் பாதுகாக்கும் காவலரிடமோ, நிர்வாக அதிகாரியிடமோ கொடுத்து விட வேண்டும்.
8. சத்தியஞான சபையில் ஓசையின்மை உறுதியாகக் கடைபிடிக்கப்பட வேண்டும்.
9. எண்ணெய் ஊற்றி எரியும் ஜோதியை தகரத்தாலும் கண்ணாடியாலும் செய்யப்பட்ட பெட்டியில் வைத்துக் காட்ட வேண்டும்.
10. ஜோதியைக் காட்டும்போது மக்கள் இரைச்சலின்றி 'அருட்பெருஞ்ஜோதி' என்ற மந்திரத்தைக் கூற வேண்டும்.
11. வேதம், ஆகமம், புராணம், இதிகாசம் ஆகியனவற்றில் அவர்கள் நம்பிக்கை கொள்ளாதிருக்க வேண்டும்.
12. சைவம், வைணவம், வேதாந்தம், சித்தாந்தம் ஆகியனவற்றில் நம்பிக்கை இல்லாதிருக்க வேண்டும்.

இவ்விதிமுறைகளை அடிப்படையாகக் கொண்டு இவ் வழக்கை ஆராய்ந்து சிவாச்சாரியார் மேற்கொண்ட வழிபாட்டு முறையைத் தடை செய்து இணை ஆணையர் உத்தரவிட்டார்.

மறுஆய்வு மனு

இணை ஆணையரின் இத்தீர்ப்பை எதிர்த்து மறு ஆய்வு மனுக்களை இந்து அறநிலையத் துறையின் ஆணையரிடம் சிவாச்சாரியார் அளித்தார்.

இவற்றில் பின்வரும் வாதங்களை அவர் முன்வைத்தார்.

1. தாம் நிறுவிய சத்தியஞான சபையை சிவாலயமாகவே வள்ளலார் கருதினார்.
2. சிவ ஆகம விதிப்படியே இதில் வழிபாடுகள் நிகழ்ந்தன.
3. மனுதாரரின் (சிவாச்சாரியாரின்) முன்னோர்கள் சிவ ஆகம விதிப்படியே இதில் வழிபாடுகளை நடத்தி வைத்தனர்.

இவ்விவாதங்களை நிலைநாட்டப் பின்வரும் ஐந்து சான்றுகளை அவர் முன்வைத்தார்.

1. வள்ளலார் தாம் எழுதும் கடிதங்களை 'உ' 'சிவமயம்' என்று தொடங்கி, சிதம்பரம் ராமலிங்கம் பிள்ளை என்று கையெழுத்திடுவார்.
2. சத்தியஞான சபையென்பது சிதம்பரம் சித்திர சபையின் மற்றொரு பகுதியாகும்.
3. தமது ஆறாம் திருமுறையில் சிவன், சிவ வழிபாடு, சித்திர சபை ஆகியன குறித்துக் குறிப்பிட்டுள்ளார்.
4. சிவலிங்கம், தூபதீபம், கண்ணாடி ஆகிய பூசைப் பொருட்களை சபாபதி சிவாச்சாரி என்பவரிடம் (வாதியின் முன்னோர்) ஒப்படைத்தார்.
5. சத்தியஞான சபை தொடங்கப்பட்டபோது பின்பற்றப் பட்ட சடங்குகளும், பூசை முறைகளும் இன்றுவரை பின்பற்றப்படுகின்றன.

சபாபதி சிவாச்சாரியாரின் இம்மனுவை எதிர்த்து இராம நாதபுரம் மாவட்டம் பார்த்திபனூர் அருகிலுள்ள புதுக்குடியைச் சேர்ந்த தொண்டர்குல வி.பெருமாள் என்பவர் எதிர்வாதங்கள்

சிலவற்றை முன்வைத்தார். அவற்றுள் முக்கியமான சில செய்திகள் வருமாறு:

சத்தியஞான சபையைத் தெய்வ நிலையமாக வள்ளல்லார் உருவாக்கினார். தைப்பூசம் தொடர்பான துண்டறிக்கைகள் மனுதாரரின் முன்னோரால் தன்னிச்சையாக அச்சடிக்கப்பட்டவை. சத்தியஞான சபையானது சைவ ஆகம விதிமுறையிலான வழிபாட்டு முறையைப் பின்பற்ற வேண்டுமென்று வள்ளலார் விரும்பியிருந்தால் அதை சிவன் கோவிலாக நிறுவியிருப்பார். சைவ ஆகம நெறிப்படி கோவில் ஒன்று நிறுவப்பட்டால், சிவலிங்கம் நிறுவப்பட்டிருக்க வேண்டும். மேலும் கருவறை அர்த்தமண்டபம், மகாமண்டபம், முன்மண்டபம் ஆகியன இருக்க வேண்டும். சிவனுக்கு எதிராக நந்தி நிறுவப்பட்டிருக்க வேண்டும். ஆனால் இவை எதுவும் இல்லாமல் சத்தியஞான சபையை அவர் நிறுவியுள்ளார். சிவலிங்கம் ஒன்றை அங்கு நிறுவி உருவ வழிபாட்டை அவர் நிகழ்த்தியதற்கு வரலாற்றுச் சான்று எதுவுமில்லை.

வள்ளலார் உயிரோடு இருந்தபோது ஆறாம் திருமுறை அச்சிடப்படவில்லை என்பதினாலேயே அதில் இடம்பெற்றுள்ள கருத்துக்களை ஏற்றுக்கொள்ளவில்லை என்ற முடிவுக்கு வந்துவிட முடியாது. 1885இல் வெளியான முதல் பதிப்பில் தொடங்கி, 1896, 1924, 1931-32 ஆண்டுகளில் ஆறாம் திருமுறை நூல் வடிவில் வெளிவந்துள்ளது. இவற்றில் அருட்பெருஞ்ஜோதி அகவல் இடம் பெற்றுள்ளது. சபாபதி சிவாச்சாரியாரின் மறுசீராய்வு மனுவைத் தள்ளுபடி செய்தும் இணை ஆணையரின் தீர்ப்பை உறுதிசெய்தும், இந்து அறநிலையத்துறை ஆணையர் தீர்ப்பு வழங்கினார்.

உயர்நீதிமன்றத்தில்

இந்து அறநிலையத்துறை இணை ஆணையரின் தீர்ப்பையும், அதை உறுதிசெய்து இந்து அறநிலையத் துறையின் ஆணையர் வழங்கிய தீர்ப்பையும் எதிர்த்து உயர்நீதிமன்றத்தில் சபாபதி சிவாச்சாரியார் மேல் முறையீடு செய்தார். இதை விசாரித்த நீதியரசர் சந்துரு மனுதாரர் முன்வைத்த விவாதங்களை ஏற்றுக் கொள்ளாது அவரது மனுவைத் தள்ளுபடி செய்து 24.03.2010இல் தீர்ப்பு வழங்கினார்.

அவரது தீர்ப்பு, வள்ளலாரின் சிந்தனைகள் குறித்த ஆய்வுக் கட்டுரை போல் அமைந்துள்ளது.

தீர்ப்பின் தொடக்கத்தில் வள்ளலாரைக் குறித்த சிறு அறிமுகத்தைச் செய்துள்ளார்.

‘கிழக்குவெளுத் ததுகருணை அருட்சோதி உதயம்
கிடைத்ததென துளக்கமலம் கிளர்ந்ததென தகத்தே
சழக்குவெளுத் ததுசாதி ஆச்சிரம்ஆ சாரம்
சமயமதா சாரம்எனச் சண்டைஇட்ட கலக
வழக்குவெளுத் ததுபலவாம் பொய்ந்நூல்கற் றவர்தம்
மனம்வெளுத்து வாய்வெளுத்து வாயுறவா தித்த
முழக்குவெளுத் ததுசிவமே பொருள்எனும்சன் மார்க்க
முழுநெறியில் பரநாத முரசுமுழங் கியதே’
‘ஆதியும் நடுவும் அந்தமும் இல்லா
அருட்பெருஞ் சோதிஎன் உளத்தே
நீதியில் கலந்து நிறைந்தது நானும்
நித்தியன் ஆயினேன் உலகீர்
சாதியும் மதமும் சமயமும் தவிர்த்தே
சத்தியச் சுத்தசன் மார்க்க
வீதியில் உமைத்தான் நிறுவுவல் உண்மை
விளம்பினேன் வம்மினோ விரைந்தே’

என்ற வள்ளலாரின் பாடல்களுடன் அறிமுகம் தொடங்குகிறது. சமயம், சாதி, ஆகமம், வேதம் என்பனவற்றை அவர் ஏற்றுக்கொள்ளாததை வெளிப்படுத்தும் வழிமுறையாக,

‘சாதியும் மதமும் சமயமும் பொய் என ஆதியில்
உணர்த்திய அருட்பெருஞ்சோதி’
‘ஆகமுடி மேல் ஆரண முடிமேல்
ஆக நின்று ஓங்கிய அருட்பெருஞ்சோதி’
‘சமயம் குலம் முதல் சார்பு எலாம் விடுத்த
அமயம் தோன்றிய அருட்பெருஞ்சோதி’

என்ற வள்ளலாரின் பாடல் வரிகளை எடுத்துக் காட்டுகிறார்.

1866ஆம் ஆண்டில் அன்றைய சென்னை மாநிலத்தில் நிகழ்ந்த கொடிய பஞ்சமும், அப்பஞ்சத்தால் மக்கள் பட்டினியால் வாடியது கண்டு வள்ளலார் பதைபதைத்ததும் தீர்ப்பில் இடம்பெறுகின்றன. இப்பதைபதைப்பு,

'வாடிய பயிரைக் கண்ட போதெல்லாம்
வாடினேன் பசியினால் இளைத்தே
வீடுதோ றிரந்தும் பசியறா தயர்ந்த
வெற்றரைக் கண்டுளம் பதைத்தேன்
நீடிய பிணியால் வருந்துகின்றோர்என்
நேர்உறக் கண்டுளந் துடித்தேன்
ஈடின்மா னிகளாய் ஏழைக ளாய்நெஞ்
சிளைத்தவர் தமைக்கண்டே இளைத்தேன்'

என்ற பாடலாக வெளிப்பட்டதைச் சுட்டிக்காட்டி விட்டு, இது வெறும் புலம்பலாக நின்றுவிடவில்லை என்பதையும் எடுத்துக்காட்டியுள்ளார். 1867ஆம் ஆண்டில் கஞ்சித் தொட்டியொன்றை வடலூரில் அமைத்ததையும், அங்குள்ள அடுப்பில் அவர் ஏற்றிய நெருப்பு இன்று வரை அணையாது தொடர்வதையும், ஏழைகளுக்கு உணவளித்தலை உயரிய குணமாக அவர் கருதியதையும் குறிப்பிட்டுள்ளார். ஏழைகளின் அவல நிலையைப் பொறுக்காது இறைவனை நோக்கி,

'வாழைஅடி வாழைஎன வந்ததிருக் கூட்ட
மரபினில்யான் ஒருவன்அன்றோ வகைஅறியேன் இந்த
ஏழைபடும் பாடுனக்குந் திருவுளச்சம் மதமோ
இதுதகுமோ இதுமுறையோ இதுதருமந் தானோ
மாழைமணிப் பொதுநடஞ்செய் வள்ளல்யான் உனக்கு
மகன் அலனோ நீஎனக்கு வாய்த்ததந்தை அலையோ
கோழைஉல குயிர்த்துயரம் இனிப்பொறுக்க மாட்டேன்
கொடுத்தருள்நின் அருள்ஒளியைக்
கொடுத்தருள் இப்பொழுதே'

என்று வேண்டுவதையும், 'கருணை இலா ஆட்சி கடுகி ஒழிக அருள்நியந்த நன்மார்க்கர் ஆள்க' என்று கூறுவதையும் அவர் நினைவூட்டுகிறார். ஏனைய மடங்கள், ஆதினங்களைப் போன்று வாரிசையோ, இளைய பீடத்தையோ உருவாக்காத தன்மையையும் எடுத்துரைக்கிறார்.

தீர்ப்பின் தொடக்கத்தில் இடம்பெறும் இப்பகுதிகள் வள்ளலாரைக் குறித்த சரியான சித்திரத்தை வழங்குகின்றன.

* * *

வள்ளலாரின் உண்மையான இயல்பை வெளிப்படுத்தும் வகையில் முன்வைக்கப்பட்ட சான்றுகளையும், விவாதங்களையும் தம் தீர்ப்பில் எடுத்தாள்கிறார். அடுத்து வள்ளலாரின் கருத்துக்களின் சாரத்தை வெளிப்படுத்தும் தன்மைகொண்ட பின்வரும் திரு அருட்பா பாடல்களை மேற்கோளாகக் காட்டுகிறார். வள்ளலாரின் சமய நெறிமுறைகள் குறித்தும் பின்வரும் செய்திகளைக் குறிப்பிடுகிறார்.

உருவ வழிபாட்டை ஏற்காமையும், ஜோதி என்ற பெயரில் நெருப்பை வழிபடுவதும் வள்ளலாரின் கருத்தாக இருந்துள்ளது. நிறுவன சமயம் எதற்கும் அவர் இடமளிக்கவில்லை. மனித குலத்திற்கு முழுமையான இடத்தை அவர் வழங்கியுள்ளார். சாதி அடிப்படையிலான பாகுபாட்டிற்கு அவர் இடமளிக்கவில்லை.

'எச்சம யங்களும்பொய்ச்சம யமென்றீர்
இச்சம யம்இங்கு வாரீர்
மெய்ச்சம யந்தந்தீர் வாரீர்'
'சதுமறை யாகம சாத்திர மெல்லாஞ்
சந்தைப் படிப்புநஞ் சொந்தப் படிப்போ
விதுநெறி சுத்தசன் மார்க்கத்திற் சாகா
வித்தையைக் கற்றன னுத்தர மெனுமோர்
பொதுவளர் திசைநோக்கி வந்தன னென்றும்
பொன்றாமை வேண்டிடி லென்றோழி நீதன்
அதுவிது வென்னாம லாடேடி பந்து
அருட்பெருஞ் சோதிகண் டாடேடி பந்து'
'சாதியிலே மதங்களிலே சமயநெறி களிலே
சாத்திரச்சந் தடிகளிலே கோத்திரச்சண் டையிலே
ஆதியிலே அபிமானித் தலைகின்ற உலகீர்
அலைந்தலைந்து வீணேநீர் அழிதல்அழ கலவே
நீதியிலே சன்மார்க்க நிலைதனிலே நிறுத்த
நிருத்தமிடும் தனித்தலைவர் ஒருத்தர்அவர் தாமே
வீதியிலே அருட்சோதி விளையாடல் புரிய
மேவுகின்ற தருணம்இது கூவுகின்றேன் உமையே'
'செவ்வணத் தவரும் மறையும்ஆ கமமும்
தேவரும் முனிவரும் பிறரும்
இவ்வணத் ததுஎன் றறிந்திடற் கரிதாம்

எந்தைநின் திருவருள் திறத்தை
எவ்வணத் தறிவேன் எங்ஙனம் புகல்வேன்
என்தரத் தியலுவ தேயோ
ஒவ்வணத் தரசே எனக்கென இங்கோர்
உணர்ச்சியும் உண்டுகொல் உணர்த்தே'

உருவமில்லாத வழிபாடும், நிறுவன சமய மறுப்பும் வள்ளலாருக்கு எதிரிகளை உருவாக்கின. அவருக்கு எதிரான பரப்புரையை அவரது எதிரிகள் மேற்கொண்டனர். அவரது பாடல்கள் 'திருஅருட்பா' என்றழைக்கப்படுவதை எதிர்த்து, 'மருட்பா' என்றழைத்தனர். இதுதொடர்பாக ஆறுமுக நாவலர் கடலூர் நீதிமன்றத்தில் 1869இல் வழக்குத் தொடுத்தார். இறுதியில் அது தள்ளுபடி செய்யப்பட்டது.

தீர்ப்பின் இறுதியில் சிந்தனைக்குரிய கருத்து ஒன்றையும் நீதியரசர் சந்துரு முன்வைத்துள்ளார். புத்தமதத்தைப் பின்பற்றும்படி மறைமுகமாக மக்களை வேண்டியுள்ளார் என்பதே அக்கருத்தாகும். இதற்குச் சான்றாக,

'சாக்கிய வேதந் தேக்கிய பாதம்
தாக்கிய ஏதம் போக்கிய பாதம்

* * *

'புத்தந்தரும் போதா வித்தத்தருந் தாதா
நித்தந்தரும் பாதா சித்தந்திரும் பாதா'

என்ற வள்ளலாரின் பாடல் வரிகளை முன் வைக்கிறார். முற்போக்குச் சிந்தனையாளர்கள் ஆராய வேண்டிய ஆய்வுப்பொருள் இது.

* * *

இவ்வழக்கு வேறொரு சிந்தனையையும் தூண்டுகிறது. சபாபதி சிவாச்சாரியார், சிவலிங்கத்தை வள்ளலாரின் சத்தியஞான சபையில் நிறுவி, சைவ ஆகம விதிமுறைப்படி வழிபாடு நிகழ்த்தத் தொடங்கியது தான் இவ்வழக்கின் அடிப்படைக்காரணம். இன்று கிராமப்புற நாட்டார் தெய்வங்கள் ஆதிக்க வகுப்பினரால் ஆகம விதிக்குள் கொண்டு வரப்படுகின்றன. அம்மன்கள் அம்பாள் களாக்கப்படுகின்றன. நாட்டார் தெய்வக் கோவில்களுக்குள்

சிவனும், விஷ்ணுவும், முருகனும் அத்துமீறி நுழைந்து, அச்சாமிகளின் அசைவ உணவுப் படையலைத் தடுக்கின்றனர். ஆகம விதிகளின்றி நிறுவப்பட்ட இக்கோவில்களில் ஆகம விதிப்படி குடமுழுக்கு நிகழ்கிறதே! இதை எதிர்த்து வழக்குத் தொடர்ந்தால் என்ன? நீதியரசர் சந்துரு இதற்கு வழிகாட்டினால் நன்றாக இருக்கும்.

(நீதியரசர் சந்துருவின் தீர்ப்பு)

உங்கள் நூலகம், நவம்பர் 2014

12

பெரியாரின் குடியரசு

காலனிய ஆட்சிக் காலத் தமிழ்நாட்டின் சமூக வரலாற்றை ஆராயப்புகும் எவரும் பெரியாரைப் புறக்கணித்துவிட முடியாது. ஒருவகையில் பெரியாரின் வருகைக்கு முன், பெரியாரின் வருகைக்குப் பின் என்று பகுத்து ஆராய்வது கூடப் பொருத்தமான ஒன்றுதான். தன் அரசியல் வாழ்வை, தேசியவாதியாகத் தொடங்கிய பெரியார், பின் சமதர்மச் சிந்தனைக்கு ஆட்பட்டு, 'சமதர்ம கட்சி' என்ற இயக்கத்தை உருவாக்கி, ஒரு கட்டத்தில் அதிலிருந்து விலகி, சமூக சீர்திருத்தவாதியாக நிலைத்து நின்றவர். காங்கிரஸ் இயக்கத்திற்குள் அவர் இருந்தபோதும்கூட சமூக சீர்திருத்தவாதியாகவே விளங்கினார்.

வகுப்புவாரி இட ஒதுக்கீடு வேண்டியும், பிராமணிய மேலாண்மையை எதிர்த்தும் கோவில் நுழைவு உரிமை வேண்டியும், மூட நம்பிக்கைகளை எதிர்த்தும் அவர் குரல் எழுப்பிய போது காங்கிரஸ் இயக்கத்தில்தான் இருந்தார். வேறுபாடான காங்கிரஸ்காரராகவே அவர் காட்சியளித்தார்.

சுயமரியாதை இயக்கம் என்ற பெயரிலான இயக்கத்தைத் தோற்றுவித்த போதும், திராவிடர் கழகத்தை நிறுவிய போதும் மேற்கூறிய சமூக சீர்திருத்த உணர்வுகளைப் பரப்புவதிலும் செயல் படுத்துவதிலும் வடமொழி, இந்தி எதிர்ப்பிலும் தீவிரமாக முனைந்து நின்றார். தேசிய இயக்கத்தில்

இருந்து தன்னை முற்றிலும் விடுவித்துக்கொண்டது இதற்கு முக்கியக் காரணமாக அமைந்தது.

சமூக விடுதலைக்கான அவரது போராட்டத்தை, தமது இறுதிமூச்சு வரை இடைவிடாது நடத்தினார். இதன் பொருட்டு மக்களிடம் தம் கருத்துக்களைக் கொண்டுசெல்ல அவர் பயன் படுத்திய கருத்தாயுதம் சொற்பொழிவுகள்தான். நூல்கள் என்ற வகையில் அவர் எழுதிய நூல்களை விரல் விட்டு எண்ணி விடலாம். அவையும் கூட அளவில் சிறியவைதாம். அவர் எழுத்தாற்றல் கொண்டவர் என்பதை அவர் நடத்திய 'குடியரசு', 'புரட்சி', 'விடுதலை' ஆகிய இதழ்களில் அவர் எழுதிய தலையங்கங்களும், கட்டுரைகளும் சான்று பகரும்.

குறுநூல்கள் (Pamphlets) வெளியீட்டில் அவர் ஆர்வம் காட்டினார். சாதாரணமான தாளில், கவர்ச்சியற்ற மேலட்டை தாங்கிய குறுநூல்களை அவர் வெளியிட்டு வந்தார். தாம் கலந்துகொள்ளும் பொதுக் கூட்டங்களில் தமது இயக்கம் வெளியிட்ட நூல்களின் பெயர், அவற்றின் உள்ளடக்கம், விலை ஆகியனவற்றை அறிமுகப்படுத்தி அவற்றை வாங்கும்படி மக்களிடம் கூறிய பின்னரே தமது உரையைத் தொடங்குவதை வழக்கமாகக் கொண்டிருந்தார். அவரது இயக்கத் தோழர்கள் அவர் குறிப்பிடும் நூல்களை அக்கூட்டத்தில் விற்பனை செய்வர்.

கடவுள் மறுப்பு, மத எதிர்ப்பு, சாதியொழிப்பு, மூட நம்பிக்கை ஒழிப்பு, பிராமண எதிர்ப்பு என்பன வற்றை மையமாகக்கொண்டு, தான் ஆற்றிய சொற்பொழிவுகளை ஆவணமாக்குவதில் அவர் தெளிவாக இருந்தார். எனவே அவை அவர் நடத்திய பத்திரிக்கைகளில் விரிவாக வெளிவந்தன. அது போல் அவரது கருத்துக்களுடன் தொடர்புடையனவற்றை சிறு கட்டுரைகளாகவும், செய்திக் குறிப்புகளாகவும், தலையங்கமாகவும் எழுதி வெளியிட்டு ஆவணப்படுத்தி வந்தார்.

இவ்வாறு ஆவணப்படுத்தும் அவரது நோக்கத்திற்கு, தமிழ் நாட்டில் வெளிவந்து கொண்டிருந்த எந்த இதழும் உதவாது என்பதைத் தெளிவாக உணர்ந்திருந்தார். மேலே குறிப்பிட்ட அவர் நடத்திய இதழ்களே அவரது கருத்துக்களைத் தாங்கி நிற்கும் ஆவணங்களாக விளங்கின.

குடி அரசு

பெரியார் உருவாக்கி வளர்த்த இதழ்களில் குறிப்பிடத்தக்க இதழ் குடி அரசு. 1925ஆம் ஆண்டு மே இரண்டாம் நாளில் இருந்து வார இதழாக ஈரோடு நகரில் இருந்து வெளிவந்தது. இடையில் 1929இன் நடுப்பகுதியில் மட்டும் சென்னையில் இருந்து வெளியாகி, பின் 1930 இல் தொடங்கி 1949 இல் நின்று போகும் வரை ஈரோட்டில் இருந்தே வெளிவந்தது. இரண்டாம் உலகப் போரின் காரணமாக 1941, 1942 ஆண்டுகளில் குடி அரசு இதழ் வெளிவரவில்லை.

பொழுதுபோக்குத் தன்மைகொண்ட பத்திரிக்கைகளில் இருந்து வேறுபட்ட பத்திரிக்கையாக இது விளங்கியது. இதில் வெளிவந்துள்ள கருத்துக்களால் ஈர்க்கப்பட்டோர் தம் குழந்தை களுக்கு "குடி அரசு" என்று பெயரிட்டனர்.

பல முக்கிய சமூக நிகழ்வுகள் நடந்த காலத்தில் குடி அரசு இதழ் வெளிவந்துள்ளது. நீதிக்கட்சி, காங்கிரஸ் கட்சி என்பன தேர்தலில் வெற்றி பெற்று அன்றைய சென்னை மாநிலத்தில் ஆட்சி புரிந்தன. பிராமணர், பிராமணர் அல்லாதோர் போராட்டம், சேரன்மாதேவி குருகுலப் போராட்டம், இந்தி எதிர்ப்புப் போராட்டம், உணவு விடுதிகளில் அமர்ந்து உணவு உண்ண சமத்துவம் வேண்டல், தீண்டாமை எதிர்ப்பு, விவசாயிகள், தொழிலாளர்கள் எழுச்சி போன்ற சமூக எழுச்சிகள் நிகழ்ந்தன. இவை குறித்த அரசு ஆவணப் பதிவுகள் ஒரு பக்கம் இருக்க 'குடி அரசு' இதழில் பெரியார் தன் பங்கிற்கு ஆவணப்படுத்தியிருந்தார்.

இதனால் சமூக வரலாற்றாய்வாளர்களின் ஆவணத் தேடலில் "குடி அரசு" தவிர்க்க முடியாத இடத்தைப் பெற்றுள்ளது. சில தனி மனிதர்களிடமும், ஆய்வாளர்களுக்கான நூலகங்களுக்கும் சென்று குடிஅரசின் பழைய இதழ்களைத் தேடிப் பிடித்து தம் ஆய்வை மேற்கொண்டனர். ஆனால் சமூக மாறுதலை விரும்பும் அனைத்துத் தரப்பினரும் படித்தறியவும், சுயமரியாதை உணர்வை மக்களிடம் ஊட்டவும் 'குடி அரசு' இதழ்கள் கிட்டவில்லை. இவ்வருந்தத்தக்க நிலையைப் போக்கும் வகையில் மரியாதைக் குரிய பெரியார் இயக்கவாதிகளான, திரு.கி.வீரமணி, திரு.கொளத்தூர் மணி, திரு.ஆனைமுத்து ஆகியோர் 'குடி அரசு' இதழ்களைக் கால வரிசையில் தொகுத்துப் பதிப்பித்துள்ளார்கள்.

இப்பதிப்புகள் பெரியாரை அவரது உரைகள், எழுத்துக்களின் வாயிலாக நமக்கு அறிமுகம் செய்கின்றன. நிகழ்காலத்தைக் கடந்து, கடந்த காலத்திற்கு நம்மை அழைத்து செல்கின்றன. நம் மூதாதையர் பட்ட அவமானங்களை நாம் அறியும்படிச் செய்கின்றன. அத்துடன் சினங் கொள்ளவும் தூண்டுகின்றன. இப்படி யெல்லாம் நடந்திருக்குமா என்று நம்மை வியப்படையச் செய்கின்றன. நமது எதிரிகள் யார் என்பதை இனங் காட்டுகின்றன, எல்லாவற்றிற்கும் மேலாக, பெரியாரின் பணி இன்றும் நமக்குத் தேவை என்பதை நாம் உணரும்படிச் செய்கின்றன.

'குடி அரசு' இதழ்களின் தொகுப்புகளின் எண்ணிக்கை அதிகம் என்பதால் விலையும் கூடுதலாக அமைவது தவிர்க்க இயலாத ஒன்று. அதற்காக அவற்றை வாங்குவதைத் தவிர்ப்பது நன்றன்று. அனைத்துத் தொகுதிகளையும் வாங்க முடியாதோர் தம் ஆர்வத்திற் கேற்ப வாங்கும் வகையில் கடவுள் - மதம் - சாதி - தீண்டாமை என்ற தலைப்புகளில் 'பெரியார் களஞ்சியம்' என்ற பெயரில் பொருள் அடிப்படையிலான தொகுப்புகளை மரியாதைக்குரிய திரு.கி.வீரமணி அவர்களைப் பதிப்பாசிரியராகக் கொண்டு, பெரியார் சுயமரியாதைப் பிரச்சார நிறுவனம் வெளியிட்டு வருவதும் குறிப்பிடத்தக்கது.

பல தொகுதிகளாக வெளிவந்துள்ள பெரியாரின் எழுத்துக்கள், உரைகள் ஆகியனவற்றில் இருந்து சில பகுதிகளை இனி பார்க்கலாம்.

காலனி அரசின் பணிகளில் பிராமணர்களும் அவர்களை அடுத்த நிலையில் இருந்த வேளாளர்களும் மிகுதியான இடத்தைக் கைப்பற்றி இருந்தனர். இவ்விரு சாதியினரையும் விட எண்ணிக்கையில் அதிகமான பிற்படுத்தப்பட்ட சாதியினரும், ஒடுக்கப்பட்ட சாதியினரும் வேலைவாய்ப்பில் உரிய பங்கின்றி இருந்தனர். இத்தகைய சமூகச் சூழலில் நாடார் சமூகத்தைச் சேர்ந்த வழக்கறிஞர் ஒருவர் மாவட்ட உரிமையியல் நீதிபதியாக நியமிக்கப்பட்டதை வரவேற்று 26.10.1930ல் *நாடார் முன்சீப்பு* என்ற தலைப்பில் துணைத் தலையங்கம் ஒன்றைக் குடி அரசு இதழ் வெளியிட்டுள்ளது. அதன் தொடக்கப்பகுதி வருமாறு:

சென்னையில் ஹைக்கோர்ட் வக்கீலாக இருந்த உயர்திரு. நடராஜ நாடார் பி.ஏ.பி.எல் அவர்கள் ஹைகோர்ட்

ஜட்ஜிகளின் தயவினால் விருத்தாசலம் (தென்னாற்காடு ஜில்லா) முன்சீப்பாய் இம்மாதம் நியமனம் பெற்று உத்தியோகம் ஒப்புக்கொண்டார். இந்த கனவான் சுமார் ஒன்றரை வருஷத்திற்கு முன்பாகவே முன்சீப் லிஸ்டில் தாக்கல் செய்யப்பட்டவர். இந்நியமனம் வகுப்புவாரி உரிமை வலியுறுத்தப்பட்டதன் மூலமே கிடைக்கப் பட்டதாகும். இல்லையானால் இதற்கும் ஒரு அய்யரோ, அய்யங்காரோதான் வந்திருப்பார். இந்த உத்தியோகத்தில் இவரைச் சேர்த்து இப்போது இரண்டே நாடார்கள் நியமனம் பெற்றிருக்கிறார்கள். சப் ஜட்ஜியாகவோ, ஜில்லா ஜட்ஜியாகவோ பிரிட்டிஷ் அரசாங்கம் ஏற்பட்டது முதல் இதுவரை யாரும் வந்ததில்லை என்றுதான் சொல்ல வேண்டும். நாடார் சமூகத்திற்கென்று ஏதாவது உத்தியோகம் ஒதுக்கி வைக்கப்பட்டாலும் அதை, சில கிறிஸ்தவர்கள் வந்து தாங்களும் நாடார் என்று சொல்லிக் கொள்ளை அடித்துக் கொண்டுபோய் விடுகின்றார்கள். நாடார் மக்களும் ஏமாந்து விட்டுக்கொண்டே இருக்கின்றார்கள். இனியாவது நாடார் மக்கள் கண் விழித்து, கிறிஸ்தவ நாடார்கள் என்று சொல்லிக் கொள்ளுபவர்களை கிறிஸ்தவர் களுக்குண்டான விகிதாசாரத்தில் பெற்றுக் கொள்ளும் படியும், தங்கள் சமூகத்தினற்குண்டான விகிதாச்சாரத்தில் வேறு யாரும் பிரவேசிக்காதபடியும் பார்த்துக் கொள்ள வேண்டும்.

சிதம்பர நாடார் என்பவர் ராமநாதபுரம் தேவஸ்தானக் குழுவில் உறுப்பினராக நியமிக்கப்பட்டதை வரவேற்று ***21.12.1930***இல் குடி அரசு இதழில் துணைத் தலையங்கம் எழுதியுள்ளார்.

25.10.1931 குடிஅரசு இதழில், '**ஆதி திராவிடர்களுக்கு இந்துக்களின் துரோகம்**' என்ற தலைப்பில் தலையங்கம் ஒன்று வெளியாகியுள்ளது. தலையங்கத்தின் இறுதிப் பகுதி பின்வருமாறு முடிவடைகிறது.

"ஆதிதிராவிடர்கள் இனி இந்துக்களை நம்புவதோ, காங்கிரசையோ, காந்தியையோ நம்புவதோ 'தான் சாக மருந்து குடிப்பதை'யே ஒக்கும் என்று தைரியமாய்

சொல்லுகின்றோம். கண்டிப்பாய் இனி ஆதிதிராவிடர்கள் அரசியலில் தனித் தொகுதி தேர்தல் முறையும், வகுப்புவாரி உத்தியோக முறையும் இல்லாமல் இந்தியாவில் அரை நிமிஷம் கூட மனிதர்களாய் வாழ முடியாது. ஆதலால் அவர்கள் தனித்து நின்றோ அல்லது தங்களுக்கு வேண்டிய உதவி அளிக்கக் கூடியவர்களுடன் கலந்தோ முயற்சி செய்து லட்சியத்தை அடையக் கவலை கொள்ளவேண்டியது அவசியம் என்றும் ஏமாந்துவிடக்கூடாது என்றும் தெரிவித்துக்கொள்கின்றோம்."

'தீண்டாதாருக்கு விமோசனம் முகமதியரைத் தழுவுவதை விட வேறு கதியில்லை' - என்ற தலைப்பில் குடி அரசு 25.10.1931 இதழில் வெளியான கட்டுரையின் முடிவு இவ்வாறு அமைந்துள்ளது.

"ஆகவே எனதருமைச் சகோதரர்களே! தீண்டப் படாத சகோதரர்களே!! தெருவில் நடக்க, குளத்தில் தண்ணீர் மொண்டு குடிக்க - கண்ணில் தென்பட உரிமை இல்லாத சகோதரர்களே!!!

நீங்கள் மனிதர்களாக மதிக்கப்பட வேண்டுமானால் ஒன்று:- இந்து மதத்தை விட்டு வெளியேறுங்கள். இரண்டு: - முகமதியர்களைச் சாருங்கள். இந்த இரண்டு காரியத்தாலும் நாம் உலக மக்களுக்கே சுயமரியாதை கொடுக்கலாம். மற்றபடி நமக்கு வேறு விமோசனமே இல்லை! இல்லை!! இல்லை!!!"

23.10.1933இல் களத்தில்வென்றான் பேட்டை கிராமத்தில் நடைபெற்ற இலால்குடி தாலுக்கா ஆதிதிராவிடக் கிருஸ்தவர்கள் மாநாட்டில் பெரியார் ஆற்றிய சொற்பொழிவு 07.05.1933 குடி அரசு இதழில் விரிவாக வெளியாகியுள்ளது. அதன் ஒரு பகுதி பின்வருமாறு : -

"உங்கள் மதங்கள் எல்லாம், உங்கள் கடவுள் கட்டளை எல்லாம் 'பொறு பொறு' 'அவசரப்படாதே', 'ஆத்திரப் படாதே' உனது வாழ்வில் உள்ள எல்லா துன்பங்களையும், எல்லா இழிவுகளையும் பொறுமையோடு பொறுத்துக் கொண்டிருந்தால் நீ செத்த பிறகு மேல் லோகத்தில் கடவுள்

உன்னுடைய பொறுமைக்காக நல்ல சன்மானம் கொடுப்பார். அடுத்த ஜன்மத்தில் நல்ல பிறவி பெறுவாய், பொறுத்தார் பூமியாள்வார் என்றுதான் உபதேசிக்கும். இந்த உபதேசத்தை ஆயிரக்கணக்கான வருஷங்களாகக் கேட்டு கேட்டு அதன்படி பொறுமையாய் இருந்து வந்ததின் பலன்தான் இன்றும் இன்னமும் நீங்கள் பொறுமையாகவே இருந்து இழிவடைந்து கஷ்டப்பட்டு சீக்கிரம் செத்து கடவுளிடம் சன்மானம் பெற வேண்டியவர்களாக இருக்கின்றீர்கள்.

ஆகவே, செத்த பிறகு மேல் லோகத்தில் அல்லது அடுத்த ஜன்மத்தில் பயன் பெறலாமென்கின்ற பித்தலாட்ட, சுயநல சூட்சியான உபதேசத்தை அடியோடு மறந்து இந்த ஜன்மத்தில் நீங்கள் சாவதற்கு முன் உங்கள் இழிவுக்கும், கஷ்டத்திற்கும் என்ன பரிகாரம் என்பதைக் கவனித்து அதற்குத் தக்கது செய்ய முன் வாருங்கள்."

சென்ற நூற்றாண்டின் முப்பதுகளில் பேருந்துகளில் இருந்த சாதிய அடிப்படையிலான தடை குறித்தும் ராமநாதபுரம் மாவட்ட ஆட்சிக் கழகத்தின் தலைவராக இருந்த திரு.சவுந்தரபாண்டிய நாடார் அதை நீக்கி விடுவித்த உத்தரவு குறித்தும் **28.12.1930** இல் குடி அரசு இதழில் வெளியான செய்தி வருமாறு:

"இந்த ஜில்லாவிலுள்ள சில மோட்டார் கம்பெனி முதலாளிகள் ஆதிதிராவிடர்களை தமது 'பஸ்களில்' ஏற்றிக் கொண்டு போவதில்லையென்றும் டிக்கட்டில், 'ஆதிதிராவிடர் களுக்கு டிக்கட்டு கொடுக்கப்பட மாட்டாது' என்ற நிபந்தனை ஏற்படுத்தியிருப்பதாயும் அறிகின்றோம். இவ் வழக்கம் பிரயாணி களுக்கு இடைஞ்சல் உண்டு பண்ணத் தக்கதாகவும், மிக அக்கிரம மானதாகவும் இருக்கிறது. ஆகவே, மோட்டார் கம்பெனி முதலாளிகள் ஏதேனும் ஒரு சமூகத்தாரை பஸ்சில் ஏற்றிச் செல்ல மறுக்கவோ டிக்கட்டுகளில் மறுப்பு விதிகள் அச்சிடவோ செய்தால் அவர்களுடைய லைசன்சு முன்னறிக்கை கொடாமலே ரத்து செய்யப்படுமென இதனால் எச்சரிக்கை செய்கிறோம். இந்த சுற்றுக் கடிதம் கிடைத்து ஒரு வாரத்துக்குள் அந்தத் தடைவிதி நீக்கப்பட்டதா அல்லவா என்று சாம்பிள் டிக்கட்டுடன் ரிப்போர்டு செய்து கொள்ள வேண்டும்."

இதுபோன்று சமூகம், மதம், பெண்ணடிமை சமூக சீர்திருத்தம், அரசியல், சாதி, தீண்டாமை, அரசியல் தொடர்பான

பெரியாரின் உரைகளும் கட்டுரைகளும் இத்தொகுதிகளில் இடம் பெற்றுள்ளன. பேராசிரியர் மா.நன்னன் "பெரியாரடங்கல்" என்ற தலைப்பில் பொருள் அடிப்படையில் வகைப்படுத்தி பொருளடைவு ஒன்றை வெளியிட்டுள்ளார். இத்தொகுப்பில் 13,763 தரவுகள் இடம் பெற்றுள்ளன. பெரியார் காலத்திய 'விடுதலை', 'உண்மை', 'பிறந்த நாள் மலர்'களிலிருந்தும் இத் தரவுகளை அவர் தொகுத்துள்ளார். பெரியாரைப் பயில இந்நூலும் உறுதுணையாய் அமையும்.

இடைநிலை சாதியினரை முன்நிறுத்தி தீண்டாமைக்கு ஆட்பட்டிருந்த மக்கள் பிரிவினரைப் பெரியார் புறக்கணித்தார் என்றும், இந்துமதத்தை மட்டுமே அவர் விமர்சனம் செய்தார் என்றும், இன்று முன்வைக்கப்படும் கருத்துக்கள் தவறானவை என்பதை இத்தொகுப்பை வாசிப்போர் உணர்வர்.

1. குடியரசு : பெரியாரின் எழுத்தும் பேச்சும் (பெரியார் திராவிடர் கழகம், சென்னை - 41)

2. பெரியார் களஞ்சியம் குடி அரசு: தந்தை பெரியார் ஈ.வெ. ராமசாமி அவர்களின் எழுத்துகளும் சொற்பொழிவுகளும் (கால வரிசைப்படி) (டாக்டர் கி.வீரமணி டி.லிட்., செயலாளர், பெரியார் சுயமரியாதைப் பிரச்சார நிறுவனம்)

3. பெரியார் சிந்தனைகள், பெரியாரின் உரைகளும் எழுத்துக்களும், பெரியார் ஈ.வெ. இராமசாமி - நாகம்மை கல்வி, ஆராய்ச்சி அறக்கட்டளை, சென்னை - 5.

உங்கள் நூலகம், டிசம்பர் 2014

13

•டேவிட் லுடன்: இந்தியாவை இந்துமயமாக்கல்

இந்தியாவில் செயல்பட்டு வரும் அரசியல் கட்சிகள், கட்சியின் துணையமைப்பாக இருவகையான அமைப்புகளைக் கொண்டிருக்கும். முதலாவது அமைப்பு வர்க்க அமைப்பாகும். இவ்வமைப்பினுள் உழைக்கும் மக்களுக்கான தொழிற்சங்கம், விவசாய சங்கம் என்பன அடங்கும். இரண்டாவது அமைப்பு வெகுசன அமைப்பு எனப்படும். இவ்வமைப்பினுள் மாணவர் இயக்கம், இளைஞர் அமைப்பு, மகளிர் அமைப்பு, கலை, இலக்கியம், பண்பாடு தொடர்பான அமைப்பு என்பன அடங்கும். இவ்விரு அமைப்பு களும் ஒரு வகையில் சுயேச்சைத் தன்மை கொண்டவை யாகவும், மற்றொரு பக்கம் அவ்வமைப்புகளைக் கொண்டிருக்கும் அரசியல் கட்சியின் அடிப்படைக் கோட்பாடுகளுக்கு முரண்படாதவாறும் செயல் படும். தாம் சார்ந்துள்ள அரசியல் கட்சியினை இவை கட்டுப்படுத்தாது.

ஆனால் இப்போக்குக்கு நேர்மாறாக ஓர் இயக்கம் இந்தியாவில் உள்ளது. ஆர்.எஸ்.எஸ் என்று சுருக்க மாக அழைக்கப்படும் 'ராஷ்டிரிய ஸ்யம் சேவக் சங்' என்ற அமைப்பு, இந்து சமயம் சார்ந்த ஒரு பண் பாட்டு இயக்கமென்று தன்னை வெளிப்படுத்திக் கொண்டு உள்ளது. ஆனால் உண்மையில் இது மத அடிப்படைவாத இயக்கமாகும். எந்த ஒரு அரசியல்

• பேராசிரியர் ரகு அந்தோனியுடன் இணைந்து

கட்சியையும் சாராத இயக்கமென்று கூறிக்கொள்ளும் இவ்வியக்கம், தனக்கென ஓர் அரசியல் கட்சியை உருவாக்கி உள்ளது. அந்தக் கட்சிதான் பாரதீய ஜனதாக் கட்சியாகும்.

இதர அரசியல் கட்சிகள் தனது வர்க்க அமைப்புகளுக்கும், வெகுசன அமைப்புகளுக்கும் வழிகாட்டுவதற்கு மாறாக இங்கு ஒரு வெகுசன அமைப்பு ஓர் அரசியல் கட்சியை வழிநடத்திச் செல்கிறது. இவ்வாறு இந்தியாவில் ஓர் அரசியல் கட்சியைத் தனக்கெனக் கொண்டிருக்கும் ஆர்.எஸ்.எஸ். சிறுபான்மையினர் எதிர்ப்பு, மதத்தின் பெயரிலான கலவரங்கள், செல்லரித்துப்போன காலத்துக்குப் பொருந்தாத மரபுகளைப் பேணுதல், கருத்துரிமை எதிர்ப்பு என்பன போன்ற செயல்பாடுகளைக் கொண்டியங்குவது. தன்னைப் பண்பாட்டுக் காவலனாகக் கருதிச் செயல்படும் இவ்வமைப்பு சராசரி மனிதர்களின் வாழ்வில் குறுக்கீடு செய்யும். ஆனால் பணம் படைத்தோரிடம் ஒதுங்கியே நிற்கும்.

சான்றாக காதலர் தினத்தை நேரடியாகவும், இதன் துணை அமைப்புகள் வாயிலாகவும் எதிர்த்தும், காதலர் தினத்தன்று நாய்களுக்கும், கழுதைகளுக்கும் திருமணம் செய்வித்தும். காதலர்கள் மீது வன்முறையை ஏவும். இது இந்தியப் பண்பாட்டுக்கு எதிரானது என்று முழங்கும். அதே நேரத்தில் பணம்கொழிக்கும் கிரிக்கெட் போட்டிகளின் போது 'சியர்ஸ் கேர்ள்ஸ்' என்ற பெயரில் நிகழும் ஆபாச நடனத்தைக் கண்டு கொள்ளாது. (இந்தியக் கிரிக்கெட் வாரியத்தில் பி.ஜே.பி கட்சியைச் சேர்ந்த அருண்ஜெட்லி இடம் பெற்றுள்ளது நினைவில் கொள்ளத்தக்கது).

இந்தியாவின் சமூக வாழ்வில் அரை நூற்றாண்டுக்கும் மேலாக எதிர்மறையான செயல்பாடுகளைக் கொண்டியங்கும் இவ்வமைப்பு குறித்து வரலாற்றாய்வாளர்கள், பத்திரிக்கையாளர்கள், சமூக வியலாளர்கள் ஆகியோர் எழுதிய கட்டுரைகளின் தொகுப்பே இந்நூலாகும்.

இந்நூலின் பதிப்பாசிரியர் டேவிட்லுடன் அமெரிக்க நாட்டைச் சேர்ந்தவர். பென்சில்வேனியா பல்கலைக்கழகத்தில் வரலாற்றுப் பேராசிரியராகப் பணியாற்றுபவர்.

Pleasant History In South India என்ற இவரது ஆய்வு நூல் தமிழகத்தின் தென்மாவட்டமான திருநெல்வேலிப் பகுதியில்

நிகழ்ந்த வேளாண் நில உறவுகளையும் சமூக மாறுதல்களையும் விவரிக்கும் ஆழமான ஆய்வு நூல்.

* * *

இந்தியாவில் வகுப்புவாதத்தையும் அதன் பல்வேறு பரிமாணங்களையும் விளக்கி எழுதப்பட்டுள்ள பல கட்டுரைகள் இத்தொகுப்பில் இடம்பெற்றுள்ளன. வரலாறு, மானுடவியல், அரசியல், ஊடகம், கலை, இலக்கியம், சமயம், சாதி ஏற்றத்தாழ்வு, வர்த்தக பொருளாதார நலன் போன்ற பல கண்ணோட்டங்களில் இந்துத்துவாவை இந்நூல் ஆய்வு செய்கிறது என்று தம் முன்னுரையில் டேவிட் லுடன் குறிப்பிடுகிறார்

டேவிட் லுடனின் முன்னுரையில் இடம்பெற்றுள்ள சில முக்கியச் செய்திகள் வருமாறு: இந்தியாவின் வகுப்புவாதம் காலனி ஆட்சியாளர் உருவாக்கியதாகும். வங்கப் பிரிவினையைத் தொடர்ந்து அன்னியச் சுரண்டல் ஆட்சியானது தன் மேலாண் மையைத் தக்கவைத்துக் கொள்வதற்காக உருவாக்கி வளர்த்த வொன்று.

விடுதலையைத் தொடர்ந்து ஏற்பட்ட பிரிவினையை அடுத்து சற்றே ஓய்ந்திருந்த வகுப்புவாதம், 1980களில் மீண்டும் தீவிரமாகத் தலைதூக்கி 1990களில் அதன் முழுப் பரிணாம வளர்ச்சி வடிவத்தை பாபர் மசூதி தகர்ப்பிலும், பம்பாய் தொடர் குண்டு வெடிப்பு நிகழ்வுகளிலும், குஜராத் இனப்படுகொலைகளிலும் வெளியே காட்டியது. இந்த வளர்ச்சி மற்றும் அதன் செயல் பாடுகளை அவற்றின் பல்வேறு படிநிலைகளில் விவரித்து விளக்குவதில் இந்நூல் ஓரளவு வெற்றி கண்டுள்ளது.

இந்து - இஸ்லாம் முரண்பாட்டின் வெளிப்பாடாக வகுப்பு வாதத்தைப் பார்ப்பது இந்தியாவில் வழக்கமாகி விட்டது. இதற்கு எடுத்துக்காட்டாக 1990இல் அகமதாபாத்தில் நடைபெற்ற இந்து-இஸ்லாமியர் மோதலை வெறும் வகுப்புவாதமாக மட்டுமே சித்தரித்த போக்கை குறிப்பிடலாம். இதுதொடர்பாக பி.பி.சி நிருபர் மார்க் டலியின் செய்தி அறிக்கையை இந்நூலில் பீட்டர் வான் டர் வீர் பயன்படுத்துகிறார். 1990 ஏப்ரல் 3 அன்று, அகமதா பாத்தில் ஓர் இஸ்லாமியர் குத்திக் கொலை செய்யப்படுகிறார். அடுத்த ஒருமணி நேரத்தில் தனித்தனி நிகழ்வுகளில் நான்கு இந்துக்கள் தாக்கப்படுகின்றனர். ஊரடங்கு உத்தரவிடப்படுகிறது.

அடுத்த மூன்று நாட்களில் பிரச்சினை பெரிதாகி கலவரமாகி காவல் துறையினர் துப்பாக்கிச் சூடு நடத்த வேண்டிய நிலை ஏற்படுகிறது. நான்காவது நாள், இருபத்தி மூன்று பேர் கொல்லப் படுகின்றனர். இதுவரை பழைய அகமதாபாத்திற்குள் மட்டுமே நிகழ்ந்த கலவரம் ஊர் முழுவதும் பரவுகிறது. ஏப்ரல் 7ஆம் நாள் ஜெகந்நாதர் கோவில் பூசாரி தாக்கப்பட்டதாக பரவிய வதந்தியைத் தொடர்ந்து கலவரம் மீண்டும் வலுப்பெற்று ராணுவம் வரவழைக்கப்பட்டது. ஏப்ரல் 14ஆம் நாள் கலவரம் அடக்கப்பட்டது.

இக்கலவரத்தைப் பற்றிய செய்திகளையும், தலையங்கங் களையும் வெளியிட்ட பத்திரிக்கைகள் அனைத்தும் இதை இந்து - இஸ்லாமியர் மோதலாக மட்டுமே பார்த்தன. ஆனால் கலவரம் ஓய்ந்த பின்னர், பாதிக்கப்பட்ட மக்களை குறிப்பாக ஏழை இஸ்லாமியரிடம் பேசிய மார்க் டலி கலவரத்தின் பின்புலம் வேறு என்பதை எடுத்துக் காட்டினார். அகமதாபாத் நகரில் நடைபெற்ற கள்ளச்சாராய வியாபாரம், அதில் ஏற்பட்ட தொழில் முறையிலான மோதல்கள், இவ்வியாபாரிகளுக்கு ஆதரவாகச் செயல்பட்ட நிழல் உலக தாதாக்கள், அவர்களுக்குக் கேடயமாக முன் வைக்கப்பட்ட சமயம், அகமதாபாத்தில் நிலவிய வறுமை, வேலையின்மை, இவற்றைத் தொடர்ந்த விரக்தி, வெறுப்பு ஆகியன கலவரத்திற்கு காரணங்களாக இருந்ததைச் சுட்டிக்காட்டினார். இந்தியாவின் பொருளாதாரக் காரணங்களை பின்புலமாகக் கொண்டு உருவான வகுப்புவாதம் இன்று சமயத்தை மட்டுமே முன்னிறுத்துவதை இந்நூல் விளக்குகிறது.

இந்தியாவின் வகுப்புவாதத்தை நவீனத்துவத்தின் தோல்வியாக அதற்கு எதிர்வினையாகப் பார்க்கலாம். 1980களில் தொடங்கி உலக மெங்கும் தேசியவாதத்திற்கு எதிராகப் பல இயக்கங்கள் வலுப்பெற்றன. இந்தியாவில் காலிஸ்தான், காஷ்மீர், இலங் கையில் தமிழீழம், வளைகுடா பகுதியில் பாலஸ்தீன், அயர் லாந்தில் அல்ஸ்டர், ஸ்காட்லாந்தில் தனிநாடு கோரிக்கை, கனடாவில் பிரெஞ்சு மொழி பேசும் குயுபெக் தனி அந்தஸ்து கோரிக்கை, ஸ்பெயினில் காட்ட லோனியா தனிநாடு போராட்டம் போன்றவை இதில் அடங்கும். இவற்றுக்கு முன்னோடியாக சோவியத் யூனியன் செக்கோஸ்லோவாக்கியா போன்ற நாடுகளில் ஏற்பட்ட சிதறலானது தேசியம் என்ற கட்டமைப்பைக் கேள்வி கேட்டன.

இவ்வாறு உலகமெங்கும் தேசியம் என்ற கட்டமைப்பு உடையும் சூழல் ஏற்பட்ட போதெல்லாம் பெரும்பாலும் சமயம் சார்ந்த அடக்குமுறை கையாளப்பட்டதை இந்நூல் சுட்டிக் காட்டுகிறது. இதே காலகட்டத்தில் தான் 1980களில் இந்தியாவில் கடைபிடிக்கப்பட்ட நேருவின் கலப்புப் பொருளாதாரம் மாறி தனியார்மயம், தாராளமயம் போன்ற கோட்பாடுகளை முன்வைத்த பொருளாதாரக் கொள்கை வலுப்பெற்றது என்பதையும் விளக்குகிறது.

* * *

இந்துத்துவா அணி திரட்டல், இந்து - இஸ்லாம் முரண்பாடுகளின் வேர்கள், சமூகமும் மோதல்களும் என இந்நூல் மூன்று பகுதிகளாகப் பிரிக்கப்பட்டுள்ளது.

முதல் பகுதியின் நான்கு கட்டுரைகளும் இந்தியா என்ற தேசம் குறித்துப் பலகாலமாக பரவலாக ஏற்றுக்கொள்ளப்பட்ட கருத்துகளை இந்துத்துவா என்ற கருத்தியல் எவ்வாறு கேள்விக் குள்ளாக்குகிறது என்பதை விவரிக்கின்றன. பல சமயம், பல மொழி, பல பண்பாடு போன்றவற்றின் சங்கமம் என்ற கருத்தை அத்வானியின் ரத யாத்திரை எவ்வாறு சிதைத்தது என்பதை ரிச்சர்ட் டேவிஸ் விளக்குகிறார். பாபர் மசூதியை இடித்துவிட்டு அந்த இடத்தில் ராமர்கோவில் கட்டுவதற்கு ஆதரவு திரட்டு வதாகக் கூறிக்கொண்டு வி.பி.சிங்கின் ஆட்சியைக் கவிழ்த்த விதமும், ரத யாத்திரைக்கு ஊடகங்கள் அளித்த முக்கியத்துவமும், சமயத்தை முன்னிறுத்தி இந்துக்களை ஒன்றுதிரட்ட எடுக்கப்பட்ட அரசியல் செயல்பாடே இந்த யாத்திரை.

இந்துத்துவா என்பது மக்கள் இயக்கமா அல்லது உயர் தட்டு மக்களின் சதியா என்ற கேள்விக்கு விடையளிக்க முயற்சி செய்வது அமிர்தா பாசுவின் கட்டுரை. இந்துத்துவா உயர்தட்டு மக்களின் சதி என்பதில் உறுதியாக இருக்கும் பாசு, அதேநேரம் ஆர்.எஸ்.எஸ், பி.ஜே.பி, வி.ஹெச்.பி போன்ற அமைப்புகளின் பிராமணத் தலைமை மிக எளிதாகக் கீழ்தட்டு மக்களுடன் சேர்ந்து கொண்டு தன்னுடைய நலனைக் காத்து வருகிறதென்பதை தெளிவாக்குகிறார். காங்கிரஸ் கட்சிக்கும், பி.ஜே.பிக்கும் இடையேயுள்ள ஒற்றுமைகளை விளக்கும் விக்டோரியா ஃபார்மரின் கட்டுரை, இந்திராகாந்தி அரசு தூர்தர்ஷனை தனக்குப்

பயன்படுத்திக்கொண்டதைப் போல பி.ஜே.பியும் நவீன ஊடகங்களைக் கொண்டு இந்துக்களைத் திரட்டப் பயன்படுத்துவதைச் சுட்டிக்காட்டுகிறார்.

இரண்டாம் பகுதியில் இந்து - இஸ்லாமியர் முரண்பாடுகளின் வேர்கள் ஆராயப்படுகின்றன. இந்துஸ்தான் இசையை ஆய்வு செய்யும் பீட்டர் மேனுவலின் கட்டுரை 'இந்து இசை', 'இஸ்லாமிய இசை' என இரண்டு கூறுகள் இருந்ததாகக் கூறப்படும் கட்டுக்கதையை உடைக்கிறது. பின்னர் இந்துஸ்தான் இசைதான் 'இந்து இசை' என்று வலியுறுத்தியவர்கள் இசையின் மூலமாக அரசியல் ஆதாயம் தேடினர் என்பதை விளக்குகிறார். எனவே இந்து - இஸ்லாம் பண்பாட்டு முரண்பாடுகள் முதுமையானவையல்ல; வகுப்புவாத அரசியலுக்காக உருவாக்கப்பட்ட கருத்தாக்கங்கள் என்பதை இக்கட்டுரை உறுதி செய்கிறது.

சாதுக்கள் மற்றும் சாமியார்களின் நிலையும், செயல்பாடுகளும் எப்பொழுதும் சந்தேகத்துக்குரியதாகவே இருந்திருக்கின்றன. நிறுவன சமயங்களுக்கு வெளியேயும் இவர்கள் பல சிக்கல்களை ஏற்படுத்தியுள்ளனர். ஆனால் 1980களுக்கு பின்னர் சாதுக்கள் இந்து சமயத்தின் காவலராக, படைவீரராக பரிணமித்தனர். இந்த மாற்றத்தை விவரிக்கும் கட்டுரையை வில்லியம் ஃபின்ச் எழுதியுள்ளார்.

இந்திய தேசியத்தின் அடையாளங்களாக முன்னிறுத்தப்படும் அடையாளங்களில் பல இந்து சமயத்தின் அடையாளங்களாக முன் வைக்கப்படுகின்றன. இதனால் இந்தியாவையும், இந்து சமயத்தையும் ஒன்றாகக் காட்டி இந்துக்கள் அல்லாதவரை அன்னியராகச் சித்தரிப்பது இந்துத்துவாவிற்கு எளிதாகிவிட்டது. இந்த குழப்ப அடையாள அரசியல், பக்கிம் சந்திர சட்டர்ஜி தொடங்கி இன்று வரை தொடர்கிறது. இதை விளக்குவது தனிகா சர்க்காரின் கட்டுரை.

காலனிய காலம் தொடங்கி இன்று வரை இந்துக்களும் இஸ்லாமியரும் எதிர்மறைப் பண்பாட்டு பழக்கங்களைக் கொண்டவர்களாகக் கூறி, இந்துக்களின் அடையாளங்களும் இஸ்லாமியரின் அடையாளங்களும் முரண்பட்டவை என்ற கருத்தாக்கத்தை இந்துத்துவா உருவாக்கிவிட்டது. இந்தக் கருத்தாக்க உருவாக்கத்தை விளக்குகிறது முசிருல் ஹசனின் கட்டுரை.

இந்து தேசியவாதம் மற்றும் பெரும்பான்மையின் வகுப்பு வாதத்தை விளக்கும் நான்கு கண்ணோட்டங்களைக் கொண்டது மூன்றாம் பகுதி. இதில் முதல் கட்டுரையை எழுதிய சாண்டிரியா ஃபிரேய்டாக் வகுப்புவாதத்தை காலனித்துவத்தின் பின்விளைவாகப் பார்க்கிறார். நவீனத்தின் வடிவமாக இருந்த காலனியத்துவத்தின் விளைவு வகுப்புவாதம். அரசுக்கும் குடிமைச் சமூகத்திற்கும் இடையே ஏற்பட்ட இடைவெளியை வகுப்புவாதம் நிரப்பியது. இதில் பொதுக் கருத்து என்ற தளத்தில் செயல்பட்டு இந்துத் துவாவின் நிலைப்பாட்டை பரவலான பொதுக்கருத்தாக மாற்றி, அதைக் கொண்டு அதிகாரத்தை கைப்பற்றும் முயற்சிதான் இந்துத்துவா என்பது இக்கட்டுரையின் வாதம்.

தேசியம் என்ற நவீனத்துவக் கோட்பாட்டில் தேசம் என்பதற்கான அடையாளங்களை வலியுறுத்தாமல் பிற்போக்குத் தனமான சமய அடையாளங்களை முன்னிறுத்தி அதிகாரத்தைக் கைப்பற்றும் முயற்சியை முறியடிக்க நவீனத்துவம் தவறிவிட்ட தென்று ரிச்சர்ட் ஃபாக்ஸ் வாதிடுகிறார்.

வகுப்புவாதம் அல்லது சமயச் சகிப்பின்மை இந்தியப் பண்பாட்டில் வேரூன்றியவொன்று என்பது பீட்டர் வான் டர்வீரின் வாதம். இந்துத்துவா கட்ட விழ்க்கும் வன்முறை தனிநபர் வன்முறையல்ல: குழு வன்முறை. இதற்குப் பொருளாதார நெருக்கடிகள் மட்டுமே காரணமல்ல. பல்வேறு மேலாண்மை களுக்காக பல்வேறு தளங்களில் நடத்தப்படும் போராட்டங்களின் மோசமான வடிவங்களில் கீழ்த்தரமான போராட்டம் வகுப்புவாதம் என்கிறார் வான் டர் வீர்.

இன்றையச் சூழலில் விடுதலைக்குப் பின்னர் இதுவரை ஒடுக்கப்பட்ட, ஓரங்கட்டப்பட்ட சிறு குழுக்கள் தங்களுடைய அடையாளங்களையும் உரிமைகளையும் முன் வைக்கின்றன. இப் புதிய சூழலில் வழக்கமான அதிகார மையங்களின் ஆதிக்கமும், மேலாண்மையும் கேள்விக்குள்ளாகின்றன. பெண்களும், பழங்குடி யினரும், விவசாயிகளும், தாழ்த்தப்பட்ட சாதியினரும் வலுப் பெறும் சூழலில், சமயம் என்ற பெரிய அடையாளத்தைக் கொண்டு இச்சிறு அடையாளங்களை அமுக்கும் முயற்சிதான் இந்து வகுப்புவாதம். வகுப்புவாதம் குறித்து எழுதும் ஊடகங்கள் இதை வகுப்புவாதமாக மட்டுமே பார்க்காமல் புதிய அதிகார

உறவுகளின் சிக்கலாகப் பார்க்க வேண்டுமென்பது சுமித் சர்க்காரின் வாதம்.

புத்தொளி இயக்கத்துடன் தோன்றிய நவீன தேசியத்தில் சமய அடையாளங்கள் மறுக்கப்படுவது மரபு. சமயம், இனம் போன்ற சிறு அடையாளங்களை மறுத்து தேசியம் என்ற பெரிய அடையாளத்தை நவீனத்துவம் முன்னிறுத்தியது. இருப்பினும் பல நாடுகளின் தேசிய அடையாளமாக மதம்தான் அடையாளப்படுத்தப்படுகிறது. இந்தப் பிற்போக்கு வாதத்தைத்தான் பி.ஜே.பி.யும் அதனைச் சார்ந்த வி.ஹெச்.பியும் செய்கின்றன.

ஆங்கிலேய ஏகாதிபத்திய ஆட்சிக்கெதிராக மக்களைத் திரட்டுவதற்காக அன்று விடுதலை இயக்கம் இந்தியப் பண்பாட்டு அடையாளங்களைப் பயன்படுத்துவதாகக் கூறிக்கொண்டு இந்துசமய அடையாளங்களை வலுப்படுத்தியது. காந்தியும்கூட (இன்று ஆர்.எஸ்.எஸ் மற்றும் பி.ஜே.பி கூறுவதற்கு முன்பே) 'ராம ராஜ்யம்' பற்றிப் பேசினார். அவர் பேசிய 'ராம ராஜ்யம்' இந்திய மக்களின் ஆட்சி என்று பொருள் கொள்ளப்பட்டது. ஆனால் இன்று பேசப்படும் ராம ராஜ்யம் 'இந்து ராஜ்யம்' என்று பேசப்படுகிறது. எனவே இந்து வகுப்புவாத இயக்கங்களின் அனைத்துச் செயல்பாடுகளிலும், திருவிழாக்கள், ஊர்வலங்கள், கூட்டங்கள் போன்றவைகளில் ஆயுதம் ஏந்தி வருவதும், சிறுபான்மையினருக்கு எதிராகக் கோஷங்கள் எழுப்புவதும் சகஜமாகி விடுகிறது. அதுபோல் 1992இல் சூரத்திலும், பம்பாயிலும் இஸ்லாமியப் பெண்களைப் பாலியல் வன்முறைக்குட்படுத்திய போதும், இஸ்லாமிய ஆண்களைக் கொலை செய்யும் முன்னரும், 'ஜெய் ஸ்ரீராம்', 'ஜெய் அனுமான்' என்று வகுப்புவாத வன்முறையாளர்கள் கத்தினர். இதன்மூலம் வன்முறையை ஒரு சமயச் சடங்காக, சமயக் கடமையாக வகுப்புவாதிகள் சித்தரித்தனர். எனவேதான் பாபர் மசூதியை இடித்தபோது அத்வானி, உமாபாரதி மற்றும் பி.ஜே.பி. தலைவர்களுடன், கூட்டம் 'ஜெய் ஸ்ரீராம்' 'ஜெய் அனுமான்' என்று கத்திக்கொண்டே வன்முறையில் ஈடுபட்டது.

இதுபோலவே வகுப்புவாதம் முன்னிறுத்தும் அனைத்து வாதங்களிலும் இஸ்லாமியர் இந்தியாவைவிடப் பாகிஸ்தான் மீது அதிகப்பற்று கொண்டவர்: இந்தியாவிற்கும் இந்துக்களுக்கும் எதிரானவர்: நான்கு மனைவியர் கொண்டவர்: தங்களுடைய

எண்ணிக்கையை அதிகரித்துக் கொள்வதற்காகக் குடும்பக் கட்டுப் பாட்டைக் கடைபிடிப்பதில்லை: பணம் கொடுத்து இந்துக்களை இஸ்லாமியராக மாற்ற முயற்சி செய்பவர்: இந்துக்கள் கடவுளாகப் புனிதமாகக் கருதும் பசுமாட்டைக் கொன்று திண்பவர்கள் என்றெல்லாம் சித்தரிக்கப்படுகின்றனர். இந்து-இஸ்லாமிய வகுப்புவாத மோதல்கள் பெரும்பாலானவற்றிற்கு இத்தகையக் கருத்துக்கள் நேரடி காரணங்களாக இல்லாவிட்டாலும், வகுப்பு வாத வன்முறையை நியாயப்படுத்த இவை பயன்படுகின்றன என்பது இக்கட்டுரையின் வாதம்.

* * *

இந்நூலில் இடம்பெற்றுள்ள சில முக்கியச் செய்திகள் பின்வருமாறு:

- டி.எச்.எம் டயோட்டா வேனை மாற்றியமைத்து அத்வானியின் ரதம் வடிவமைக்கப்பட்டது. இரு பக்கமும் 'போர் ரதம்' போன்ற வடிவமைப்புகள் பொருத்தப்பட்டன. ஓட்டுநரின் இருக்கைக்குப் பின்னால் குளிர்சாதனம் பொருத்தப்பட்ட ஒரு சிறிய அறை அமைக்கப்பட்டது. இதையொட்டி அமைக்கப்பட்ட மேடையில் அத்வானியை நடுவில் கொண்ட ஐந்து பி.ஜே.பி ஆட்கள் நின்றனர். அங்கிருந்து ஒலிபெருக்கியில் அத்வானி உரை யாற்றினார். தொலைக்காட்சியில் அப்பொழுது ஒளிபரப்பான மகாபாரதம் தொடரில் காட்டப்பட்ட அர்ச்சுனனின் ரதம் போன்றே அத்வானியின் ரதமும் வடிவமைக்கப்பட்டது.

- பண்டையப் போர் சின்னங்களை அத்வானி பூடகமாக பயன்படுத்தியதால் ரத யாத்திரையும், அயோத்தி பிரச்சாரமும் வரலாறு சார்ந்த பொருள் தரும் விதமாக மாறின. இஸ்லாமியருக்கு எதிராகப் பஜ்ரங்தல்லும், வி.ஹெச்.பியும் நடத்திய போராட்டமும், இந்திய அரசுக்கெதிராக பி.ஜே.பியும், அத்வானியும் நடத்திய போராட்டமும் வெவ்வேறு என்று சித்தரிக்கப்பட்டாலும் இரண்டும் அடிப்படையில் ஒன்றே.

- வி.ஹெச்.பி உறுப்பினர் மற்றும் அனுதாபிகளுக்குள் வி.ஹெச்.பியின் பிரச்சாரம் இஸ்லாமியருக்கெதிராகக் கிளப்பிய கோபத்தையும், வெறுப்பையும் பார்க்க ஆச்சரியமாகவும் அதிர்ச்சி யாகவும் இருந்தது. இந்தியாவில் இஸ்லாமியர் சிறுபான்மையினர்

(12 விழுக்காடு மட்டுமே). இவர்களும் வறியவர், சிதறி வாழ்பவர், அரசியல் முக்கியத்துவமற்றவர், பெரும்பான்மையை எவ்வகையிலும் அச்சுறுத்தும் வலுவற்றவர், இத்தகைய ஒரு சிறு குழுக்கெதிராக ஏன் இவ்வளவு வெறி கொண்ட கோபம். இதைப் புரிந்துகொள் வதற்கு காலங்காலமாக இஸ்லாமியர் எவ்வாறு சித்தரிக்கப் பட்டுள்ளனர் என்பதைப் புரிந்து கொள்ள வேண்டும்.

* இன்றைய இஸ்லாமியர் பாபர், ஔரங்கசீப்பின் வாரிசுகள்: பண்டைய இஸ்லாமியப் படையெடுப்புகள் அனைத்திற்கும் இன்றைய இஸ்லாமியர் தார்மீகப் பொறுப்பேற்க வேண்டும்: பாபர், ஔரங்கசீப் போன்ற மதவெறி மன்னர்கள் ஆக்கிரமித்த இந்து இடங்களில் இன்றும் இஸ்லாமியர் இருப்பதால் அந்த ஆக்கிர மிப்புகளை ஆதரிப்பவராகச் சித்தரிக்கப்படுகின்றனர்.

* 1991 தேர்தலில் வீடு வீடாகப் பிரச்சாரம் செய்வதில் பெண்களின் முக்கியத்துவத்தை பி.ஜே.பி வலியுறுத்தியது. ஆண்களைவிடப் பெண்கள் வலுவான ஆதரவாளர், தீவிரமானவர் என்று பெரும்பாலான பி.ஜே.பி தலைவர்கள் நம்பினர். இக்கட்சியின் வலுவையும் சமய ஈடுபாட்டையும் இப்பெண்களின் பங்கேற்பு உறுதி செய்வதாகக் கருதப்பட்டது. சுட்டெரிக்கும் வெயிலில் இப்பெண்கள் வீடு வீடாகச் சென்றனர். ராம ஜென்ம பூமிக்காக செய்ய வேண்டிய அசாதாரணத் தியாகங்களாக இது சுட்டிக்காட்டப்பட்டது.

* பிஜனூரில் 1990இல் நடைபெற்ற வகுப்புவாதக் கலவரத்தில் சகுந்தலா தேவி என்ற நகரசபை உறுப்பினர் கலவர இடத்திற்குச் சென்று இஸ்லாமியருக்கு எதிராக இன்னும் கொடூரமாக செயல்படத் தூண்டினார்.

* பெண்களுக்கெதிரான கொடுமைகளைக் கண்டிக்கத் திரளாத நடுத்தர வகுப்புப் பெண்கள், இஸ்லாமியருக்கெதிராக திரண்டது வியப்பாக இருந்தது.

* வகுப்புவாதக் கலவரங்களிலும் பி.ஜே.பி.யின் தேர்தல் பிரச்சாரத்திலும் பெண்கள் கலந்துகொள்ள பல காரணங்கள் இருந்தன. ஆனால் பிஜேபி கட்சியின் கட்டுப்பாட்டுக்குள் இயங்கிய இயக்கங்கள் அனைத்தும் பெண்களாக, பெண் இனமாக, இவர்கள் ஆதாயமோ முன்னேற்றமோ அடையவிடாமல் இவர் களை மட்டுப்படுத்தியது.

- 1980வரை தேர்தலில் இந்து தேசியத்திற்கு அதிக செல்வாக்கில்லை. ஆனாலும் உத்திரப்பிரதேசத்தில் தீவிர இந்து வகுப்பு வாதத்தின் எழுச்சியாலும் கடந்த கால வகுப்புவாத மோதல்களின் நினைவுகளாலும் 1947 பிரிவினையாலும் இதற்கென்று ஓரளவு இடமிருந்தது.

- மூத்த காங்கிரஸ் தலைவர்கள் பலரிடையே இந்து நலன் சார்பு நிலை இருந்தது. 1950 முதல் 1960கள் வரை இருந்த முதல் மூன்று உத்திரப் பிரதேச முதல்வர்களும் பந்த், சம்பூரனாந்த், சி.பி. குப்தா இதை நன்றாக உணர்ந்திருந்தனர். வலதுசாரி நிலைப் பாட்டில் தீவிரமாக நின்றனர். ஹிந்தி மட்டுமே என்ற ஒருமொழிக் கொள்கை மற்றும் உருது மொழியைப் புறந்தள்ளுதல் போன்ற வற்றிலும் இவர்களிடம் வலதுசாரி சிந்தனைதான் இருந்தது. இருந்தாலும் இந்த நிலைப்பாட்டை வகுப்புவாத மக்கள் எழுச்சியாக மாற்ற முடியவில்லை.

* * *

மொத்தத்தில் பெரும்பான்மைப் பண்பாடு, பெரும்பான்மையின் அதிகாரம் மற்றும் அதன் அடையாள அரசியலின் தவறான வாதங்களைத் தகர்க்கும் முயற்சி இந்நூல். எனவே தேசம் என்றால் என்ன? இன்றைய தேசம் என்ற அமைப்பிற்குள் பண்பாட்டு பன்முகத்தன்மைக்கும் சிறுபான்மையினரின் உரிமைகளுக்கும் உள்ள இடம் என்ன? மக்களாட்சி முறையில் பெரும்பான்மையின் அடையாளம் எல்லோருக்கும் பொருந்துமா? போன்ற கேள்விகளை எழுப்பி அவற்றுக்கு விடையளிக்கும் முயற்சி இது. இக்கட்டுரைகள் வெறும் விளக்கங்களாக மட்டுமே இல்லாமல் வகுப்புவாத அரசியல் தரும் வெகுசன விளக்கங்களுக்கு எதிரான பல கேள்விகளை எழுப்புகின்றன.

(David Ludden: 1996, Making India Hindu, Oxford University Press)

உங்கள் நூலகம், ஏப்ரல் 2014

14

•தெற்காசியாவின் சமய இயக்கங்கள் 600-1800

சமயம் என்பதன் செயல்பாடு பெரும்பாலும் ஒரு குறிப்பிட்ட தளத்திலேயே அமைந்திருக்கும். அதன் வழிபாட்டுத்தலம், அதன் துறவியர்கள் மற்றும் சமயத் தலைவர்கள் வாழும் இடம், மதக்கல்வி போதிக்கும் இடம் என்பன இதில் முக்கியமானவை. அதே நேரத்தில் இவையெல்லாவற்றையும் உள்ளடக்கி யதாக அது செயல்படும் சமூகம் அமைந்துள்ளது என்பது கவனத்தில் கொள்ள வேண்டிய ஒன்று.

ஒரு குறிப்பிட்ட சமயமானது அது செயல்படும் தளத்தின் எல்லையைக் கடந்து மொத்த சமூகத்திலும் சில விளைவுகளையும், எதிர்விளைவுகளையும் ஏற்படுத்தி விடுவதுண்டு. இச்செயல் ஓர் இயக்கமாகவே நடை பெறுவதால் சமய இயக்கம் என்று குறிப்பிடுவது பொதுவான மரபாகும்.

இந்நூலானது தெற்கு ஆசியாவில் கி.பி.600 தொடங்கி கி.பி.1800 வரையிலான காலத்தில் நிகழ்ந்த சமய இயக்கங்களை அறிமுகப்படுத்தும் கட்டுரைகளின் தொகுப்பாகும். 'இந்திய வரலாறு மற்றும் சமூகம் குறித்த விவாதங்கள்' என்ற தலைப்பில் ஆக்ஸ்போர்டு புத்தக நிறுவனம் தொடர் வரிசையில் சில நூல்களை வெளியிட்டு வருகிறது. சுபாஷி பட்டாச்சார்யா, பி.டி.சட்டோ பாத்தியாயா, ரிச்சர்டு எம்.ஏடன் ஆகிய மூவரும் இவ் வரிசையின்

• பேராசிரியர் ரகு அந்தோனியுடன் இணைந்து

பொதுப் பதிப்பாசிரியர்களாக உள்ளனர். இத்தொடர்வரிசையில் வெளியான நூல்களில் இந்நூலும் ஒன்று.

இந்நூலின் பதிப்பாசிரியர் டேவிட் என்.லாரன்சன் மெக்சிகோ நகரில் உள்ள கல்லூரி ஒன்றில் தெற்கு ஆசியா வரலாற்றுப் பேராசிரியராவார். 'ஆழ்வார்களும் நாயன்மார்களும்' 'இஸ்லாம் மதத்திற்கு மாறுதல்' 'இராமரும் முஸ்லீம்களும்' 'கபிரும் சாண்டுகளும்' 'வரலாற்று மதிப்பீடு' என அய்ந்து பகுதிகளாகப் பகுக்கப்பட்ட இந்நூலில் பதினொன்று கட்டுரைகள் இடம் பெற்றுள்ளன.

நூலின் பதிப்பாசிரியரான டேவிட் லாரன்சன் நாற்பத்தி நான்கு பக்க அளவிலான நீண்ட முன்னுரையொன்றை எழுதி யுள்ளார். அதன் தொடக்கப் பகுதியில் இத்தொகுப்பின் தேவை குறித்து அவர் குறிப்பிட்டுள்ளது வருமாறு:

> 1800க்கு முன்புவரை தெற்காசியாவில் தழைத்து வளர்ந்த சமய இயக்கங்கள் குறித்த வரலாற்றாய்வானது உரிய அளவில் கவனத்தில் கொள்ளப் படவில்லை. பொருளியல் மற்றும் அரசியல் வரலாறு அல்லது பெரும்பாலும் சமயத் தன்மையற்ற சமூக இயக்கங்கள் ஆகியன குறித்தே தெற்காசிய வரலாற்றியலாளர்கள் பெரிதும் அக்கறை காட்டியுள்ளனர். சான்றாக இவ்வரலாற்றியலாளர்கள் தெற்காசிய நிலவுடைமைச் சமூகம் குறித்தும், கோவில்கள் பெருநிலக்கிழார்களாக விளங்கியமை குறித்தும் பெரிதும் எழுதியுள்ளனர். ஆனால் இவற்றின் அரசியல் சித்தாந்த நோக்கு சமூகச் செயல்பாடு குறித்து அந்த அளவிற்கு எழுத வில்லை. குறிப்பாக அமெரிக்கா மற்றும் அய்ரோப்பியப் பல்கலைக்கழகங்களில் தெற்காசியச் சமயமானது மிகப் பெரும்பாலும் வரலாற்றியலாளர்களால் அல்லாமல் சமயம் மற்றும் மொழித் துறை சார்ந்த அறிஞர்களால் ஆராயப் பட்டது. சமயச் சிந்தனைகள், சமய இயக்கங்கள், புராணம், அப்பாலைத்தத்துவம், தெய்வங்களின் படிமங்கள் ஆகியன குறித்த ஆய்வினையே அவர்கள் பெரிதும் விரும்பினர். சங்கராச்சாரியாரின் அப்பாலைத் தத்துவம், சர்தாசின் கவிதை, கிருஷ்ணரை மையமாகக் கொண்ட ஓவியங்கள், புராணங்கள் என்பன தொடர்பான அருமையான

ஆய்வுகளை அவர்கள் செய்து உள்ளனர். ஆனால் மேற்கூறிய அப்பாலைத் தத்துவம் கவிஞர்கள் கடவுளர்கள் என்பன வற்றுடன் தொடர்புடைய நிறுவனக் கட்டமைப்பு குறித்தும், சமூக, அரசியல் அம்சங்கள் குறித்தும் குறைவாகவே ஆய்வு செய்துள்ளனர். (பக்கம்.1)

பதிப்பாசிரியரின் இக்கூற்று இதுவரை நிகழ்ந்துள்ள ஆய்வுகள் குறித்த சுருக்கமான மதிப்பீடாகவும் இனி மேற்கொள்ள வேண்டிய ஆய்வுக்கான களத்தை அறிமுகப்படுத்துவதாகவும் அமைந்துள்ளது.

இத்தொகுப்பில் இடம்பெறாத இயக்கங்கள் குறித்தும் இம்முன்னுரையில் குறிப்பிட்டுள்ளனர். இவற்றுள் தமிழ்நாட்டைப் பொறுத்த அளவில் சித்தர்கள், சைவ சித்தாந்திகள், வீரசைவர்கள் ஆகியோர் குறித்த பதிவுகள் இடம்பெறவில்லையென்பதை அவர் பதிவு செய்துள்ளார்.

இத்தொகுப்பில் விவாதிக்கப்பட்டுள்ள பல சமய இயக்கங் களை வெகுசன இயக்கங்கள் என்றும் குறிப் பிடலாம் என்பது ஆசிரியரின் கருத்தாகும். இவ் வியக்கங்களைப் பின்பற்றியோர் மத்திய தர மற்றும் அடித்தளப் பிரிவினர் என்றும், மேட்டிமைப் பிரிவைச் சேர்ந்தவர்களில்லை என்றும் கூறும் ஆசிரியர் இவ் வியக்கத்தின் தலைவர்கள் கீழ்த்தட்டு அல்லது மேல்தட்டு சாதியைச் சேர்ந்தவர்களாக விளங்கியதையும் சுட்டிக் காட்டுகிறார்.

லூயி துமாந்த் என்ற பிரெஞ்சு நாட்டு மானிடவியலாளர், லெவிஸ்ட்ராசின் அமைப்பியல் அணுகுமுறையில் இந்து சமயத்தில் காணப்படும் இரு முரண்களாகக் குறிப்பிடுவதைப் பதிப்பாசிரியர் மேற்கோளாகக் காட்டுகிறார். லூயி துமாந்தின் கருத்துப்படி,

1. பிராமணிய இந்து சமயம் + வெகுசன இந்து சமயம்
2. பிராமணக் குரு + எந்த ஒரு சாதியையும் சார்ந்த இல்லறவாசி

இவ்விரு முரண்பாடுகளையும் வர்ணாசிரம தர்மம் குறிப்பிடும் நான்கு இலட்சியங்களாக காமம், அர்த்தம், தர்மம், மோட்சம் ஆகியவற்றின் துணையுடன் லூயி துமாந்த் இணைத்துப் பார்க் கிறார். இப்படிப் பார்க்கும் போது லூயி துமாந்தின் கருத்துக்களின்

பொருத்தமின்மை குறித்த தமது விமர்சனத்தையும் கூறிச் செல்கிறார். (பக்கம். 6-11)

இதுபோன்றே மாக்ஸ்வெப்பர், ஏங்கல்ஸ் ஆகியோரின் கருத்துக்களையும் எடுத்துக்காட்டி விவாதித்துள்ளார். இறுதி யாக இத்தொகுப்பில் இடம்பெற்றுள்ள கட்டுரைகளின் மையக் கருத்தையும் அவற்றின் மீதான தம் மதிப்பீட்டையும் குறிப் பிட்டுள்ளார்.

* * *

இந்தியாவின் விடுதலையைத் தொடர்ந்து ஏற்பட்ட வகுப்புவாதக் கலவரங்கள் ஏறத்தாழ நாற்பது ஆண்டுகள் ஓய்ந்திருந்தன. பின்னர் திடீரென 1990களில் மிக வீரியமாக, வலுவாக, பரவலாகத் தலைதூக்கின. ஆங்காங்கே தோன்றிய இக்கலவரங்களுக்குத் தனித்தனி காரணங்கள் இருந்தாலும், இவற்றையெல்லாம் ஒன்றாகத் திரட்டியது, அத்வானியின் ரத யாத்திரையும் அவர் முன்வைத்த ராமர்-அயோத்தியா அரசியலும் தான்.

ராமரை இந்தியாவின் மொத்த வடிவமாகவும் இந்துக்களின் தொன்மையான தெய்வமாகவும் சித்திரித்து அத்வானி - ஆர்.எஸ்.எஸ். இணைந்து நடத்திய ரத யாத்திரைதான் வகுப்பு வாதத்திற்குப் புது உயிர் தந்தது. ராமரை இந்தியாவின் தொன்மையான தெய்வமாகவும், அயோத்தியில் ராமர் பிறந்த தாகவும், இவர்கள் உருவாக்கிய கதையைக் கட்டுடைக்கிறது ஷெல்டன் போலக்கின் 'ராமாயணமும் இந்தியாவில் அரசியல் கற்பனையும்' என்ற கட்டுரை.

ராமாயணம் என்ற இலக்கியப் பண்பாட்டுப் பனுவல் இந்தி யாவின் பிற்போக்குத்தனமான அரசியலுக்கு ஏற்றதாகச் செயல் பட்டது வியப்புக்குரியதே. காதல் - இழப்பு - மீட்பு என்ற வழக்க மான வீர சாகசத் தொன்மக் கதை நவீன இந்தியாவின் அரசியலின் மையமாகி விட்டது. மிகச்சிறந்த ஆட்சிக்கும், நல்லிணக்கத்திற்கும் எடுத்துக்காட்டாக முன்வைக்கப்படும் இராமர், வகுப்புவாதத் திற்கும் கற்பழிப்புக்கும் கொலைகளுக்கும் பயன்பட்டது வக்கிரமே தவிர வேறு இல்லை என்பது இக்கட்டுரையாசிரியரின் வாதம்.

ராமர் கதையின் தோற்றம் குறித்து நமக்கு ஆதாரங்கள் அதிகம் கிடைக்கவில்லை. வால்மீகியின் ராமாயணத்திற்குப்

பின்னர் ஆங்காங்கே கம்பர், துளசிதாசர் போன்றவர்களால் பிராந்திய மொழிகளில் இராமரின் கதை எழுதப்பட்டது.

இதேபோல ஐந்தாம் நூற்றாண்டில் வகதாக மன்னன் பிரவர சேனா (சேது பந்தா), ஏழாம் நூற்றாண்டில் கன்னோஜ் மன்னன் யசோவர்மன் (ராமபியூதயா), எட்டாம் நூற்றாண்டில் கலென்ஜ ராவின் பிம்மதா (ஸ்வப்நடசாமனா), பதினொன்றாம் நூற்றாண்டில் தாராவின் போஜா (சம்பூரண ராமாயணம்), பதினேழாம் நூற்றாண்டில் சிவாஜி (ராமாயணம்) ஆகியன எழுதப்பட்டன. இவற்றில் ஒன்றுக்கொன்று வேறுபாடுகள் உண்டு. இப்படைப்புகள் அனைத்திற்கும் பின்னால் அரசியல் இல்லை. இவை இலக்கியங் களாகவும், பக்தி நூல்களாகவும் தான் உருவாக்கப்பட்டன.

மேலே காட்டியபடி தொடர்ச்சியாக இல்லாமல் நீண்டகால இடைவெளிகளில்தான் ராமர் கதை கூறப்பட்டது: எழுதப் பட்டது. எந்த கால கட்டத்திலும் எந்த ஒரு நிலப்பரப்பின் மக்கள் அனை வருக்கும் பொதுவான மையமான நாயகனாக ராமரைக் குறிப்பிடவில்லை. வால்மீகியின் கதையை அடிப்படையாகக் கொண்ட இப்பல்வேறு படைப்புகள் அந்தந்தக் காலத்திற்குரிய வரலாற்றுச் சூழல், இலக்கிய மரபு, சமய நெறி போன்றவற்றுக் கேற்ப மாற்றங்களுடன் உருவாகின. எனவே ராஜஸ்தானிலும், குஜராத்திலும் இவற்றிற்குத் தெற்கேயும் இடைக்காலத்தில் பல்வேறு ராமாயணங்கள் இருந்தன. இவற்றில் எதிலுமே இன்று ராமாயணத்தில் திணிக்கப் பட்டுள்ள அரசியல் இல்லை. ஒரு சில ராமாயணங்களில் இவற்றைப் படைக்கத் தூண்டுதலாக இருந்த மன்னர்கள் ராமன்களாக, ராமரின் வடிவமாக, ராமரின் அவதாரமாகச் சித்திரிக்கப்பட்டுள்ளனர்.

ஏறத்தாழ ஆயிரம் ஆண்டுகளாக இப்படி கோதண்ட ராமனாக (வளைந்த வில்லை ஏந்திய ராமன்) மட்டுமே காணப்படும் ராமன், திடீரெனப் பன்னிரண்டாம் நூற்றாண்டுக்குப் பின்னர் வேறு வடிவமும், பொருளும் பெறுவது எப்படி என்பதை ஆசிரியர் விவரிக்கிறார்.

பதினொன்று அல்லது பன்னிரண்டாம் நூற்றாண்டில் இந்த மாற்றம் நிகழும்போது, இதனுடன் சேர்ந்து வேறு சில வரலாற்று மாற்றங்களும் ஏற் பட்டதைக் கவனத்தில் கொள்ள வேண்டும். ராமர் கடவுளின் அவதாரம் என்ற நம்பிக்கை ஆங்காங்கே

இருந்தாலும், ராமருக்கு அன்று கோயில் எழுப்பும் நிகழ்வுகள் இல்லையென்று ஆர்.ஜி.பண்டார்கர் குறிப்பிடுகிறார்.

குப்தர் ஆட்சியின் தொடக்கத்தில் (ஸ்கந்த குப்தா காலத்தில்) சாரன்கதரா கோயில் இருந்ததாகக் கல் வெட்டுக்கள் குறிப் பிட்டாலும், இது அயோத்தியில் இருந்ததாகவோ, ராமரை மைய மாகக் கொண்டதாகவோ சான்றுகள் இல்லை. ஐந்தாம் நூற்றாண்டில் வாகதாக அரசி பிரபாவதி குப்தா வழங்கிய 'ராம கிரிசுவாமி பாடமூலம்' என்ற பட்டயம் இருக்கிறது. ஆனால் இதற்குப் பின்னர் கிட்டத்தட்ட ஏழு நூறு ஆண்டுகளுக்கு ராமர் கோயில் குறித்த குறிப்புகள் எங்குமில்லை. கோயில்களில் ராமாயணக் காட்சிகள் வரையப்பட்டதாகவும், கல்வெட்டுக் குறிப்புகள் இருந்ததாகவும் சான்றுகள் உண்டு. ஆனால் ராமருக்கு மட்டுமே என்று தனியாக ராமர் கோயில்கள் இருந்ததாகச் சான்றுகள் இல்லை.

ஆனால் பன்னிரண்டாம் நூற்றாண்டுக்குப் பின்னர் சூழல் மாறத் தொடங்கியது. அடுத்த இருநூறு ஆண்டுகளில் பரவலாக ராமருக்கு கோவில் கட்டும் பணி தீவிரமடைந்தது. ரத்தினாபூர் (இன்றைய மத்திய பிரதேசத்திலுள்ள ராய்பூரில்) காலசூரிகளால் கி.பி.1145 இல் கட்டப்பட்ட ராமர் கோவிலும், திரிபூரில் ஆட்சி செய்த விஜயசம்ஹா குறுநில மன்னரொருவரால் கி.பி.1193இல் கட்டப்பட்ட ராமர் கோவிலும் முக்கியமானவை. இக்கால கட்டத்தில் ஆரம்பித்த ராமர் அரசியலை ரத்னாபூர் கோவிலில் காணப்படும் கல்வெட்டு தெளிவாக்குகிறது. இம்மன்னரை (ஜெக பாலா) கண்டஞ்சிய எதிரிகள் (மயூரிகா மற்றும் சவதா) இவருக்குப் பணிந்தனர். தலைசிறந்த வீரன் சத்திரியன் ராமா தன் அம்புகளால் எதிரிகளைக் கொன்றதைப் போல, இவனும் (ஜெகபாலா) தன் எதிரியின் படைகளைக் கொன்றான். பிராமணர்களுக்கு அவர் களுடைய அறிவுக்காக ஏராளமான கொடைகளை வழங்கினான். வீழ்த்தப்பட்ட எதிரி யாரென்பது தெளிவில்லையென்றாலும், ராமருடன் ஒப்பிடும் வழக்கமும் ராமர் வழிபாடும் ஆரம்பமாகி விட்டதை இக்குறிப்பு தெளிவாக்குகிறது. இந்த காலகட்டத்தில் தான் பதினொன்று பன்னிரண்டாம் நூற்றாண்டுகளுக்கு இடையே கோவில் கட்டும் வேலையைத் தொடங்கி அயோத்தியாவை வைணவத் தலமாக ககதவால வம்சம் வளர்த்தது.

இவ்வாறு வளர்ந்த ராமர் வழிபாடு அரசியலாக மாறியது. ஆங்காங்கே போரில் வென்ற மன்னர் ராமராகவும், தோற்கடிக்கப் பட்ட மன்னர் ராவணனாகவும் சித்திரிக்கப்பட்டனர். பிராமணருக்குக் கொடைகளை மன்னர் வழங்கிய போதும் ராமருடன் ஒப்பிடப் பட்டனர். நல்லாட்சி நடந்ததாகக் கருதப்பட்ட பகுதிகள் 'ராம ராஜ்யம்' என்றெல்லாம் வர்ணிக்கப்பட்டன.

பன்னிரண்டாம் நூற்றாண்டுக்குப் பின்னர் ஒரு புதிய திசையை நோக்கி ராமர் வழிபாடு நகர்ந்தது. கஜினி முகம்மதுவின் படையெடுப்பிற்குப் பிறகு ராஜபுத்திர மன்னர்கள் ராமர்களாகவும், மத்திய ஆசியாவிலிருந்து வந்து தாக்கியவர்கள் ராவணர்களாகவும் சித்திரிக்கப்பட்டனர். பதினேழாம் நூற்றாண்டின் பின்பகுதியில் ராமதாஸ் எழுதிய ராமாயணத்தில் மகாராஷ்டிரா மன்னர் சிவாஜி ராமராகவும், ஔரங்கசீப் ராவணனாகவும் சித்தரிக்கப்பட்டனர். இதே கால கட்டத்தில் கவிபூசன் எழுதிய ராமாயணத்தில், ஔரங்கசீப் ராவணனின் தம்பி கும்பகர்ணனாகத் தோன்றினார்.

இந்திய விடுதலைப் போரில் பண்பாட்டுத் தளத்தில் நடத்தப் பட்ட பிரச்சாரத்தில் பாரத மாதா சீதையாகவும், ஆங்கிலேய அரசு ராவணனாகவும் காட்டப்பட்டனர். இதே சமயத்தில் காந்தி 'ராம ராஜ்யம்' என்றால் மக்களாட்சி என்றும், அரவிந்தர் ராமர் வீழ்த்திய ராவணன், 'தானென்ற அகம்பாவம் தான்' என்றும் விளக்கமளித்தனர்.

இத்தனை சான்றுகளையும் மாற்றுக் கருத்துக் களையும் ஆர்.எஸ்.எஸ் மற்றும் பி.ஜே.பி முன்பாக வைக்கும்போது அவர் களுடைய பதில் என்ன? சல்மான்ருஷ்டி எழுதிய 'சாட்டானிக் வெர்சஸ்' நாவலுக் கெதிராக சில இஸ்லாமிய அமைப்புகள் போராட்டங் களை நடத்தியபோது, அவர்கள் இந்நாவலை படித்து விட்டனரா என்று கேட்டபோது, 'சாக்கடையை அறிந்து கொள்ள சாக்கடைக்குள் இறங்க வேண்டிய அவசியமில்லை' என்று கூறிவிட்டனர். இதையொத்த பதிலொன்றைத் தான் அத்வானியின் கூட்டமும் தந்தது.

இத்தொகுப்பில் உள்ள மற்றொரு முக்கியமான கட்டுரை ரிச்சர்ட் புர்காட்டின் 'ராமானந்தி பிரிவின் தோற்றம்'. பி.ஜே.பி.யின் அரசியல் பயணத்தில் இந்த ராமாணந்தி பிரிவினர் பற்றி அதிகம் பேசப்படுவதில்லை. இதற்கான முக்கிய காரணங்களுண்டு.

i. இப்பிரிவினர் தீண்டத்தகாதவரையும் கூலியாட்களையும் பெண்களையும் உறுப்பினராகச் சேர்த்துக் கொண்டனர்.
ii. தங்களுடைய நூல்களை சமஸ்கிருதத்தில் எழுதாமல் வட்டார மொழிகளில் எழுதினர்.
iii. பிராமணரை மையப்படுத்திய அனைத்துப் பழக்க வழக்கங்களையும் ராமாணந்தி பிரிவினர் தவிர்த்தனர். இதனால் கங்கை நதிப்புறத்தில் மிகப் பெரிய சமூகப் புரட்சிக்குக் காரணமாயினர்.

பதினாறாம் நூற்றாண்டில் திராவிடப் பகுதியிலிருந்து வந்த புதிய பக்தி நெறிகளால் ஈர்க்கப்பட்ட சில இந்துத் துறவிகள் அவற்றைக் கங்கைப் பகுதிகளில் பரப்பினர். 'எவரிடமும் அவருடைய சாதி என்னவென்று கேட்காதீர்', 'இறைவனை வழிபடும் அனைவரும் இறைவனுக்குச் சொந்தமானவர்' என்று பேசினர். இலங்கை மன்னனான அரக்கன் ராவணனைப் போரில் வீழ்த்திய அயோத்தியின் ராமச்சந்திரனை இவர்கள் வழிபட்டனர். விஷ்ணுவின் ஏழாவது அவதாரம் ராமன் என்பது இவர்களின் நம்பிக்கை. இப்பிரிவில் பல பிராமணரும், ராஜபுத்திர மன்னரொருவரும் மட்டு மல்லாது, ஒரு விவசாயியும், ஒரு நாவிதரும், ஒரு செருப்பு தைக்கும் தொழிலாளியும், ஒரு பெண்ணும், ஒரு இஸ்லாமிய நெசவாளரும் இருந்தனர். இக்கோட்பாட்டை கங்கை நதிக்கரையில் வாழ்ந்த ராமானந்த் என்ற துறவியிடமிருந்து கற்றுக்கொண்டதாகவும் எனவே ராமானந்திகள் என்று அழைத்துக் கொள்வதாகவும் இவர்கள் கூறினர்.

ராமானந்தரைப் பற்றி எழுத முற்படும் பல ஆய்வாளர்கள் அவர் முதலில் ராமானுஜரின் ஸ்ரீ பிரிவில் சேர்ந்ததாகவும், பின்னர் தனியாக ஒரு பிரிவை உருவாக்கிக் கொண்டதாகவும் கூறுவர். ராமானந்தர் தமிழ்நாட்டில் ஸ்ரீ பிரிவினரிடையே வாழ்ந்த ராமத் துறவி என்றும், கி.பி.1430 வாக்கில் வடக்கே சென்று ராமானுஜரின் கோட்பாடு களைப் பரப்பியதாகவும் சிலர் வாதிடுவர். ராமானந்த் கி.பி.1430இல் பிராயாகில் பிறந்ததாகவும், காசி ஸ்ரீ மடத்தின் தலைவர் சுவாமி ராகவானந்தரால் துறவியாக ஏற்றுக்கொள்ளப்பட்டதாகவும் குரியே என்ற ஆய்வாளர் கூறுகிறார். கி.பி.1400க்கு பின்னர் பிறந்த ராமானந்த் ஸ்ரீ பிரிவுக்குள் ராமானுஜரால் கொண்டு வரப்பட்டதாகவும் புனிதப்

பயணம் சென்று திரும்பி வந்தபோது இவர் இப்பயணத்தில் சாதி நெறிகளைக் கடைப்பிடித்திருக்க முடியாதென்று கூறி மடத்தினர் இவரை வெளியேற்றியதாகவும், இவர் தனியாக ஒரு பிரிவை ஏற்படுத்திக்கொண்டதாகவும் வில்சன் வாதிடுகிறார். எப்படி யிருந்தாலும் பிராமணரின் சாதிய சமயப் பழக்கங்களை ஏற்க மறுத்தே ராமானந்த் வெளியேறியது பரவலாக ஏற்றுக்கொள்ளப் படுகிறது. ராமானந்தின் கொள்கைகளால் அவருக்கும் பிற அமைப்புகளுக்கும் பல சச்சரவுகளும் சண்டைகளும் ஏற்பட்டதாகக் கூறப்படுகிறது. இவற்றுக்கான காரணங்களும் பல:

1. அயோத்யா சென்ற ராமானந்த் அங்கு இஸ்லாமியராகி விட்ட பலரை வைஷ்ணவத்திற்கு மீண்டும் கொண்டு வந்தபோது பழமைவாத இந்துக்கள் இதை எதிர்த்ததாக பவிஷ்ய புராணா என்ற நூல் குறிப்பிடுகிறது.

2. கீழ்த்தட்டுத் தொழிலாளரையும் தீண்டத்தகாத வரையும், பெண்களையும் இஸ்லாமியரையும் தன் குழுவில் சேர்த்துக் கொண்டதைப் பிறர் ஏற்றுக்கொள்ளவில்லையென்றும் கூறப்படுகிறது.

3. அன்று பல்வேறு இந்து அமைப்புகளின் வருமானம் யாத்திரை பாதை வசூல், யாத்திரை மையங்களின் வருமானம், மன்னர்களின் ஆதரவு ஆகியனவற்றைச் சார்ந்திருந்தது. ராமானந்த் பிரிவினரின் எண்ணிக்கை பெருகி கங்கை நதிக்கரைப் பகுதிகளில் செல்வாக்கு பெற்றபோது பிற பிரிவினருடன் மோதல் தவிர்க்க முடியாததாகி விட்டது.

தசனாமி சந்நியாசிகளுக்கும் ராமானந்த் பிரிவினருக்கும் இடையே பல மோதல்கள் ஏற்பட்டன. கி.பி.1789இல் காசி சங்கமத்தில் குளிக்கும் உரிமை குறித்து எழுந்த மோதலில் 12,000 சந்நியாசிகள் கொல்லப்பட்டதாக வரலாறு குறிப்பிடுகிறது. இதன்பின்னர் நாளடைவில் இப்பிரிவினர் ஓரங்கட்டப்பட்டு தங்கள் செல்வாக்கை இழந்தனர். இருப்பினும் அவர்களுடைய எண்ணிக்கை பெருகியுள்ளதாக ஃபார்குரர் என்ற ஆய்வாளர் கூறுகிறார். இன்று இப் பிரிவினரின் மடங்கள் வங்காளம், பீகார், ஒடியா, மத்திய பிரதேசம், மகாராஷ்ட்ரா, குஜராத், ராஜஸ்தான், பஞ்சாப், ஹரியாணா, நேப்பாள பள்ளத்தாக்குப் பகுதிகளில் உள்ளன. தசநாமி பிரிவினருக்கு அடுத்த நிலையில் இவர்களது

எண்ணிக்கை உள்ளதாக கும்பமேளா கணக்கெடுப்பில் கணிக்கப்பட்டது.

* * *

'புதிய கண்ணோட்டங்கள்' (New Perspective) என்ற பிரிவில் உள்ள முக்கியமான கட்டுரை 'புதிய கண்ணோட்டத்தை நோக்கி' (Towords a New Perspective). இதனை எழுதியவர் கிருஷ்ணா சர்மா. இக்கட்டுரை பக்தி இயக்கம் குறித்த ஆய்வாகும். சாதி, சிலை வழிபாடு, சடங்கு மற்றும் ஆசாரங்களை எதிர்த்த இயக்கமாக பக்தி இயக்கம் சித்திரிக்கப்படுவதை இக்கட்டுரை ஆய்வு செய்கிறது.

முதலில் 'பக்தி இயக்கம்' என்ற சொற்றொடரே ஐரோப்பியரால் தான் முதலில் பயன்படுத்தப்பட்டதைச் சுட்டிக்காட்டிவிட்டு ஐரோப்பாவில் கிறித்துவத்திற்கு பதினேழாம் நூற்றாண்டில் அறிவியலால் நெருக்கடி ஏற்பட்டபோது, அதைச் சமாளிக்க தனிநபர் பக்தி, உணர்வுபூர்வமான கடவுள் போன்ற தத்துவங்கள் முன்வைக்கப் பட்டன. இதே கோட்பாடுகளைக் கொண்டு சில ஐரோப்பியர் இந்து சமயத்தை ஆய்வு செய்ய முற்பட்டபோது அவர்கள் பயன்படுத்திய பதம் தான் பக்தி இயக்கம். உண்மையில் 'பக்தி இயக்கம்' என்பது இந்தியா முழுவதும் ஒரே காலகட்டத்தில் ஒரே கோட்பாட்டை முன் வைத்து நடத்தப்பட்டதல்ல என்பது தான் இக்கட்டுரையின் வாதம். எடுத்துக்காட்டாக கபீர், நானக் போன்ற நிர்குண பக்தர் சாதியையும், அதன் அடிப்படையில் உருவான பழக்கவழக்கங் களையும் மறுத்தபோது, துளசிதாசர் போன்ற சகுண பக்தர் சாதியை தீவிரமாக வலியுறுத்தினர். ஒரு சிலர் புதிய புரட்சிகரமான கொள்கைகளை முன் வைத்த போது வேறு சிலர் பழமைக்கு உயிரூட்டினர்.

கட்டுரையின் பிற்பகுதியில் ஒரு முரண்பாடும் உள்ளது. சமூகவியலாளரும், இலக்கிய விமர்சகரும் சமயத்தைப் பார்க்கும் முறையிலிருந்து வரலாற்றாளரின் கண்ணோட்டம் மாறுபட்ட தென்று கூறும் கட்டுரையாளர், மார்க்சிய வரலாற்றியலாளர் பக்தி இயக்கத்தை பார்க்கும் விதத்தைக் குறை கூறுகிறார். ஒரு சில மார்க்சிய ஆய்வாளர்கள் பக்தி இயக்கத்தில் காணப்படும் சாதி எதிர்ப்பு, சடங்கு - சமஸ்கிருத ஆசார மறுப்பு ஆகியனவற்றை

அடித்தள மக்களின் புரட்சியாகக் கருதுகின்றனர். மற்றொரு புறம் டி.டி.கோசாம்பி தன்னுடைய ‘பண்டைய இந்தியாவின் பண்பாடும் நாகரிகமும்’ (The Culture and Civilization of Ancient India) என்ற நூலிலும் மற்றும் பகவத்கீதை குறித்த அவருடைய நீண்ட கட்டுரையிலும் பக்தி இயக்கத்தை இடைக்காலச் சமூகத்தின் கூறாக நிலவுடைமைச் சமூகத்தின் வெளிப்பாடாகப் பார்க்கிறார். கடவுளையும் நிலவுடைமையாளரையும் ஒரே நிலையில் வைத்து கடவுளுக்குரிய வணக்கமும் கீழ்ப்படிதலும் நிலவுடைமையாளருக்கும் உரியதேயென்பது பக்தி இயக்கத்தின் உட்பொருள்: நிலவுடைமைப் பொருளாதார முறையை நியாயப் படுத்துவது பக்தி இயக்கத்தின் நோக்கம் என்பது கோசாம்பியின் வாதம். இவரை அடுத்து வந்த ஆர்.எஸ்.சர்மாவின் வாதமும் இதுவே என்பதை இக்கட்டுரை சுட்டிக்காட்டுகிறது.

ஆனால் தனிநபர் பக்தி, தனிநபர் கடவுள், கீழ்ப்படிதல் போன்ற கோட்பாடுகள் இந்தியாவில் இடைக்காலச் சமூகத்தில் மட்டுமல்ல, அதற்கு முன்பும் பின்பும் இன்றும் இருந்துவரும் கூறு என்கிறார் இக்கட்டுரையின் ஆசிரியர் கிருஷ்ண சர்மா. அதேபோல் பக்தி இயக்கத்தைக் கலகக்குரலாகப் பார்ப்பதும், அதே இயக்கத்தை மற்றொருபுறம் சுரண்டல் நிலவுடைமை சமூக முறையைக் காக்க எடுக்கப்பட்ட முயற்சியாகவும் பார்ப்பது எவ்வாறு சாத்தியமென்று கட்டுரையாசிரியர் கேட்கிறார். சாதி எதிர்ப்பைச் சுரண்டலுக்கு எதிரான புரட்சியாகக் கருதும்போது மார்க்சிய வரலாற்று ஆய்வாளர், சாதியையும் வர்க்கத்தையும் குழப்பி விட்டனர் என்கிறார். ஆனால் கட்டுரையாசிரியர் இறுதியில் சமூகத்தில் ஆளும் வர்க்கத்தினருக்கு எதிராகப் பரவலான பல எதிர்ப்புகள் தோன்றிய காலகட்டத்தில் பக்தி, கீழ்ப்படிதல் போன்ற கோட்பாடுகளை வலியுறுத்தி சமூகப் புரட்சிகளுக்கான வாய்ப்பு களை மழுங்கடிக்க பக்தி இயக்கம் பயன்பட்டது என்ற மார்க்சிய ஆய்வை மறுக்காமல் அதை அப்படியே ஏற்றுக்கொள்கிறார்.

இத்தொகுப்பின் கடைசிக் கட்டுரை ரொமிலா தாப்பரின் கற்பனை சமயச் சமூகங்கள். முதலில் இஸ்லாமியரும் பின்னர் கிறித்தவமும் வந்த பின்னர், இங்கு இந்து சமயத்தின் ஆதிக்கத்திற்கு ஏற்பட்ட அச்சுறுத்தலையும், நெருக்கடிகளையும் எதிர்கொள்ளத் தான் இந்து சமயத்தில் சீர்திருத்தங்கள் முன்வைக்கப்பட்டன. அடிப்படையில் பல்வேறு தத்துவங்கள் மற்றும் படிநிலை சாதி

அமைப்பு ஆகிய இரண்டையும் மையப்படுத்தும் இந்து சமயம் இன்று இவையிரண்டையும் திரைபோட்டு மறைத்துவிட்டு இவையிரண்டும் இல்லாத ஒரே சமூகமாக இந்து சமயத்தைச் சித்தரிக்க எண்ணுவது ஒரு கற்பனைச் சமூகத்தை உருவாக்க எடுக்கப்படும் முயற்சியேயாகும் என்பது தாப்பரின் வாதம்.

* * *

இவ்வாறு சிந்தனையைத் தூண்டும் பதினொன்று கட்டுரைகள் அடங்கிய இந்நூல், சமயத்துக்கும் அரசியலுக்கும் இடையே காலம்தோறும் நிலவிய *சமூக அரசியல்* உறவுகளை நாம் அறிய உதவுகிறது. சமயம், சமுதாயம், வரலாறு, அரசியல் ஆகிய அறிவுத்துறைகளில் ஆர்வம் கொண்டோர் படிக்க வேண்டிய நூல் இது.

(David N.Lorenzen (editor), 2004, *Religious Movements in South Asia 600-1800*, Oxford University Press)

உங்கள் நூலகம், மே 2014

15
ஸ்ரீமத் பகவத்கீதா

மகாபாரதத்தில் அர்ச்சுனன் (பார்த்தன்) கிருஷ்ணன் என்ற இரு கதைமாந்தர்கள் இடம் பெற்றுள்ளனர். இவ்விரு கதைமாந்தர்களும் ஒருவருக்கொருவர் நெருக்கமானவர்கள். இவ்வகையில் இவர்களது உரையாடல்கள் மகாபாரதத்தில் இடம்பெறுவது இயல்பானதே. இதில் முக்கியமான உரையாடல் ஒன்றுண்டு.

பாரதப் போர்க்களத்தில் அர்ச்சுனன் தனக்கு எதிரே அணிவகுத்து நிற்பவர்களை ஒருகணம் பார்க்கிறான். தன் சொந்தப் பெரியப்பாவின் மகன்கள், போர்ப் பயிற்சியளித்த பீஷ்மர், துரோணர் போன்ற ஆச்சாரியார்கள், உறவினர்கள், நண்பர்கள் ஆகியோர் அவன் கண்களில் படுகின்றனர். ஆட்சியைப் பெற இவர்களையெல்லாம் கொன்றழிக்க வேண்டுமா என்ற எண்ணம் அவன் உள்ளத்தில் தோன்றுகிறது. இவ் எண்ணம் போர் செய்வது குறித்த தயக்கத்தை அவனிடம் ஏற்படுத்துகிறது. அவனது தயக்கத்தைப் போக்கி அவனைப் போரிடத் தூண்டும் வகையில் கிருஷ்ணன் அவனுக்கு உபதேசம் செய்கிறார். இதுவே 'கீதா உபதேசம்' அல்லது பகவத்கீதை என்ற நூலாக விளங்குகிறது. இதன் ஆசிரியனாகப் பகவான் கிருஷ்ணர் குறிப்பிடப்படுகிறார்.

ஒரு வினாவை சிலர் எழுப்புகிறார்கள். பாரதம் என்ற காவியத்தை எழுதிய வியாசர்தானே இவ்விரு பாத்திரங்களின் உரையாடலையும் எழுதியிருக்க வேண்டும்.

அதன் அடிப்படையில் கீதா உபதேசத்தின் ஆசிரியராக வியாசரைத்தானே கருத வேண்டும். ஒரு கதாபாத்திரத்தின் படைப் பாக அதை எப்படிக் கருதமுடியும் என்பதே வினாவாகும். இவ் வினாவுக்கு அம்பேத்கர் (1995:130) பின்வருமாறு விடை அளிக் கிறார்.

> பகவத்கீதை மகாபாரதத்தின் ஒரு பாகமாகவே இருக்க வேண்டும். ஆனால் மகாபாரதத்தில் இது ஒரு பாகமாகவே காணப்படவில்லை. இதிலிருந்து இது தனிப்பட்ட நூல் என்பது தெளிவாகத் தெரிகிறது. ஆயினும் இன்றுவரை இதன் ஆசிரியர் யாரென்று தெரியவில்லை.
>
> அருச்சுனனுக்கும் கிருஷ்ணனுக்குமிடையே நடந்த உரை யாடலைத் திரிதராஷ்டிரனுக்குக் கூறும்படி சஞ்சயனை வியாசர் கேட்டுக்கொண்டாரென்பது நமக்குத் தெரிகிறது. இதை வைத்து வியாசர்தான் கீதையை எழுதினாரோ என்று சிலர் நினைக்கலாம்.

இது தொடர்பாக, பல அய்ரோப்பிய அறிஞர்களின் கூற்று களையும் திலகர், கோசாம்பி ஆகிய இந்திய அறிஞர்களின் கூற்று களையும் முன்வைத்து பகவத் கீதையின் காலம் குறித்தும் அவர் ஆராய்கிறார். இதற்குள் நுழையாமல் பகவத்கீதையின் சாரமாக அம்பேத்கர் (1995:109) கூறுவனவற்றை மட்டும் காண்பது பயனுடையதாய் இருக்கும். அவர் குறிப்பிடுவது வருமாறு:

> *1.* "நானே நால்வகை (பிராமணர், ஷத்திரியர், வைசியர், சூத்திரர் என மக்களை நான்கு வகையினராகப் பிரித்தல்) வருண அமைப்பினை அவரவர்களுக்குள்ள செயல் வேறுபாடுகளுக்கு ஏற்றவாறு படைத்துள்ளேன். எனவே நானே இந்த சதுர்வருணங்களை உருவாக்கியவனாவேன்." - கீதை *4:13*
>
> *2.* "ஒருவன் இன்னொரு வருணத்தானின் தொழிலைச் செய்வது எளிதாக இருப்பினும், ஒருவன் தன் வருணத் திற்குரிய தொழிலை மிகுந்த திறனோடு செய்ய முடியாத போதிலும் தன் வருணத்திற்குரிய தொழிலைச் செய்வதே மிகச் சிறந்தது. ஒருவன் தன் வருணத்திற்குரிய தொழிலைச் செய்தால் மரணமே நேர்வதாக இருந்தாலும் தன் வருணத்

தொழிலைச் செய்வதே இனியது: ஆனால் பிற வருணத் தாரின் தொழிலைச் செய்வது ஆபத்தானது." கீதை 3:35.

3. "மக்கள் தத்தமக்குரிய தொழில்களைச் செய்ய வேண்டும் என்று விரும்பும் அறிவாளியானவன், தம் தொழிலில் பற்றுடைய அறிவீனர்களுக்குப் புத்திக் குழப்பத்தை உண்டாக்கக் கூடாது. அவனவன் தமது வருணத்திற்குரிய தொழிலைச் செய்து மற்றவர்களையும் அவ்வாறே செய்விக்க வேண்டும். கற்றறிந்தவன் தன் தொழில் ஈடுபாடு இல்லாத வனாக இருக்கலாம். ஆனால் தம் தொழிலில் ஈடுபாடுடைய கல்லாதோரையும் மந்த புத்தியுள்ளவர்களையும் தம் தொழிலை விட்டு வேறு தொழிலைச் செய்வதற்குரிய கெட்ட வழியில் செல்வதற்குக் கற்றறிந்தவன் விட்டுவிடக் கூடாது." கீதை 3:26, 29.

4. "அருச்சுனா! கடமைகளும் தொழில்களுமான இந்தத் தருமம் (நால் வருணமான இந்த மதம்) தளர்வுறும் போதெல்லாம், இந்த இழிவுக்குக் காரணமானவர்களை அழித்துத் தருமத்தை நிலைநாட்டுவதற்காக நானே பிறப்பேன்" - கீதை 4:7-8.

அம்பேத்கரின் இக்கருத்துக்கள் கீதைக்கும் வருணப் பாது காப்பிற்குமான உறவைச் சுட்டுகின்றன. நான்கு வருணக்கோட் பாட்டை வலியுறுத்தும், 'புருஷசூக்தம்' என்ற நூல் குறித்து.

"இந்த புருஷசூக்தம் இரு அடிப்படைக் கொள்கை களை அங்கீகரிக்கிறது. சமூகத்தை நான்கு பிரிவாகப் பிரிப்பதைச் சிறந்ததாக ஏற்கிறது. இந்த நான்கு பிரிவாருக்கும் இடையில் சமத்துவமில்லாமல் இருப்பதே சிறந்த உறவுமுறை என்பதையும் அது ஏற்கிறது."

என்று குறிப்பிடும் அம்பேத்கர் (1995:108-109) இக்கருத்துடன் இயைபுடையதாகவே கீதையைக் காண்கிறார். அத்துடன் மனுஸ்மிருதி எனப்படும் மனுதர்ம சாஸ்திரத்திற்கும், கீதைக்கும் இடையில் வேறுபாடில்லை என்பதை,

"கீதை மனுவின் சுருக்கம். மனுஸ்மிருதியை ஒதுக்கிவிட்டுக் கீதையில் புகலிடம் தேடுவோர், கீதையை அறியாதவர் களாக அல்லது மனுஸ்மிருதியை முற்றிலும் ஒத்துள்ளதும்

கீதையின் உயிராக உள்ளதுமான பகுதிகளைக் கண்டு கொள்ளாமல் விட்டுவிடுவதற்குத் தயாராக இருப்பவர்களாக உள்ளனர்."

என்று குறிப்பிடுகிறார் (மேலது 109). பகவத்கீதை குறித்து அம்பேத்கர் முன்வைக்கும் கருத்துக்களின் உண்மைத்தன்மையை அறிந்து கொள்வது அவசியமான ஒன்று. இதற்கு ஒரே வழி பகவத் கீதையைப் படித்தறிவதுதான். தமிழில் பகவத்கீதைக்குப் பல மொழிபெயர்ப்புகள் வந்துள்ளன. அவற்றுள் சிறந்த பதிப்பாக இக்கட்டுரை நூல் அமைந்துள்ளது. 1997ஆம் ஆண்டு தொடங்கி 2001 வரை மொத்தம் இருபத்திமூன்று பதிப்புகள் இந்நூலுக்கு வந்துள்ளன. அய்ந்து ஆண்டுகளில் 2,95,000 பிரதிகள் விற்பனை யாகியுள்ளன. இதற்குப் பின்னரும் பதிப்புகள் வந்துகொண்டுள்ளன.

ஸ்ரீ ஜயதயால் கோயந்தகா என்பவர் 'தத்வ விவேசனீ' என்ற பெயரில் இந்தியில் எழுதிய விளக்க உரையின் தமிழ் மொழி பெயர்ப்புடன் இந்நூல் வெளியாகியுள்ளது. பல தமிழ்ப் பதிப் பகங்கள் கீதையை வெளியிட்டிருந்தாலும், இந்து அமைப்பொன்று வெளியிட்ட நூல் என்பதன் அடிப்படையில் இந்நூல் இங்கு தேர்வு செய்யப்பட்டுள்ளது. இனி இந்நூலில் இருந்து கீதை சுலோகங்கள் சிலவற்றையும் அதற்கான விளக்கங்களையும் காண்போம்.

நான்கு வர்ணங்கள் எவ்வாறு உருவாயின என்ற வினாவை எழுப்பி சமூகவியலாளர்கள் விடை தேடுகின்றனர். ஆனால் இத் தேடலுக்கான விடை மிக எளிதாகப் பகவத்கீதையில் காணப் படுகிறது. நான்காவது அத்தியாயத்தில் பதிமூன்றாவது சுலோகம் பகவான் கிருஷ்ணரின் கூற்றாக,

'சாதுர்வர்ணயம் மயா ஸ்ருஷ்டம் குணகர்ம விபாகா'

என்று குறிப்பிடுகிறது.

இதற்கு "வேதியர், வேந்தர், வணிகர், வேளாளர் என்ற நான்கு வர்ணங்கள் கொண்ட ஸமூகம், குணங்களையும் கர்மங்களையும் ஒட்டிய பிரிவுகளாக என்னால் படைக்கப்பட்டது."

என்று மேற்கூறிய உரையாசிரியர் உரை எழுதியுள்ளார். இதன்படி வருணவேறுபாடு என்பது சாட்சாத் கிருஷ்ண பகவானால் உண்டாக்கப்பட்டது என்பதாகிறது. இவ்வுண்மையை

அவரே மேற்கூறிய சுலோகத்தின் வாயிலாகப் பிரகடனப்படுத்தி யுள்ளார். எனவே வருணப் பாகுபாடை எதிர்ப்பதென்பது கடவுளுக்கு எதிரான செயலாகிறது.

"அடுத்து வர்ணம் என்பது பிறப்பின் அடிப்படையில் முடிவு செய்யப்படுகிறதா? அல்லது செயலை வைத்து முடிவு செய்யப் படுகிறதா? என்ற வினாவை எழுப்பி அதற்கு இந்து தர்ம சாஸ்திரங்களின் அடிப்படையில் உரையாசிரியர் பின்வரும் விளக்கத்தைத் தருகிறார்.

"பிறப்பு, செயல் இரண்டுமே வர்ணப்பிரிவிற்குத் துணை நிற்பவைதான். ஆகவே ஒரு வர்ணத்தினர் என்று முழுமை யாக நிர்ணயிக்க, பிறப்பு, செயல்கள் இரண்டையும் சேர்த்துத்தான் கணிக்க வேண்டும். ஆயினும் பிறப்பை வைத்துதான் ப்ராம்மணர் முதலிய வர்ணப்பிரிவு நடந்து வருகிறது என்று அறியவேண்டும். ஏனெனில் இவை இரண்டில் பிறவிக்குத்தான் முதன்மை கொடுக்கப்பட்டு வருகிறது.

எல்லோருக்கும் பொதுவான புலன் அடக்கம், மனவடக்கம் முதலியவற்றைக் கடைப்பிடித்து, நல்லொழுக்கம் உள்ள நான்காம் வர்ணத்தவன், யாகம் செய்ய ஆரம்பித்துத் தன் வாழ்க்கையை நடத்த ஆரம்பித்தால் அவனுக்குப் பாவம்தான் ஸம்பவிக்கும்.

முதலாவதாக, வர்ண ஏற்பாட்டில் சிறிது தளர்ச்சி ஏற்பட்டிருந்தாலும், முழுமையாக அழிந்து விட்டது என்று கூறமுடியாது, இரண்டாவதாக, ஜீவர்கள் முன்வினைப் பயனை அனுபவிக்க வேண்டும் என்று ஈசுவரன், அவர்களின் முன் வினைக்கேற்றவாறு அந்தந்த வர்ணங்களில் பிறப்பளிக்கிறார். பகவானின் இந்த ஏற்பாட்டை மாற்ற மனிதனுக்கு உரிமையில்லை. மூன்றாவது நடத்தையை மட்டும் வைத்து இன்ன வர்ணத்தவர் என்று தீர்மானிப்பதும் முடியாத செயல். ஒரே பெற்றோர்களுக்குப் பிறந்த பிள்ளைகளின் நடத்தையிலேயே மிகுந்த மாற்றத்தைக் காண்கிறோம். ஒரே மனிதன் ஒரு நாளில் ஒரு சமயம் ப்ராம்மணன் போலவும், வேறொரு சமயம் மற்ற வர்ணத்தவர் போலவும் நடந்து கொள்கிறான். இந்த

நிலையில் எப்படி வர்ணத்தை நிர்ணயிப்பது? தாழ்வை எவர்தான் ஏற்றுக் கொள்வார்? இதனால் உணவுப்பழக்கத்திலும், திருமணம் முதலியவற்றிலும் குழப்பம் ஏற்படும். கடைசியில், வர்ண அமைப்பு தலைகீழாக மாறிவிடும். வர்ண ஏற்பாடு என்பதே குலைந்து போய்விடும். ஆகவே செயலினால் மட்டும் வர்ண வகுப்பைத் தீர்மானிப்பது சரியன்று.

கீதையின் பதினெட்டாவது அத்தியாயத்தில் இடம் பெறும் 44ஆவது சுலோகத்தில் வைசியர்களும், சூத்திரர்களும் மேற்கொள்ள வேண்டிய கடமைகள் இடம் பெற்றுள்ளன. இச்சுலோகத்தில் இடம்பெறும் 'பரிசர்யாத்மகம்' என்ற வடமொழிச் சொல்லுக்கு உரையாசிரியர் தரும் விளக்கம் வருமாறு:

> "மேற்குறித்த இரு பிறப்பாளருக்கு அதாவது ப்ராம்மணர்கள், க்ஷத்திரியர்கள், வைசியர்களுக்கு ஸேவை செய்வது, அவர்களுடைய ஆணையை நிறைவேற்றுவது, வீடுகளில் நீர் நிரப்புவது, ஸ்நானத்திற்கு வகை செய்து வைப்பது, அவர்களுடைய வாழ்க்கைப் பணிகளில் வசதி செய்து கொடுப்பது, அவர்களுடைய அன்றாட வேலைகளில் முறைப்படி உதவி செய்வது, பசுக்களைப் பராமரிப்பது, அவர்களுடைய பொருட்களைக் காப்பது, துணி துவைப்பது, முடி திருத்துவது முதலிய அத்தனை ஸேவைகளையும் செய்து மகிழ்விப்பது அல்லது அவர்களுக்குத் தேவையான கருவிகளைத் தன் தொழில் திறமையால் தயார் செய்து கொடுத்து தன் வாழ்க்கையைக் கழிப்பது - இவையெல்லாமே 'பரிசர்யை' ஆகும்.
>
> மற்ற வர்ணத்தாருக்கு எப்படி அவரவர் இயல்புக்கு ஏற்பக் கடமைகள் உள்ளனவோ, அவ்விதமே நான்காம் வர்ணத்தவருக்கும்கூட இந்த ஸேவை என்ற ஒன்றுதான் இயல்பானதாகும். மேலும் பிற வர்ணத்தவர்க்குத் தொண்டு செய்தலே அவர்களது ஒரே கடமை என்பதை இங்கே வலியுறுத்துகிறார். ஆகவே அது அவர்களுக்கு இயல்பானதால் எளிதுமாகும்."

இக்கருத்தை மேலும் வலியுறுத்த 'நான்காம் வர்ணத்தவருக்கு பகவான் ஒரு கடமையைத்தான் விதித்தார். குறை

காணாமல் மூவர்ணத்தாருக்கும் ஸேவை செய்வதே அது' என்ற மனுதர்ம சுலோகத்தை (இயல்1 சுலோகம் 91) மேற்கோள் காட்டுகிறார். இதே அத்தியாயத்தில் 46ஆவது சுலோகம் கூறும் கருத்து வருமாறு:

> "தத்தம் இயல்பான கடமைகளில் முழு முனைப்புடன் ஈடுபட்டிருக்கும் மனிதன் பகவானை அடைதலாகிற ஸிதம்தியை அடைகிறான். தன்னுடைய இயல்பான கடமையில் கருத்துடையவன் தன் செயலை எப்படிச் செய்து பரமநிலையை அடைகிறானோ அந்த முறையை நீ கேள்."

இச்சுலோகத்திற்கு உரையாசிரியர் தரும் நீண்ட விளக்கத்தில் நான்கு வருணத்தாரின் செயல்பாடு குறித்து,

> "ஷத்திரியன் தண்டனை அளிக்கலாம். ஆனால் அதற்குரிய சட்டத்தை அவன் தானாக இயற்ற மாட்டான். ப்ரா மணர்கள் வகுத்த சட்டத்தின்படி நடக்க வேண்டும்: வரி வசூலிக்க வேண்டும்: வசூலித்த வரியை மக்கள் நலனுக்காகச் சரிவரச் செலவழிக்க வேண்டும். விதிக்கப்பட்ட சட்டத்தை நடைமுறையில் அமுல்படுத்தி, அதைப் பேணிக் காப்பது அவன் கடமை. சட்டத்தை இயற்றுதல் ப்ராமணனின் வேலை. பொது நிதியம் வைசியனிடம் உள்ளது. ஷத்ரியன் சட்டப்படி நிர்வாகம் செய்து பாதுகாப்பவன் மட்டுமே.
>
> இவ்விதம் குணங்களுக்கும், கடமைகளுக்கும் ஏற்ப வர்ணப் பிரிவினை ஏற்பட்டிருக்கிறது என்றால் தமக்குத் தோன்றிய கர்மங்களைச் செய்து தமது வர்ணநிலையை மாற்றிக் கொள்ளலாம் என்பது பொருள் அன்று. வர்ணத்தின் அடிப்படை, பிறப்பு. அதன் தன்மையைக் காப்பதில் வர்ணத்தின் கர்மம் முதல் இடம் வகிக்கிறது. ஆகவே 'பிறப்பு', 'கர்மம்' இரண்டுமே வர்ண அமைப்புக்குத் தேவைதாம். தானாக ஒரு கர்மத்தை ஏற்றுக் கடைப்பிடித்து இந்தக் கர்மத்தை நான் ஆற்றுவதால், தான் இன்ன வர்ணத்தைச் சேர்ந்தவன் என்று சொல்லிக் கொள்பவர் உண்மையில் வர்ண தர்மத்தை மதிக்கவில்லை. செயலுக்கு ஏற்ப ஒருவனுடைய வர்ணத்தைத் தீர்மானிப்பது என்று

ஆரம்பித்தால் ஒரு நாளில் அவன் எத்தனை தடவை வர்ணத்தை மாற்றுவான் என்று கணக்கிட முடியாது. அப்பொழுது ஸமுதாயத்தில் ஒரு பிணைப்போ, கட்டுப் பாடோ இருக்க முடியாது. எல்லா வகைகளிலும் குழப்பம் தான் மிஞ்சும்."

இதே அத்தியாயத்தில் இடம்பெறும் 47ஆவது சுலோகம்,

"நன்கு முறைப்படி கடைப்பிடிக்கப்பட்ட பிறருடைய தர்மத்தைக் காட்டிலும், குணக் குறை உள்ளதாயினும், தன்னுடைய தர்மம் உயர்ந்தது. ஏனெனில் இயல்புக் கேற்ப விதிக்கப்பட்ட தன்னுடைய கடமையைச் செய்கிற மனிதன் பாவத்தை அடைய மாட்டான்.

என்று கூறி குலத்தொழிலை மேற்கொள்வதன் அவசியத்தை வலி யுறுத்துகிறது. இதுவே ஸ்வதர்மம் எனப்படுகிறது. ஸ்வதர்மம் என்பதற்கு உரையாசிரியர்,

"வர்ணம், ஆசிரமம், இயல்பு, சூழ்நிலை இவற்றிற்கேற்ப எந்த மனிதனுக்கு எந்தக் கர்மம் விதிக்கப் பட்டுள்ளதோ, அது அவனுக்கு "ஸ்வதர்மம்."

நான்காம் வர்ணத்தவரின் கடமைகள் ஷத்ரிய, வைசியர் களின் கடமைகளைக் காட்டிலும் தரக் குறைவாக இருக்கின்றன. இது தவிர அந்தக் கடமைகளை ஆற்றுவதில் ஏதாவது விட்டுப் போனாலும் அதுவும் குறைபட்ட கர்மம்தான். மேலே சொன்னவிதம் ஸ்வதர்மத்தைக் கடைப் பிடிப்பதில் குற்றம் குறை இருந்தாலும், அது பரதர்மத்தைக் காட்டிலும் சிறந்ததுதான்.

குற்றமற்ற, குணம் பொருந்திய பரதர்மத்தைக் காட்டிலும் குற்றம் குறையுள்ள ஸ்வதர்மம் சாலச் சிறந்தது"

என்று விளக்கமளிக்கிறார். அம்பேத்கர், பெரியார், ஆகியோரும் மார்க்சியவாதிகளும் பகவத்கீதையைக் குறித்து முன்வைக்கும் விமர்சனங்களின் உண்மைத் தன்மை குறித்து பகவத்கீதையைப் படித்து எது உண்மை என்பதை அறிந்து கொள்ளலாம். விமர்சனங்களை விட மூலநூல் அறிவு சிறந்ததுதானே!

வீட்டின் பூசை அறையிலும், வரவேற்பறையிலும் கொலு வீற்றிருக்கும் பகவத்கீதை நூலை முறையாகப் படித்துச் சிந்தித்தால் கீதை யாருடைய நூல் என்பதைக் கண்டறியலாம். பழைய சூத்திரர்களும் இவர்களில் இருந்து தாம் வேறுபட்டவர் என்று காட்டிக் கொள்ளும் முகத்தான் சற்சூத்திரர்கள் என்று தம்மை அடையாளப்படுத்திக் கொண்டோரும் கீதையைப் பூசிப்பதை விட்டுப் படித்துச் சிந்திக்க வேண்டும்.

(தத்வவிவேசனீ - தமிழ் விரிவுரை) ஸ்ரீ ஜயதயால் கோயந்தகா எழுதிய விளக்க உரையின் தமிழ் வடிவம் கோபால் ஸேவா ட்ரஸ்ட், ஈரோடு)

துணை நின்ற நூல்கள்:

பாபா சாகேப் டாக்டர் அம்பேத்கர் பேச்சும் எழுத்தும் *(1995)* தொகுதி - *6 (1995)* தொகுதி - 7

உங்கள் நூலகம், ஜனவரி 2015

16
சிலப்பதிகாரம்
கவிதையியல் - பண்பாட்டியல் - மொழியியல் - அரசியல்

தமிழர்களின் பெருமைக்குரிய நூல்களுள் ஒன்றாக சிலப்பதிகாரம் இடம்பெற்றுள்ளது. தமிழ்ச் சமூகத்தின் பண்பாட்டு அடையாளங்களுள் ஒன்றாக இக்காப்பி யத்தின் கதைத் தலைவியான கண்ணகி விளங்கு கிறாள். இதனால் ஆய்வடங்கல் ஒன்றை உருவாக்கு மளவுக்கு இக்காப்பியம் குறித்த கட்டுரைகளும் நூல்களும் தொடர்ச்சியாக வெளிவந்துள்ளன. இவை அனைத்தும் தரமானவை என்று கூறமுடியா விட்டாலும் இக் காப்பியத்தின் தாக்கம் தமிழ் இலக் கியத்திலும் சமுதாயத்திலும் எந்த அளவுக்கு ஆழமாக வேரூன்றியுள்ளது என்பதை வெளிப்படுத்தியுள்ளன.

இதன் தொடர்ச்சியாக மட்டுமன்றி வேறுபாடான ஒன்றாகவும் இந்நூல் உருவாகியுள்ளது. 'செம்மொழித் தமிழும் சிலப்பதிகாரமும்' என்னும் பொருளில் புதுச்சேரி மொழியியல் பண்பாட்டு நிறுவனம் நடத்திய கருத்தரங்கில் படிக்கப்பெற்ற இருபத்தி யெட்டு கட்டுரைகளின் தொகுப்பாக இந்நூல் அமைந்துள்ளது. கவிதையியல் - பண்பாட்டியல் - மொழியியல் - அரசியல் என்ற நான்கு அறிவுத்துறை களில் ஏதேனும் ஒன்றைச் சார்ந்து இந்நூலின் கட்டுரைகள் உருவாகியுள்ளன. இக்கருத்தரங்கை

நடத்தியதுடன் அதில் வாசிக்கப்பட்ட கட்டுரைகளை நூல் வடிவமாக்கிய சிலம்பு நா.செல்வராசு நூலின் பதிப்புரையில்,

செம்மொழித் தமிழின் முதல் காப்பியமாக மட்டுமே சிலப்பதிகாரத்தை மதிப்பிட்டு விடமுடியாது. சிலப்பதிகாரப் பிரதி, கண்ணகித் தொன்மம், இளங்கோவின் வரலாறு என முத்திறம் கொண்டதாகவே சிலப்பதிகாரத்தைக் கணித்தல் வேண்டும்.

என்ற கருத்தை முன்வைத்துள்ளார். (பக்கம்.VII) இக்கருத்தின் அடிப்படையிலேயே கருத்தரங்கை நடத்தியுள்ளார் என்பதை இத்தொகுப்பில் உள்ள கட்டுரைகள் வெளிப்படுத்துகின்றன. இந்நூலில் இடம்பெற்றுள்ள இருபத்தியெட்டு கட்டுரைகளின் உள்ளடக்கத்தை அறிமுகப்படுத்துவதென்பது ஒரு நூலாக எழுதுவதற்கு இணையானது.

எனவே இதைத் தவிர்க்கும் முகமாக ஒன்றிரண்டு கட்டுரைகள் மட்டுமே இங்கு அறிமுகம் செய்யப் படுகின்றன. அறிமுகம் செய்யப்படாத கட்டுரைகள் ஆழமற்றவை என்பது இதன் பொருளல்ல. ஒவ்வொரு கட்டுரையும் அதனதன் போக்கில் சிறப்புடையன என்பதில் எவ்வித ஐயமும் இல்லை. வாசிப்பு அனுபவம் என்பது வாசகனுக்கு வாசகன் வேறுபடும் என்ற உண்மையை இங்கு நினைவில் கொள்வதவசியம். சில புதிய போக்குகள் என்று கட்டுரையாளர் கருதுவன மட்டும் இங்கு அறிமுகம் செய்யப்படுகின்றன. இதுவும் கூட தற்சார்புடையது என்பதையும் மறுப்பதற்கில்லை.

* * *

கவிதை இயல் என்ற தலைப்பில் ஏழு கட்டுரைகள் இடம் பெற்றுள்ளன. இவ்வியல் குறித்து நூலின் பதிப்புரையில் (பக்கம்.VIII)

இலக்கியவியல் நோக்கிலும் காப்பியவியல் நோக்கிலும் சிலப்பதிகாரம் தனக்கெனத் தனித்த மரபுகளைக் கொண்டு உள்ளது என்பதும் அகத்திணை, புறத்திணை மரபுகள் சிலப்பதிகாரத்தில் பெற்ற மாற்றங்களையும் கதை கூறும் உத்தி முறைகள், இலக்கிய ஆக்கத்திற்கான உத்தி முறைகள் குறிப்பாக உருவகம், சினை, எச்சம் முதலியவை காப்பிய உருவாக்கத்திற்கு எத்தகைய பங்களிப்பைச் செய்துள்ளன

என்பதையும் கவிதையியல் பகுதியில் இடம் பெற்றுள்ள கட்டுரைகள் விவரித்துள்ளன.

என்று பதிப்பாசிரியர் அறிமுகப்படுத்தியுள்ளார். மூத்த பேராசிரியர்கள் க.பூரணச்சந்திரன், சு.வேங்கடராமன் து.சீனிச்சாமி, இரா.சம்பத் ஆகியோரின் கட்டுரைகளுடன், பேராசிரியர்கள் வாணி. அறிவாளன், நா.இளங்கோ, ஆ.மணி ஆகியோரின் கட்டுரைகளும் இடம்பெற்றுள்ளன.

உலகளாவிய காப்பியங்களை ஒப்பாய்வு செய்ததன் அடிப்படையில் காப்பியக் கூறுகளாக, 19 கூறுகளை அடையாளம் கண்டுள்ளனர் என்று கூறும் து.சீனிச்சாமி, வகைமை சார்ந்தவை, கதையியல் சார்ந்தவை உத்திகள் சார்ந்தவை என்றும் வகைப்படுத்தி அவற்றைச் சிலப்பதிகாரத்தில் பொருத்திப் பார்த்துள்ளார். 'தனித்துவக் கட்டமைப்புக் கூறுகள்' என்ற தலைப்பில் அவர் கூறும் செய்திகள் இக்கட்டுரையின் முக்கிய பகுதியாக அமைகின்றன.

'சிலம்பில் கதை கூறும் மரபு' என்ற தம் கட்டுரையில்,

ஆசிரியர் கூற்றில் கதை சொல்லும்போது காப்பியம் முழுவதிலும் எந்த இடத்திலும் ஆசிரியர் குறுக்கீடு இல்லை. யாரேனும் மாந்தர், நிகழ்ச்சி, கருத்து பற்றிக் கதையின் நடுவே, ஆசிரியரே நேரடியாகப் படிப்பவரை விளித்துப் பேசுவது குறுக்கீடாகும். இது கதையோட்டத்தைப் பாதிப்பதுடன் தனித்து நிற்கும். இத்தகைய குறுக்கீடு இல்லாமல் இளங்கோ கதை கூறுகிறார். ஒரேயொரு இடத்தில் மட்டும் கோவலனின் பண்பை விளக்கும் முறையில் உவமை மூலம் கூறுகிறார். ஊரிலுள்ள பரத்தையர், பாணர்களோடு கோவலன் சுற்றித் திரிகிறான். அவன் கலைஞன்: கலை நாட்டம் மிக்கவன். எனவே கலைஞர்களான பாணர், பரத்தையரோடு திரிகிறான். அதேநேரத்தில் வணிகம் செய்யும் கடமையில் தவறி, முன்னோர் சேர்த்த செல்வத்தை இழக்கிறான். இதை ஆசிரியர், 'திரிதரு மரபிற் கோவலன் போலத்' (சிலம்பு. இந்திர விழா.201) தென்றல் இருந்தது என்கிறார். காப்பியத்தில் எங்கும் யாரையும் அவர் இவ்வாறு குறுக்கிட்டு விமர்சிக்கவில்லை.

என்று சு.வேங்கடராமன் குறிப்பிட்டுள்ளார் (பக்கம்.45). அத்துடன் காலமாற்றத்தை உணர்த்த பின்னோக்கு (Flash back), வருவதுரைத்தல், தொகுப்புரை, கனவு, கடிதம், இயல்பு நிலையிலும் தெய்வ ஆவேசமுற்ற நிலையிலும் வெளிப்படும் மாந்தர் கூற்று ஆகியன இளங்கோ பயன்படுத்தும் உத்திகள் என்று விளக்குகிறார். இவ்உத்திகளால் மிக நுட்பமாக இளங்கோவடிகள் கதை கூறுகிறார் என்று கூறிவிட்டு, தமிழில் தோன்றிய முதல் காப்பியமே கலைநுட்பம் மிகுந்ததாக உள்ளது என்ற முடிவை முன்வைக்கிறார்.

க.பூரணச்சந்திரனின் 'சிலப்பதிகாரக் கட்டமைப்பு: உருவகமும் சினையெச்சமும்' என்ற கட்டுரை விவாதத்திற்குரிய பல செய்திகளை உள்ளடக்கியது. புனைகதை என்ற எல்லையைத் தாண்டி சினையெச்சமாக (சினையாகு பெயர்) சிலப்பதிகாரம் விளங்குகிறது என்பது கட்டுரையின் மையச் செய்தி. சிலப்பதி காரத்தை ஓர் புனைகதையாக 'கடவுள் உருவாக்கக் கதை' ஆகக் கருதும் ஆசிரியர்,

> எல்லாத் துறைகளிலும் சமஸ்கிருதம் ஆதிக்கம் பெற்று, வடக்கின் கலாச்சாரம் தமிழகத்தில் ஏற்றுக்கொள்ளப்பட்ட நிலையில் பழமைக் கானதோர் ஏக்கம் தமிழர் மனத்தில் எப்போதும் இருந்து வந்துள்ளது. அதன் வெளிப்பாடு களாகவே தமிழ் முதன்மை, தமிழர் முதன்மை இலக்கியங்கள் அமைகின்றன. இவற்றில் மிக முதலாவது சிலப்பதிகாரம். தமிழ்த் தேசியம் பேசிய முதற்காப்பியம் அது என்பதில் எள்ளளவும் ஐயமில்லை.

என்று கட்டுரையின் தொடக்கத்தில் வரையறுத்துள்ளார் (பக்கம்.51).

இவ்வரையறையின் விரிவாக்கமே இக்கட்டுரை. தமிழ்க் கருத்தியலையும், ஆரியர் கருத்தியலையும் விரிவுபடுத்துவதுதான் இளங்கோவடிகளின் நோக்கம் என்ற கருத்தை ஆசிரியர் முன்வைப்பதுடன், நிலஉடைமையாளர் - வணிகர் முரண் பற்றி ரகுநாதன் கூறும் கருத்தை பெயர் சுட்டாது மறுக்கிறார் (மேலது). ஆனால் கட்டுரையாளர் முன்வைக்கும் சான்றுகள் வலுவாக இல்லை.

* * *

'பண்பாட்டியல்' என்ற இரண்டாவது இயல் இந்நூலின் சிறப்பான பகுதி என்று கருதுமளவுக்குள்ளது.

சிலப்பதிகாரக் காவியத்தின் தலைவியான கண்ணகி, வழி பாட்டுக்குரிய பெண் தெய்வமாக மாறியவள். தமிழ்நாட்டில் இது வழக்கொழிந்து போக, அண்டை மாநிலமான கேரளத்திலும், ஈழத்திலும் கண்ணகி வழிபாடு தொடர்கிறது. காலஞ்சென்ற பி.எல்.சாமி எழுதிய 'கண்ணகியும் பகவதி வழிபாடும்' என்ற கட்டுரையும், கே.கே.என். குருப் எழுதிய 'கேரளாவின் நாட்டார் பாடலில் கண்ணகி மரபு' என்ற கட்டுரையும், கேரளத்தில் நிலவும் கண்ணகி வழிபாட்டை அறிமுகப் படுத்திய முக்கிய கட்டுரை களாகும். இவர்கள் வழியில் தொடர்ந்து செயல்பட்டு வரும் டாக்டர். நசீம்தினின் 'கோவலன் கண்ணகி கதை' என்ற நூல் குறிப்பிடத்தக்க ஒன்றாகும். இத்தொகுப்பில் இடம்பெற்றுள்ள 'கண்ணகி: கதைகளும் வழிபாடும்' என்ற அவரது கட்டுரை கேரளப் பழங்குடிகளிடையே வழங்கும் கதைகள், வழிபாடு ஆகியனவற்றின் துணையுடன், கேரளத்தின் கண்ணகி வழிபாட்டை அறிமுகம் செய்கிறது. அத்துடன் மேலும் ஆய்வு செய்வதற்கான களங்களையும் சுட்டுகிறது. வைதீக சமயத்தின் தாக்கத்தால் கண்ணகி வழிபாட்டில் நிகழும் சிதைவுகளையும் நாம் அறியச் செய்கிறது.

கண்ணகியின் சிலையை நிறுவி அவளைத் தெய்வமாக்கிய நிகழ்வை இளங்கோவடிகள் குறிப்பிடுகிறார். கண்ணகி தெய்வ மாக்கப்பட்ட இந்நிகழ்வில் ஈழ மன்னனான கயவாகு என்பவன் கலந்து கொண்டதை,

'கடல்சூழ் இலங்கைக் கயவாகு வேந்தனும்'

சிலப்பதிகாரம் (30:160) குறிப்பிடுகிறது. இம் மன்னனால் பத்தினி வழிபாடு இலங்கையில் பரவியதாக சிங்களவர்களிடையே பாரம்பரியச் செய்திகளுண்டு. அத்துடன் ஈழத் தமிழர்களிடையே கண்ணகை (கண்ணகி) வழிபாடும், கண்ணகியை மையமாகக் கொண்ட வாய்மொழி இலக்கியங்களும் வழக்கிலுள்ளன. எனவே சிலப்பதிகாரம் தொடர்பான ஆய்வில் ஈழத்து அறிஞர்களின் பங்களிப்பு அவசியமாகிறது.

இத்தொகுப்பில் ஈழத்து அறிஞர்கள் இருவரின் கட்டுரைகள் இடம்பெற்றுள்ளன. என்.சண்முகலிங்கனின் கட்டுரை, இலங்

கையின் கண்ணகை வழிபாட்டினை மையமாகக் கொண்டு சிலப்பதிகாரத்தை ஆராய்கிறது. கண்ணகை வழிபாடு நிகழும் நிலப்பகுதிகளை வரையறுத்துக்கொண்டு தென்னிலங்கைச் சிங்கள மக்களிடையே வழங்கும் பத்தினி வழிபாடு தொடர்பான தரவுகளையும், தமிழர்களிடையே வழங்கும் தரவுகளையும் ஒப்பிட்டு நோக்கியுள்ளார்.

கண்ணகி வழிபாடு சார்ந்து ஈழத்தமிழர்களிடையே 'கண்ணகையம்மன் பத்தாசிகள்', 'கண்ணகையம்மன் குறத்திப் பாடல்கள்', 'கண்ணகையம்மன் ஊர்சுற்றுக் காவியம்', 'கண்ணகி வழக்குரை' 'வற்றப்பாளையம்மன் காவியம்' என்ற பனுவல்கள் இருப்பதை அவர் குறிப்பிட்டுள்ளார். சிங்கள மொழியில் 'பத்தினிகல', 'பலங்க கல' 'வயந்தி மாலைய', 'இராஜாவளி' என்ற பெயர்களில் கண்ணகியை மையமாகக் கொண்ட பனுவல்கள் இருப்பதாகவும் அவர் குறிப்பிட்டுள்ளார். இந்த அளவுக்கு கண்ணகி தொடர்பான வாய்மொழிப் பனுவல்கள் தமிழ்நாட்டில் இல்லை என்பது வியப்பை அளிக்கிறது. களஆய்வுச் செய்திகளும் மேற்கூறிய பனுவல்களும் சண்முகலிங்கத்தின் கட்டுரைக்கு அடிப்படைச் சான்றுகளாக அமைந்துள்ளன. தமிழ் நாட்டைப் போன்றே ஈழத்திலும் சமஸ்கிருதமயமாக்கல் நிகழ்ந் துள்ளதாகக் குறிப்பிடும் ஆசிரியர் இது கண்ணகை வழிபாட்டில் பின்வரும் மாற்றங்களை ஏற்படுத்தி யுள்ளதாகக் குறிப்பிடுகிறார்.

- கண்ணகையம்மனை வேறு பெண் தெய்வமாக மாற்றி யமைத்தல்.
- வழிபாட்டு முறைகளில் மாறுதல் செய்தல்.
- பூசாரிகளை நீக்கி பிராமணர்களையும் சைவக் குருக் களையும் நியமித்தல்.
- சிங்களவர்களிடையே நிலவிய பத்தினி வழிபாடும் மாற்றம் அடைந்துள்ளது. இதற்குக் காரணம் பௌத்தம் சார்ந்த அரசியல்தான். புத்தர் நிலையை அடைய விரும்பும் ஒருவராகச் சித்திரிக்கும் நிலையில் தொடங்கி, சிங்கள பௌத்த தெய்வமாகக் கருதும் அளவுக்குப் பத்தினி வழிபாடு சிங்களவர்களிடையே மாற்றம் பெற்றுள்ளது;.

- சிங்கள தேசிய உணர்வின் உச்சகட்டமாக '...அழகிய பெண் தெய்வமே உன் வல்லமையால் தமிழ்க் கடவுளர் களைத் தண்டித்தவளே' என்ற இலக்கியப் பதிவு உருவானது.
- கண்டி நகரில் முதன்மை நிலையில் சப்பரத்தில் உலாவந்த கண்ணகை பதினாறாம் நூற்றாண்டில் பின் தள்ளப்பட்டு, முதல் இடத்தைப் புத்தரின் புனித தந்தத் தாதுச்சின்னம் பிடித்துக்கொண்டது.
- வெப்பம் சார்ந்த நோய்களுடன் இணைந்து சிறப்பான கவனத்தைப் பெற்ற பத்தினியின் இடம், சுதந்திர இலங்கையின் சுகாதார வசதிகள் வாய்ப்புகளிடையே குறைந்து செல்வதும் தவிர்க்க முடியாததாகியுள்ளது.
- தமிழ் மரபுக்குரிய தெய்வமாகக் கண்ணகை அம்மனைக் கருதிவந்த போக்கு, சிங்கள பௌத்த தெய்வமாகக் கருதுவது என்ற நிலையை அடைந்துள்ளது. மற்றொரு பக்கம் ஈழத்தின் தமிழ்ப்பனுவல்கள் தமிழ்ப் பண்பாட்டு மரபுடன் இணைந்து, தமிழர் தெய்வமாகக் கண்ணகை அம்மனை அடையாளப் படுத்துகின்றன.
- ஆறுமுக நாவலர் போன்ற கடுத்த சைவர்கள், சிறு தெய்வம் என்ற வகைப்பாட்டிற்குள் கண்ணகை அம்மனை அடக்கி, இவ்வழிபாட்டை இழிவுபடுத்தி யுள்ளனர்.

இவ்வாறு சிங்களவர்களிடமும், ஈழத்தமிழர்களிடமும் நிலவும் கண்ணகை வழிபாடு தொடர்பான செய்திகளைத் தொகுத்துரைக்கும் இக்கட்டுரையில் கண்ணகை வழிபாடு தொடர்பாக இனி மேற்கொள்ள வேண்டிய ஆய்வுமுறைகளை முன்வைக்கிறார். இக் கட்டுரையின் நினைவுக்குறிப்பாக 'கண்ணகை வழி பாட்டுப் புலங்களில் சமூக - மானிடவியல், பண்பாட்டு அறிவியல் புலமையாளர்களின் கூட்டாய்வுகளின்' அவசியத்தை முன்வைக்கிறார். கட்டுரையின் இறுதிப் பகுதியில் அவர் முன்வைக்கும் பின்வரும் கருத்துக்கள் ஆழ்ந்து நோக்கப்பட வேண்டியவை:

இலங்கையில் கண்ணகையின் இருப்பும் அடையாளமும் இனத்துவப் பண்பாட்டு விழுமியங்கள், மேலாண்மையான சமய நியமங்கள் என்பவற்றினைக் கடந்து மக்கள் சமயம் என்ற தளத்தில் தொடர்ந்திடக் காணலாம். குறிப்பாகத் தமிழ்ப் புலங்களைப் பொறுத்த வரை மட்டக்களப்பில் கண்ணகையம்மன் வழிபாட்டின் முக்கியத்துவம் முதன்மை யானது. சிலப்பதிகாரக் கண்ணகையின் பிறந்தகமான தமிழகத்தினைவிட மட்டக்களப்புப் பிரதேசத்துக் கண்ணகையின் உயிர்ப்பும் செழுமையும் அதிகமானவை (பக்கம்.139).

தமிழ்ப்புலங்களின் கண்ணகை வழிபாட்டின் இத்தகைய தொடர்ச்சிக்கும் எழுச்சிக்கும் பின்னால் கண்ணகையின் வீரம், கற்பு என்னும் எண்ணக் கருவாக்கங்கள் ஆழ்மன உறைதல்களாக மக்களிடை உள்ளமையும் இங்குக் கவனத்திற் குரியவை. இவை அவள் வல்லமையின், இருப்பின் தேவையை அங்கீகரிக்கும் முதன்மைக் கருத்தியலாக இன்றுவரை தொடர்ந்திடக் காணலாம் (பக்கம்.140).

வேறுபாடான, இதுவரை தமிழ்நாட்டில் பரவலாக விவாதிக்கப்படாத, ஓர் ஆய்வுக்களத்தை இக்கட்டுரை அறிமுகப் படுத்தி ஆய்வு செய்துள்ளது.

இக்கட்டுரையின் தொடர்ச்சி போன்று 'பௌத்த மரபில் பத்தினி தெய்யோ: கணநாத் ஒபயசேகர ஆய்வு' என்ற தலைப்பிலான சண்முகராஜா சிறிகாந்தன் எழுதிய கட்டுரை அமைகிறது.

கணநாத் ஒபயசேகர் என்பவர் பிறப்பால் சிங்களவர். மானிடவியலில் முதுகலைப்பட்டத்தையும் முனைவர் பட்டத் தையும் வாஷிங்டன் பல்கலைக்கழகத்தில் பெற்றவர். அமெரிக் காவின் ஹின்டன் பல்கலைக் கழகத்தில் தகைசார் மானிடவியல் பேராசிரியராகவும், ஹவாய்ப் பல்கலைக்கழகத்தில் பௌத்த துறைசார் பேராசிரியராகவும் பணியாற்றியவர்.

இலங்கையிலும் இந்தியாவிலும் நீண்டகாலம் கள ஆய்வினை மேற்கொண்டு The Cult of Goddess Pattini என்ற நூலை 1984இல் வெளியிட்டுள்ளார். 'தெய்யோ' என்ற சிங்கள மொழிச்சொல்

தெய்வத்தினைக் குறிக்கும். 'பத்தினி தெய்யோ' என்று பத்தினித் தெய்வம் குறிப்பிடப்படுகிறது. இலங்கையில் சிங்கள பௌத்தர் களிடையே பத்தினித் தெய்வ வழிபாடு நிலவுகிறது. மற்றொரு பக்கம் ஈழத்தமிழர்களிடையே 'கண்ணகை அம்மன்' வழிபாடு உள்ளது.

வளமும், உடல் நலமும் வழங்கும் தெய்வமாகவும், பௌத்த மதத்தின் பாதுகாவலியாகவும், இலங்கையின் காவல் தெய்வமாகவும் பத்தினித் தெய்வத்தைக் கருதி சிங்கள பௌத்தர்கள் வழிபடு கின்றனர். இத்தெய்வ வழிபாட்டை மையமாகக் கொண்டே ஒபசேகர் மேற்கூறிய நூலை எழுதியுள்ளார். இந்நூலின் உள்ளடக்கம் குறித்து இக்கட்டுரை ஆசிரியர் கூறும் செய்தி வருமாறு:

> பத்தினித் தெய்வ வழிபாட்டு மரபு என்னும் ஆய்வு நூலானது இலங்கையின் பத்தினித் தெய்வ வழிபாட்டுக்கான சமூகப் பண்பாட்டியல் மற்றும் வரலாற்றியல் பொருண்மை களை ஆராய்கின்றது. குறிப்பாக இந்நூல் இலங்கையின் மேல், தென், மற்றும் சப்பிரமூவா மாகாணங்களில் கிராமிய வழிபாட்டு மரபாக நிலவி வருகின்ற பத்தினித் தெய்வ வழிபாட்டினைப் பிரதானமாகக் குவிமையப்படுத்துகிறது. ஆனாலும் கிழக்கு, மத்திய மாகாணங்களில் நடை முறை யிலுள்ள வழிபாட்டு மரபு தொடர்பாகவும் ஆராய்கின்றது. 1956ஆம் ஆண்டு தொடக்கம் மேற்கொள்ளப் பட்ட களஆய்வின் வழியே சேகரிக்கப்பட்ட தகவல்களின் அடிப்படையிலேயே இந் நூலினை 1984ஆம் ஆண்டில் வெளியிட்டுள்ளார். குறிப்பாக இலங்கையில் சிங்கள பௌத்தர்களின் மத்தியிலுள்ள பத்தினி தெய்யோ வழிபாட்டுடன் தொடர்புடைய முதன்மையான ஆறு சடங்கியல் மரபுகளை இவ்ஆய்விற்கான பிரதானமான மூலமாகக் கொண்டுள்ளார். ஆயினும் இலங்கையின் பிற பகுதிகளான மட்டக்களப்பு, கண்டி, யாழ்ப்பாணத்தில் நிலவும் சடங்கியல் வழிபாட்டு மரபுகள் தொடர்பான தகவல்களையும் உள்ளடக்கியுள்ளார். மேலும் இவற்றுக்கு அப்பால் பத்தினித் தொன்மத்துடன் இணைந்த நாடகங்கள், வழிபாட்டு இடங்கள், மூல இலக்கியங்கள் போன்ற இன்னும் பல்வேறு மூலங்களின் துணையுடனேயே இந்நூலை எழுதியுள்ளார் (பக்கம்.144).

நூலின் உள்ளடக்கம் குறித்த அறிமுகத்துடன் நின்றுவிடாமல் அவரது அணுகுமுறை குறித்தும் பின்வரும் அவதானிப்புகளை நம்முன் வைக்கிறார்.

- பத்தினியின் வழிபாட்டு மரபினை, இந்து மரபு சாராத் தோற்றத் தொன்மத்தின் அடிப்படையில் நோக்கு கின்றார். (பக்கம்.145)
- பத்தினி ஓர் இந்துத் தெய்வமல்லள், அவள் பௌத்த தெய்வம் என்ற கருத்தினை வலியுறுத்துகிறார். (பக்கம்.147)

இரண்டாவது அவதானிப்பை 'நிறுவுவதற்கான தரவுகளைச் சிலப்பதிகாரத்தில் இருந்து' அவர் எடுத்துக் கொண்டுள்ளதாகக் குறிப்பிடும் கட்டுரையாசிரியர் இது தொடர்பாக ஒபயசேகராவின் கருத்தைப் பின்வருமாறு சுருக்கிக் கூறியுள்ளார்.

> சிலப்பதிகாரத்தில் பத்தினிக்கான கோயில் 'கோட்டம்' என்றே குறிப்பிடப்பட்டுள்ளது. கோட்டம் என்பது ஜைனர்களின் புனித இடம். எனவே பத்தினி ஜைன - பௌத்த மரபு சார்ந்த ஒரு வழிபாட்டு மரபைச் சேர்ந்த தெய்வம். மேலும் இளங்கோ அடிகள் என்னும் சொல்லிலுள்ள 'அடிகள்' ஜைன பௌத்த மரபில் தன்னலம் மறுக்கும் - உலக இன்பங்களைத் துறந்த சந்நியாசியைச் சுட்டுவது. இதுவும் பத்தினித் தெய்வம், இந்து சமயம் சாராத வழிபாட்டு மரபினைச் சேர்ந்த தெய்வம் என்னும் கருத்திற்கு வலிமை சேர்க்கும் ஒன்றாகவே அமை கின்றது. மேலும் கோவலனுடைய பெற்றோர்களும், கவுந்தி யடிகளும் முறையே பௌத்த, ஜைன மதத்தைச் சேர்ந்த வர்கள். எனவே ஜைன பௌத்த மரபில் வந்த பத்தினித் தெய்வ வழிபாட்டு மரபு பின்னர்ப் பிராமணமயமாக்கச் சிந்தனைக்கு உட்பட்டு இந்துத்துவ நிலையை அடைந் துள்ளதாகக் கணநாத் ஒபயசேகர அவர்கள் குறிப்பிடுகின்றார் (பக்கம்.147).

சிங்களமொழியில் பத்தினி வழிபாடு தொடர்பாக உருவாகி யுள்ள, வாய்மொழி வழக்காற்று நூல்கள் (சடங்கியல் பனுவல்கள்), பத்தினியின் தோற்றம் குறித்த தொன்மங்கள், பத்தினித் தெய்வ வழிபாட்டு மரபு, பத்தினித் தெய்வ வழிபாட்டுச் சடங்கை

நடத்தும் 'சுப்புறாளை' என்ற சமயக்குரு, ஹம்மடுவ வழிபாடு, இவ்வழி பாட்டுடன் தொடர்புடைய சில சடங்குகள் என ஒபய சேகரா எழுதியுள்ள செய்திகளின் சுருக்கத்தை இக்கட்டுரை அறிமுகப் படுத்துகிறது. இறுதியாக இந் நூலைக் குறித்த மதிப்பீடு பின்வருமாறு அமைந்துள்ளது.

இலங்கையில் பத்தினித் தெய்வ வழிபாட்டின் தொன்மைத் தன்மை பற்றிய விவாதங்களும், அவற்றின் பௌத்தமய மாக்கம் தொடர்பான கலந்துரையாடல்களும் மிக விரிவாகவும், தரவுகளுடனும் பேராசிரியர் அவர்கள் தம் ஆய்வின் வழியே மேற்கொண்டுள்ளமை இதன் வழியே எமக்குப் புலப்படுகின்றது. இவ்வகையான ஆய்வுகள் இலங்கை மானிடவியலை (Anthropology of Sri Lanka) வளப்படுத்துவதற்குத் துணை செய்வன ஆகும் (பக்கம்.167).

ஆழமான ஆய்வு நூல் ஒன்றினைப் படித்து முடித்த உணர்வை இக்கட்டுரை ஏற்படுத்துவதுடன், இந்நூலைப் படிக்கவும் தூண்டுகிறது.

இவ்வாறு கேரளத்திலும் இலங்கையிலும் தொடரும் கண்ணகி வழிபாடு போன்று தமிழ்நாட்டில் கண்ணகி வழிபாடு இல்லை என்றாலும் பல வாய்மொழி வழக்காறுகள் கோவலன் கண்ணகியை மையமாகக் கொண்டுள்ளன. இவற்றையெல்லாம் ஒன்றுதிரட்டி 'தமிழகத்தில் கண்ணகி வழிபாடு' என்ற கட்டுரையை சு.சண்முக சுந்தரம் எழுதியுள்ளார். வாய்மொழி வழக்காறுகளுடன் வெவ்வேறு பெயர்களில் உள்ள அம்மன் கோயில்கள், அவற்றின் வழிபாட்டுடன் தொடர்புடைய சடங்குகள் தொடர்பான செய்திகளையும் இணைத்து ஆராய்ந்துள்ளார். கடினமான பணியொன்றினை மேற்கொண்டதுடன் மேலும் ஆய்வு செய்வதற்குரிய களங்களைச் சுட்டிக்காட்டியுள்ளார்.

கேரளத்துக் கண்ணகி கதை மரபுகளைச் சிலப்பதிகாரத்துக்கு முன்பும் இலங்கைக் கண்ணகி கதை மரபுகளைச் சிலப்பதி காரத்துக்குப் பின்பும் தமிழகக் கண்ணகி கதை மரபுகளைச் சிலப்பதிகாரத்துக்கு முன்னும் பின்னும் வைத்துப் பார்க்கலாம். இதற்கு 'ஒரு முலை குறைத்த திருமா உண்ணி' என்னும் நற்றிணைப் பாடல் முதல்,

> மொலையால் எரித்த தீயும் அய்லசா
> மூளுதம்மா கூடலிலே அய்லசா
> மூண்ட பெருநெருப்பில் மாண்டவர்கள் கோடியாகும்
> கோடான கோடி ஜனம் கூடித் தெண்டனிட்டார்.

என்னும் தமிழக மீனவர் பாடல் வரை பரவிக் கிடக்கும் தொன்மக் கூறுகள் சான்றாதாரங்கள் ஆகும் (பக்கம்.177).

என்று கட்டுரையின் இறுதியில் அவர் குறிப்பிடும் செய்தி தமிழகத்தில் கண்ணகி வழிபாடு குறித்த ஆய்வுக்கான களமாக அமைகிறது.

'கண்ணகித் தொன்மம் சமூக மானிடவியல் ஆய்வு' என்ற தலைப்பில் இந்நூலின் பதிப்பாசிரியரான சிலம்பு நா.செல்வராசு வேறுபாடான கட்டுரையொன்றை எழுதியுள்ளார். சிலப்பதி காரத்தில் கண்ணகியின் காற்சிலம்பு முதன்மைப்படுத்தப் பட்டுள்ளது பரவலாக அறிந்த செய்தி. ஆனால் கண்ணகியின் முலையறுப்புச் செயல் கண்டு கொள்ளப்படவில்லை என்று கூறும் ஆசிரியர் இச்செயலையே இக்கட்டுரையின் கருவாகக் கொண்டுள்ளார்.

'கண்ணகி தன்முலையைத் திருகி எறிந்து மதுரையைத் தீக்கிரை யாக்கிய செய்தி' சிலப்பதிகாரத்தில் பரவலாகப் பதிவாகி யுள்ளதைச் சுட்டிக்காட்டும் ஆசிரியர் தமிழ் இலக்கியத்தில் முலையறுப்பு தொடர்பாக இடம்பெறும் செய்திகளை அறிமுகப்படுத்துகிறார். அத்துடன்,

> முலையறுத்து எறிதலாகிய ஒரு வழக்கு தமிழகத்தே இருந்ததாகத் தெரிகின்றது. தன்னால் காதலிக்கப்பட்ட தலைவன் தன்னைவிட்டு விட்டபோதும் தலைவன் கிட்டாத போதும் தலைவனைப் பிரிந்த விடத்தும் பெண்கள் கணவனுக்கு உதவாத முலைகளைப் பறித்து எறிந்து தங்களின் விரக அழலைத் தீர்த்துக் கொள்வது வழக்கமாகத் தமிழகத்தே இருந் துள்ளதாகத் தெரிகின்றது (பக்கம்.198-199).

என்ற வெ.க.சுப்பிரமணிய ஆச்சாரியாரின் கூற்றை மேற்கோளாகக் காட்டிவிட்டு, 'புராதன தமிழ்ச் சமூகத்தில் முலையறுப்பு என்பதன் பொருண்மை வெகுளியின் வெளிப்பாடாகவும், எதிரியை

அழித்தல் என்பதாகவும் இருந்துள்ளமையை அறியமுடிகிறது' என்கிறார்.

இக்கருத்தை நிறுவ, உலகின் பல்வேறு சமூகங்களிலும், இந்தியப் பழங்குடிகளிடமும், புத்த சாதகக் கதைகளிலும் முலையறுப்பு தொடர்பாக இடம்பெற்றுள்ள செய்திகளைத் தொகுத்துரைக்கிறார். இச்செய்திகளைச் சிலப்பதிகாரச் செய்தியுடன் ஒப்பிட்டு, ஒரு பெண்ணின் முலையில் உறைந்திருந்த 'அணங் காற்றால்' அதனை அறுத்து எறிந்ததன் வழியே எதிரியை அழிக்கும் ஆற்றலாக மாறியுள்ளது.

என்ற முடிவுக்கு வருகிறார் (பக்கம்.212). மானுடவியல் சான்று களின் துணையுடன் சிலம்பில் இடம்பெறும் நிகழ்வொன்றை ஆராயும் இக்கட்டுரை வேறுபாடான ஒன்று.

சிலப்பதிகார வஞ்சிக்காண்டத்தில் இடம்பெறும் 'குன்றக் குரவை', குறவர் வாழும் மலையில் ஒரு வேங்கை மரத்தினடியில் நின்று தன் கணவனுடன் கண்ணகி வானுலகம் சென்ற செய்தியைக் கூறுகிறது.

'குன்றக்குரவை: இனவரைவியல் ஆய்வு' என்ற தலைப்பிலான பக்தவத்சல பாரதியின் கட்டுரை தலைப்பிற்கேற்றாற் போல் இனவரைவியல் என்ற அறிவுத்துறையின் துணையுடன் குன்றக் குரவை என்ற காதையை ஆராய்கிறது.

குன்றக்குரவையில் இடம்பெறும் இனவரைவியல் தொடர் பான செய்திகளைச் சுட்டிக்காட்டிவிட்டு, இனவரைவியல் பனுவலாகவும் இப்பகுதி அமைந்துள்ளதைச் சுட்டிக்காட்டுகிறது. அடுத்து உள்ளார்ந்த பண்பாடு இப்பகுதியில் இடம்பெற்றுள்ளதை உணர்த்துகிறது. இக்கட்டுரையின் சிறப்புக் கூறாக அமைவது குறவர்களின் தொல்குடிச் சமயம் படிமலர்ச்சி பெறுவது குறித்த ஆய்வாகும். இன மையவாதச் சிந்தனையில் உருவான 'பெருமரபு' என்ற சொல்லாட்சியை ஆசிரியர் தவிர்த்திருக்கலாம். கட்டுரையின் பின்னுரையில்,

> தமிழிலக்கியப் படிமலர்ச்சியில் சிலப்பதிகாரம் மிக முக்கிய மான காப்பியமாகும். இதுவொன்று தான் தமிழ்ச் சமூகத்தின் அனைத்துத் தன்மைகளையும் ஒரு சேர விவரிக்கின்றது. இதுவே இக்காப்பியத்தின் தலையாய பண்பாகும். உயர்

> சமூகத்தாரையும் நாட்டாரையும், இனக்குழுச் சமூகத்தாரையும் சம முக்கியத்துவத்துடன் கண்டு ஒரு முழுமையான தமிழ் அகிலத்தை நம்முன் கொண்டு வருகிறது. தமிழில் வேறு எந்தவோர் இலக்கியமும் இந்த முழுமையை முன்னெடுக்க வில்லை. முழுமையை விழையும் பனுவலாக இது உருவாக்கப் பெற்றது என்பதே நாம் உய்த்துணர வேண்டிய கருத்தாகும் (பக்கம்.233).

என்ற கருத்தை முன்வைக்கிறார். 'வண்ணச்சீரடி மண்மகள் அறிந்திலள்' என்று குறிப்பிடுமளவுக்கு வாழ்ந்தவள் கண்ணகி. கோவலனுடன் மதுரைக்குப் புறப்பட்டபோது, புகார் நகர எல்லையைத் தாண்டும் முன்னரே 'மதுரை அணித்ததோ சேய்த்ததோ' என்று வினவியவள்.

இவ்வாறு வெளியுலகு அறியாது வளர்ந்த கண்ணகி முதல் முறையாகக் கோவலனுடன் மதுரை நோக்கி நெடும் பயணத்தை மேற்கொள்ளுகிறாள். இப்பயணத்தை அவள் மேற்கொண்ட போது அவள் கடந்த நிலங்கள், பயணித்த பொழுது (நேரம்), பார்த்த உயிரினங்கள், கேட்ட ஓசைகள், நிகழ்த்திய வழிபாடுகள், கண்ட கூத்துக்கள், தெய்வங்கள், நீர்நிலைகள், சந்தித்த மனிதர்கள் என்பனவற்றையும், பயணத்தின்போது எதிர்கொண்ட இயற்கை பிறழ்ந்த நிகழ்ச்சிகளையும் இளங்கோவடிகள் குறிப்பிட்டுள்ளார். இச்செய்திகளை மையமாகக் கொண்டு 'கண்ணகியின் நெடும் பயணம்' என்ற கட்டுரையை ச.பிலவேந்திரன் எழுதியுள்ளார்.

> தமிழ்ப்பண்பாட்டின் தெய்வமாக்கல் மரபு கண்ணகிக்கு முற்றிலும் பொருந்தி வருவதை விளக்குவதுடன், 'நிலம் பொழுது என்கிற வரையறைக்குள் அடங்காது அவற்றை வென்று நிற்கும் பெண்ணாகக்' காட்டப்படுவதாகக் குறிப்பிடுகிறார் (பக்கம்.253). கட்டுரையின் முடிவாக அவர் முன்வைக்கும் கருத்தின் ஒரு பகுதி வருமாறு:
>
> உயிர் வாழ்தலுக்கும், உயிர்த் தொடர்ச்சிக்கும், செழிப்புக்கும் ஏங்கித் தன் சொந்த நாடு விட்டு வேற்று நாட்டுக்கு இடம் பெயர்ந்த ஒரு பெண்ணின் முடிவுறாப் பயணமே கண்ணகித் தொன்மமாகும். எவற்றைத் தேடிப் புறப்பட்டாளோ அவையாவும் மறுக்கப்பட்டுத் தனியாய் நின்றாள் கண்ணகி. அவற்றின் குறியீடான மார்பகத்தையே பிய்த்து எறிந்து நீதி

கோரி நின்றாள். தீராக் குறையுடன் வாழ்ந்த கண்ணகி. இயல்பு உலகின் நிலத்தினையும் பொழுதினையும் அழித்தாள். அதன்வழி இயல்பு மானிடத் தன்மை, நிலத் துடனும் பொழுதுடனும் கொண்டிருந்த பிணைப்பு ஆகிய வற்றிலிருந்து விடுபட்டு அல்-மனித (தெய்வ) நிலை யடைந்து பூவுலகு விட்டேகி வானுலகு அடைந்தாள். இது ஒரு முடிவுறாத நெடும் பயணம் ஆகும். இவளின் பயண வரலாறு பற்றிய தொன்மக் கூறு ஒன்று மக்களின் கூட்டு மனதில் தொடர்ந்து பயணம் செய்துகொண்டிருக்கிறது. இது கண்ணகியின் பயணம் மட்டுமல்ல: காலங்கால மாக மக்களின் கூட்டு மனப்பதிவில் நிலைத்து நிற்கும் பசுமையான நினைவின் பயணமாகும் (பக்கம். 253-254).

இக்கட்டுரைகள் தவிர பெ.மாதையனின், 'சிலப்பதிகாரமும் சமுதாயமாற்றமும்', எஸ்.இராமச்சந்திரனின், 'இந்திர விழா', செ.ரவீந்திரனின் 'சிலப்பதிகாரத்தில் தொல் நாடக மரபுகள்', ப.மருதநாயகத்தின் 'காளிதாசன் படைப்புகளில் சிலப்பதி காரத்தின் செல்வாக்கு' ஆகிய கட்டுரைகளும் குறிப்பிடத்தக்க ஆய்வுக்கட்டுரை களாக இடம்பெற்றுள்ளன.

செம்மொழித் தமிழ் ஆய்வில் நாட்டார் வழக்காற்றியல் என்ற அறிவுத்துறையின் பங்களிப்பு அவசியமானதென்பதைப் 'பண் பாட்டியல்' என்ற பிரிவுக்குள் அடங்கியுள்ள இக்கட்டுரைகள் உணர்த்தி நிற்கின்றன.

* * *

மொழியியல் என்ற பிரிவில் சிறந்த மொழியியலாளர்களான செ.வை.சண்முகம், இரா.கோதண்ட ராமன், எல்.இராமமூர்த்தி, நா.செயராமன் ஆகியோரின் கட்டுரைகள் இடம்பெற்றுள்ளன.

* * *

இறுதி இயல் சிலம்பின் அரசியல் பற்றியது. யவன நாட்டு (கிரேக்க நாட்டு) வரலாற்றை இளங்கோவடிகள் அறிந்திருக்க வாய்ப்புள்ளதாகவும், இதன் அடிப்படையில் 'இலியத்' 'ஒடிசி' என்ற கிரேக்க காப்பியக் கதைகளை அவர் அறிந்திருக்கக் கூடும் என்று கருதும் க.ப.அறவாணன், 'தொலைநோக்குக் காப்பியம்' என்ற தலைப்பிலான தம் கட்டுரையில், மொழி அடிப்படையிலும்

இன அடிப்படையிலும் ஒன்றுபட்டு கிரேக்கமும் ரோமானியரும் அரசியல் ஆதிக்கம் பெற்றிருந்தது போல், தமிழரும் ஒன்றுபட்டு நிற்க வேண்டும் என்று கருதியே சிலப்பதிகாரத்தை இளங்கோ வடிகள் படைத்துள்ளார் என்ற கருத்தை முன்வைக்கிறார். இது மேலும் ஆய்வுக்குரிய கருத்தாகும். இக்கட்டுரையின் இறுதியில்,

> சிற்றூரில் நடக்கும் பிற்காலக் கோயில் விழாக்களில் இராப் பொழுதுகளில் கண்ணகிக் கதையை நடிக்கும் வழக்கம் வந்தது. கண்ணகி நாடகங்கள் ஆங்காங்கே நடத்தப்பட்டன. ஆனால், அந் நாடகங்கள் கண்ணகி பாண்டியன் நெடுஞ் செழியன் மரணத்தோடு முடிந்து விடும். சேரன் செங்குட்டு வனைப் பற்றிய பேச்சோ வஞ்சிக் காண்டப் பகுதியோ நாடகங்களிலோ கதைக் கூத்துக்களிலோ இடம்பெறு வதில்லை (பக்கம். 367).

என்று குறிப்பிடுவது அடுத்தகட்ட ஆய்வுக்கான தூண்டுதலாகும்.

'பழிக்கு அஞ்சும் அரசியல்வாதி', 'அறவழி போற்றும் அரசியல் வாதி' என்று இளங்கோவைக் குறிப்பிடும் தொ.பரமசிவன், இளங்கோவின் அரசியல் இலக்கு என்ன என்பதை 'இளங்கோவின் அரசியல்' என்ற தமது கட்டுரையில் ஆராய்ந்துள்ளார். கையாண்ட உவமைகளிலும், காண்டப் பிரிவிலும் தம் அரசியல் உணர்வுகளை இளங்கோவடிகள் பொதிந்து வைத்திருக்கிறார் என்று கூறும் அவர், இறுதியாகப் பின்வரும் முடிவுகளை முன்வைக்கிறார் (பக்கம்.372).

- இளங்கோவின் அரசியல் இலக்கு, ஒன்றுபட்ட தமிழ்நாடாகும்.
- மொழிவழி மாநிலம் என்னும் கோட்பாட்டை முதலில் கண்டுணர்ந்து கூறியவர்.

'சிலப்பதிகாரம்: ஒரு தமிழ்த்தேசியப் பாவியம்' என்ற தலைப்பிலான தமிழ்மல்லனின் கட்டுரை சிலப்பதிகாரத்தில் இடம்பெற்றுள்ள தமிழ்த்தேசியம் தொடர்புடைய சில பகுதிகளை எடுத்துக்காட்டி அவற்றின் அடிப்படையில் சிலப்பதிகாரம் தமிழ்த் தேசிய பாவியம் என்று நிறுவ முயல்கிறது.

கட்டுரையின் தொடக்கத்தில் தமிழ்த்தேசியம் என்பது குறித்து வரையறை செய்துவிட்டு அவ்வரையரைக்கேற்ப கட்டுரையை உருவாக்கியுள்ளார்.

'சிலப்பதிகாரமும் இருபதாம் நூற்றாண்டுத் தமிழ்ச் சமூக இயக்கங்களும்' என்ற க.பஞ்சாங்கத்தின் கட்டுரை இத்தொகுப்பில் உள்ள கட்டுரைகளின் அடிப்படைப் போக்குகளில் இருந்து முற்றிலும் மாறுபட்ட ஒன்று. நவீன இலக்கியத் திறனாய்வாளரான கட்டுரையாசிரியர் செவ்விலக்கியம் ஒன்றை வேறுபாடான முறையில் அணுகியுள்ளார்.

> எந்தவோர் உயர் இலக்கியப் பிரதியும் தான் தோன்றிய காலத்தின் தேவை நிறைவோடு முடிந்துவிடுவதில்லை, அது ஒவ்வொரு காலத்தின் தேவைகளுக்குத் தகுந்தவாறு மீண்டும் மறு வாசிப்பிற்கு உள்ளாகி, எப்பொழுதும் தன்னை ஒரு நிகழ்காலப் பிரதியாக நிலைநிறுத்திக் கொள்கிறது (பக்கம்.399).

என்று குறிப்பிடும் கட்டுரையாசிரியர், இந்திய விடுதலை இயக்கம், தமிழ்த் தேசியம், திராவிட இயக்கம், சைவ சமய இயக்கம், சாதிய இயக்கம், பொதுவுடைமை இயக்கம் என்ற இயக்கங்கள் தம் சித்தாந்தம் அல்லது கோட்பாட்டிற்கேற்ப சிலப்பதிகாரத்தை விளக்கியுள்ளதைச் சான்றுகளுடன் எடுத்துக் காட்டுகிறார். இவற்றுள் சில அணுகுமுறைகள் சிலப்பதிகாரக் கதையில் புதிய பாத்திரங்களைப் படைப்பதிலும் பனுவலில் இருந்து விலகி நின்று விளக்கம் தரும் அளவுக்குச் சென்றுள்ளதையும் ஆசிரியர் சுட்டிக் காட்டியுள்ளார்.

சான்றாக பிராமணரான பிரணகார்த்திஹர சிவன் என்பவரது விளக்கத்தை அவர் மேற்கோளாகக் காட்டுவதைக் குறிப்பிடலாம்.

> இத்தகையவள் செங்குட்டுவனாலும் மற்றவர்களாலும் பூசிக்கப்பட்டதாக நமது நூலாசிரியர் கூறுகிறார். அவ்விதம் பூசித்திருந்தால், அவளது அருமையான கற்பிற்காக இராது. ஏனெனில் அவள் கற்பு அவ்வளவு அருமையுள்ளதன்று: அவள் தன் பொறைக்கு மிராது, அவளிடத்தில் பொறையே யின்மையால், ஆதலின், அவளங்கு மதுரையைத் தீயூட்டிய வாறு தம் நகரங்களையும் செய்துவிடுவாளோ என்று பயத்தாலேயே இருக்க வேண்டும். மேற்கூறிய காரணங் களாலேயே இப்பொழுது திரௌபதியைப் போலவே இரத்த வெறியாள் கண்ணகியும் தாழ்ந்த ஜாதியார்களாற் பூசிக்கப்பட்டு வருகிறாள்.

சீதை, பொறுமையால் உயர் சாதியினர் பூசிக்கத் தக்கவளாக விளங்குகிறாள் என்ற கூடுதல் தகவலையும் தருகிறார் (பக்கம்.409-410).

'வாசிப்பின் அரசியல்' என்ற சொல்லாடலை சிலப்பதிகார வாசிப்பின் அடிப்படையில் இக்கட்டுரை நன்றாகவே விளக்கி யுள்ளது. தன் கருத்து என்று, சார்பு நிலையெடுத்து இவ்வாசிப்பு களை ஆசிரியர் அணுகவில்லை. பல்வேறு வாசிப்புகளை அறிமுகப்படுத்துவதுடன் நின்றுள்ளார். கட்டுரையின் இறுதியில்,

2000க்குப் பிறகு புதிய பெண்ணியக் கோட்பாட்டு அடிப் படையிலும், தலித்தியம் மற்றும் விளிம்பு நிலைப் பார்வையிலும் சிலப்பதிகாரம் புத்தம் புதிய பிரதிபோலத் தொடர்ந்து வாசிக்கப் பட்டு வருகிறது. எழுதியவன் இறந்துவிடுவான்: அவன் படைத்த படைப்பு சாவாது என்பதற்கு இத்தகைய வாசிப்பு முறைதான் காரணமெனச் சொல்லி முடிக்கிறேன் (பக்கம்.411).

என்று கூறியுள்ளார். இது அடுத்த கட்ட ஆய்வின் தேவையை உணர்த்துகிறது.

சிலப்பதிகாரத்தின் அடிப்படை நோக்கங்களாக மூன்று செய்திகளை அதன் பதிகம் சுட்டுகிறது. அவற்றுள் முதலாவது கூற்றாக, 'அரசியல் பிழைத்தோர்க்கு அறம் கூற்று ஆவதூஉம்' என்ற கருத்து இடம் பெறுகிறது. இக்கருத்து பதிக ஆசிரியரின் கருத்தே தவிரப் பனுவலின் கருத்தன்று என்று 'அரசியல் பிழைத்தலும் சிலப்பதிகாரத்தின் அரசியலும்' என்ற தமது கட்டுரையில் வே.பழனிவேல் நிறுவுகிறார். பனுவல் தொடர்பான நவீன திறனாய்வாளர் கருத்தை கட்டுரையின் தொடக்கத்தில் அறிமுகப்படுத்துகிறார்; (பக்கம்.413).

அடுத்து மிகைல் பக்தினின் காப்பியம் தொடர்பான கோட்பாட்டை எடுத்துக்காட்டி அதன் அடிப்படையில் மேற்கூறிய பதிகத் தொடரை ஆராய்கிறார். அவரது ஆய்வில் இடம்பெறும் முக்கிய செய்திகளாகப் பின்வருவனவற்றைக் குறிப்பிடலாம்.

- சிலப்பதிகாரத்தில் இடம்பெறும் கொடுங்கோல், செங்கோல் பற்றிய கூற்றுகள் சங்ககாலச் சமூகம் சார்ந்தவை.

- தமிழ்மொழி சார்ந்து வேந்தர்களை இணைக்க முயலும் ஆசிரியர் தமிழ் அடையாளத்திற்கு வெளியே குறுநில மன்னர்களை நிறுத்துகின்றார்.

- அவரது பார்வையில் வேந்தர்கள் செங்கோன்மையர்கள். குறுநில மன்னர்கள் கொடுங்கோன்மையர் இதற்குக் காரணம் ஆசிரியரது வேந்தர் சார்பு நிலைதான்.

- 'வல்வினை வளைத்த கோல்' என்று கூறுவதும், மனுநீதிச் சோழன் கதையை எடுத்தாள்வதும், மதுராபதித் தெய்வம் கூறும் இருமுற்பிறப்புக் கதைகளும், தெய்வங்களுடன் வேந்தர்களை இணைத்துக் கூறுவதும் ஆகியனவும் வேந்தர் சிறப்பை வெளிப்படுத்துவனவே.

- ஊழ்வினையின் வலிமை.

இச்செய்திகளின் அடிப்படையில் 'அரசியல் பிழை அரசனின் பிழை அன்று' என்பதே சிலப்பதிகாரப் பனுவல் கூறும் செய்தி என்ற முடிவுக்கு வருகிறார்.

* * *

சிலப்பதிகாரம் தொடர்பான பன்முக வாசிப்பை இக் கட்டுரைத் தொகுப்பு வழங்குகிறது. கட்டுரைகளின் முடிவுகளோடு உடன்படாதாரும் இக்கட்டுரைகளின் ஆழத்தை மறுதலிக்க இயலாது. வழக்கமான தடத்தில் இருந்து விலகி நிற்பதாகவே பல கட்டுரைகள் அமைந்துள்ளன. இதன்பொருட்டு இந்நூலின் பதிப்பாசிரியர் சிலம்பு நா.செல்வராசு, நூலை வெளியிட்ட புதுச்சேரி மொழியியல் பண்பாட்டு நிறுவனத்தின் இயக்குநர். பக்தவத்சல பாரதி ஆகியோரைப் பாராட்டலாம். நிதி வழங்கிய செம்மொழித் தமிழாய்வு நிறுவனமும் பாராட்டுக்குரியது.

சிலம்பு நா.செல்வராசு (2013) பதிப்பாசிரியர், புதுச்சேரி மொழியியல் பண்பாட்டு ஆராய்ச்சி நிறுவனம்

உங்கள் நூலகம், மார்ச் 2014

17

சொற்களின் மீதான காலனியத்துவம்

இந்தியாவில் ஆங்கிலக் காலனி ஆதிக்கம் மேற்கொண்ட செயல்பாடுகளை 'ஆக்கப்பூர்வமானது'; 'அழிவுப்பூர்வமானது' என்று கார்ல் மார்க்ஸ் இரண்டாகப் பகுப்பார். அவர் குறிப்பிடும் ஆக்கப் பணிகளில் ஒன்று நவீனக் கல்வி முறையை அறிமுகப் படுத்தியதாகும். 'அய்ரோப்பாவில் உருவான புத்தொளிக்காலத்தின் (ஏஜ் ஆஃப் என்லைட்மெண்ட்) தாக்கத்திற்குட்பட்ட கல்வி முறை அவர்களால் இங்கு அறிமுகப்படுத்தப்பட்டது. மற்றொரு பக்கம் மெக்காலே குறிப்பிட்டது போல்: "இரத்தத்தால் இந்தியர்களாகவும் சிந்தனையால் ஆங்கிலேயர்களாகவும்" காட்சியளிக்கும் இந்தியர் கூட்டமொன்றை இக்கல்வி முறை உருவாக்கியது. அத்துடன் இந்திய மொழிகளை இரண்டாம் நிலைக்குத் தள்ளிவிட்டு ஆங்கில மொழியை ஆதிக்க மொழியாக நிலை நிறுத்தியது.

இதன் விளைவாக அரசியல், பொருளாதாரம் என்பனவற்றுடன் பண்பாட்டிலும் காலனிய ஆதிக்கம் ஊடுருவியது.

சொற்களின் மீதான காலனியத்துவம் என்ற தலைப்பிலான இந்நூல் 19ஆம் நூற்றாண்டில் தமிழ் இலக்கியத்தின் மீதான ஆங்கிலக் காலனியத் துவத்தின் தாக்கத்தை ஆராய்கிறது.

நூலாசிரியரான சாஷா இப்பிலிங், சிக்காகோ பல்கலைக் கழகத்தில், தெற்காசிய மொழிகள் நாகரிகம் குறித்த உதவிப் பேராசிரியராகவுள்ளார். சொற்களின் மீதான காலனியத்துவம் குறித்த இந்நூலின் அறிமுகப் பகுதி யானது, இலக்கியமும், காலனியத்துவமும், 19ஆம் நூற்றாண்டின் தமிழ் இலக்கியப் படைப்புகள், இந்நூற்றாண்டில் நிகழ்ந்த பண்பாட்டு மாறுதல்கள், இழந்துபோன இலக்கி யங்கள் என்பன குறித்த சில பொதுவான செய்தி களைக் குறிப் பிடுவதுடன் இந்நூலின் இயல் அமைப்பு குறித்தும் விவரிக்கிறது.

மரபுவழித் தமிழ்க்கல்வி

மரபு வழியிலான தமிழ்க் கல்வி கற்று மரபு வழித் தமிழ் அறிஞராகத் திகழ்ந்தவர் திரிசிரபுரம் மகாவித்வான் தி. மீனாட்சி சுந்தரம் பிள்ளை (1815-1876). மரபு வழித் தமிழ்க்கல்வியின் அடையாள மாக விளங்கிய இவர் தமிழ்க்கல்வி பெற்றது குறித்த செய்திகளை இவரது மாணவர் உ.வே. சாமிநாதையர் தாம் எழுதிய 'மீனாட்சி சுந்தரம் பிள்ளை சரித்திரம்' என்ற நூலில் விரிவாக எழுதி யுள்ளார். மரபு வழித் தமிழ்க்கல்வியை இவர் கற்பித்த முறை குறித்து தமது தமது சுயசரிதையான 'என் சரித்திரம்' என்ற நூலில் உ.வே.சா பதிவு செய்துள்ளார். இவ்விரு நூல்களின் துணை கொண்டும் வேறு பல ஆவணங்களின் துணை கொண்டும் 19 ஆம் நூற்றாண்டின் தமிழ் கல்வி குறித்த வரலாற்றுச் செய்திகளை நூலாசிரியர் தொகுத்துள்ளார்.

திண்ணைப்பள்ளிக்கூடம்

பாடம் கற்பிக்கும் ஆசிரியரது வீட்டுத் திண்ணையோ கிராமத் தலைவரது வீட்டுத் திண்ணையோ பள்ளி நடை பெறும் இடமாக இருந்தது. இதன் அடிப்படையில் திண்ணைப் பள்ளிக்கூடம் என்ற பெயர் உருவாகியுள்ளது.

தமிழ் இலக்கியம், ஒழுக்கநெறி, புராணம், பொதுப்படை யான நாட்டார் வழக்காறு, கணக்கு, வியாபாரம், வேளாண்மை தொடர்பான நடை முறையறிவு என்பன திண்ணைப் பள்ளி களில் கற்றுக் கொடுக்கப்பட்டன.

சார்லஸ் ஈ கூவர் என்ற ஆங்கில அதிகாரி நான்கு பாடங் களே இங்கு கற்றுக் கொடுக்கப்பட்டதாக 'இந்தியன் ஆண்டிக் குயரி' என்ற ஆய்விதழில் 1873 ஆம் ஆண்டில் 'சென்னையில்

திண்ணைப்பள்ளிக் கூடங்கள் (Pyal Schools in Madras) என்ற தலைப்பில் எழுதிய கட்டுரையில் குறிப்பிட்டு உள்ளார். அவரது கூற்றின் அடிப்படையில், படித்தல், எழுதுதல், கணக்கு, மனப் பாடம் செய்தல் என்பன பாடத்திட்டமாக அமைந்தன. படிப்பதற்கான பாடங்கள் உயரிய மொழி நடையில் அமைந் திருந்ததாகவும், சாதாரண இக்காலத் தமிழில் அவை அமைய வில்லை என்றும் கூறும் அவர், அங்கு பயன்படுத்தப்பட்ட நூல்களையும் குறிப்பிட்டுள்ளார். அதன்படி 'திருக்குறள்', 'ஆத்திசூடி', 'கிருஷ்ணன் தூது', 'பஞ்ச தந்திரம்', 'கம்ப இராமாயணம்' 'கதாசிந்தாமணி' என்பனவும், நன்னூல், நிகண்டு ஆகியனவற்றில் இருந்து எடுக்கப்பட்ட இலக்கணப் பகுதிகளும் இப்பள்ளிகளில் கற்றுக்கொடுக்கப்பட்டன. இவற்றுடன் 'சிருங்கார ரசம்' கொண்ட நூல்களும் கற்றுக் கொடுக்கப்பட்டதாக அவர் குறைபட்டு உள்ளார். மாணவர் களுக்குக் கற்றுக் கொடுக்கப்பட்ட முக்கிய இலக்கியமாக 'அந்தாதி' இருந் துள்ளது. இது குறித்து உ.வே. சாமிநாதய்யர் தம் சுய சரிதையில் பின்வருமாறு குறிப்பிட்டுள்ளார்.

"பண்டைக்காலத்தில் பதங்களைப் பிரித்துப் பழகுவதற்கும் பலவகையான பதங்களைத் தெரிந்துகொள்வதற்கும் மனனம் செய்வதற்கும் அனுகூலமாக இருக்குமென்று கருதி அந்தாதி களை மாணாக்கர்களுக்கு பாடம் சொல்லி வந்தார்கள்"

சொற்சிலம்பம் என்று கூறத்தக்க அளவில் சொற்களை வைத்து விளையாடும், மடக்கு (யமகம்) என்ற செய்யுள் வடிவமும் கற்றுக் கொடுக்கப்பட்டது. இது தவிர சொல்லணி, பொருளணி, சித்திரகவி, நீரோட்டம் என்பனவும் கற்றுக் கொடுக்கப்பட்டன.

புலவர்கள் படைப்புகள்

பிரபந்தங்கள் (சிற்றிலக்கியங்கள்) தல புராணங்கள் என்பன இப்பாரம்பரியக் கல்வியைக் கற்றவர்கள் படைத்த படைப்பு களாக அமைந்தன.

ஈற்றடியை அடிப்படையாகக் கொண்டு வெண்பா இயற்ற லையும், கோவில்கள் - கோவில் உள்ள ஊர்களை மையமாகக் கொண்டு தல புராணங்கள் எழுதுவதையும் இக்காலப்புலவர்கள் மேற்கொண்டனர். அவ்வப்போது சில நிகழ்வுகளையும்

வேண்டுதல்களையும் மையமாகக் கொண்டு பாடல்கள் எழுதுவதுண்டு. இவை தனிப்பாடல் என்று பெயர் பெற்றன. ‘சீட்டுகவி’ என்ற பெயரில் கடித வடிவிலான பாடல்களும் இயற்றப்பட்டன. இவையும் தனிப்பாடல் வகையைச் சார்ந்த தாகவே அமைந்தன.

புரவலர்கள்

இக்கவிஞர்களின் புரவலர்களாகக் கோவில்களும், ஆதினங்களும் (மடங்களும்) அமைந்தன. இவை தவிர, ஆங்கில அரசுக்கு வரிவசூலித்துக் கொடுக்கும் முகவர்களாக வட்டார அளவில் செயல்பட்டு வந்த சமீன்தார்களும் புரவலராக விளங்கினர்.

புதுக்கோட்டை, இராமனாதபுரம், சிவகங்கை, எட்டய புரம், உடையார்பாளையம், ஊற்றுமலை, சேத்தூர் ஆகிய ஊர்களின் சமீன்தார்கள் இப் புரவலர்களில் குறிப்பிடத் தக்கவர்கள்.

இவர்களைத் தவிர பெருவணிகர், பெருநிலக் கிழார் ஆகியோரும் புரவலர்களாய் விளங்கினர்.

பாடு பொருள்

புகழ்ச்சியும் (துதியும்) சிருங்கார ரசமும் புலவர்கள் பாடல்களில் முக்கிய இடம் பெற்றன. சமீன்தார்களின் தாராள குணம், உடல் அழகு, போரிடும் ஆற்றல் ஆகியன பாடல்களில் முக்கிய இடம்பெற்றன.

பூபாலன், நரேந்திரன், தளசிங்கன், துரை சிங்கம், ஜெய சீலன், ராஜேந்திர உத்தமன் என்பன சமீன்தார்களைப் புகழப் பயன்படுத்திய முக்கிய சொற்களாகும்.

சிறப்புப் பாயிரம்

இத்தன்மையை சிற்றிலக்கியங்கள், தல புராணங்கள் எழுதி முடித்த பின்னர் அவற்றைக் குறித்த பாராட்டுரை போல தம்மிலும் புகழ்மிக்க ஒருவரிடம் செய்யுள் வடிவிலான பாராட்டு உரையைப் பெறுவர். இது சிறப்புப்பாயிரம் அல்லது சாற்றுக்கவி என்றழைக்கப்பட்டது.

ஓர் இலக்கியப்படைப்பின் சிறப்பையும் அதன் ஆசிரியரது புலமையையும் மட்டுமின்றி அந் நூலின் புரவலரையும் புகழும் வகையில் சாற்றுக் கவிகள் அமைந்தன.

நூல் ஆசிரியரின் குரு, உடன் பயின்றவர், நண்பர், சீடர் என நான்கு நிலையினர் சாற்றுக்கவி எழுதுவோராய் இருந்தனர். அத்துடன் புலமை மிக்கவர்களாக விளங்கியோரிடமும் சாற்றுக் கவி பெறுவது வழக்கமாய் இருந்தது. இது தொடர்பாக ஆ. இரா. வேங்கடாசலபதி கூறும் பின்வரும் கருத்து கவனத்துக் குரியது.

"கல்வியும் அறிவும் ஒரு குறிப்பிட்ட சமூகப் படிநிலையில் இருந்தவர்களிடமே நிலை பெற்றிருந்த நிலவுடைமைச் சமூக அமைப்பில் ஏற்கெனவே இத்தகுதியைப் பெற்றிருந் தவர்களின் பரிந்துரை தேவைப்பட்டது. இதன் வெளிப் பாடாகவே சிறப்புப் பாயிரத்தைக் கருதினர். ஏற்றுக் கொள்ளத்தக்க படைப்பு என்பதற்கான முத்திரையாக சிறப்புப்பாயிரம் அமைந்தது."

***

பெரிய புலவர்களாக விளங்கியோரிடம் அவ்வளவு எளிதில் சிறப்பாயிரம் பெற முடியாத நிலை நிலவியது. 19 ஆம் நூற்றாண்டில் பெரும் புலவராக விளங்கிய மீனாட்சி சுந்தரம் பிள்ளை ஒரு நூலின் சிறப்பிற்கேற்ப சிறப்புப் பாயிரத்துக் கான யாப்பு வடிவத்தைப் பயன்படுத்தியதாக அவரது மாணவர் உ. வே. சா குறிப்பிட்டுள்ளார்.

நல்ல நூல் என்று அவர் கருதினால் அகவல், விருத்தம் தரவு கொச்சகம் என்ற யாப்பு வடிவங் களைப் பயன்படுத்துவார். அவ்வாறு இல்லை யென்றால் இன்னார் இன்ன நூலை எழுதி யுள்ளார் என்று குறிப்பிட்டு ஒன்று அல்லது இரண்டு செய்யுட் களை மட்டும் எழுதுவார்.

கோபாலகிருஷ்ண பாரதியார், தாம் எழுதிய 'நந்தனார் சரித்திரக் கீர்த்தனை' என்ற நூலுக்கு மீனாட்சி சுந்தரம் பிள்ளையிடம் சிறப்புப்பாயிரம் வாங்க அலைந்ததையும் இறுதியில் அவரிடம் சிறப்புப்பாயிரம் வாங்கிய நிகழ்வையும் உ.வே.சா. தமது 'ஸ்ரீ மீனாட்சி சுந்தரம்பிள்ளை அவர்கள் சரித்திரம்' என்ற நூலில் சுவைபட எழுதியுள்ளார்.

அரங்கேற்றம்

நூல் ஒன்றுக்குச் சிறப்புப்பாயிரம் பெறுவதையடுத்து அதன் ஆசிரியர் மேற்கொள்ள வேண்டிய மற்றொரு பணி அதை

அரங்கேற்றம் செய்வதாகும். இது எவ்வாறு நடைபெற்றது என்பது குறித்து ஆ. இரா. வேங்கடாசலபதி, பின்வருமாறு விவரித்துள்ளார்.

"நல்ல நாள் ஒன்றை நூல் அரங்கேற்றம் செய்யும் நாளாகத் தேர்வு செய்வர். அரங்கேற்றம் குறித்த செய்தியை அது நடை பெறும் ஊரின் மக்களுக்கும் அதன் சுற்றுப் பகுதி களில் வாழும் முக்கியமானவர்களுக்கும் தெரிவிப்பர். நூலின் புரவலர் இவ்வேற்பாடுகளை மேற்கொள்ளுவார். புரவலரின் சமூக உயர் மதிப்பையும் அவருடைய வள்ளல் தன்மையை வெளிப் படுத்தவும் அரங்கேற்றம் துணை புரிந்தது. எனவே மிகுந்த ஆடம்பரத்துடன் அரங்கேற்றம் நிகழ்ந்தது.

ஊர்ப்பொதுயிடம் ஒன்றில், பெரும்பாலும் ஊர்க் கோவிலில் இது நிகழ்ந்தது. இதனால் சமய அங்கீகாரம் நூலுக்குக் கிட்டியது. அரங்கேற்றம் நிகழும் மண்டபம் மரபு சார்ந்த முறையில் அலங்கரிக்கப்படும்.

நல்ல நேரத்தில் அரங்கேற்றம் தொடங்கும். ஓலைச்சுவடி வடிவிலுள்ள நூலின் பனுவல், தெய்வத்தின் முன் வைக்கப்படும். வழிபாடு நிகழ்ந்தபின் அவ்வோலைச்சுவடி நூலாசிரியரின் கையில் தரப்படும். பின், திருநீறு, பூக்கள் மாலைகள் ஆகியன பிரசாதப் பொருளாக அவரிடம் வழங்கப்படும்.

இதன் பின்னர் அரங்கேற்றம் தொடங்கும். பெரும்பாலும் நூலாசிரியரின் சீடர்களில் ஒருவர் நூலை வாசிப்பார். நூலாசிரியர் செய்யுட்களுக்கு பொருள் கூறுவதுடன் அதில் இடம்பெறும் இலக்கியம், புராணம் சார்ந்த செய்திகளை விளக்குவார். இது தொடர்ச்சியாகப் பல நாட்கள் பிற்பகல் நேரத்தில் நிகழும்."

புகழ்ச்சிப் பொருளாதாரம்

இவ்விலக்கியங்களின் அடிப்படை நோக்கம் புரவலர் களிடம் இருந்து பொருள் பெறுவதுதான். இதனால் புகழுதல் (துதித்தல்) என்பது இவற்றில் அதிக அளவில் இடம் பெறலா யிற்று. புலவரின் பொருளாதாரம் நிலைபெற, துதித்தலே ஆதார

மாக அமைந்ததால் **புகழ்ச்சிப் பொருளாதாரம்** (Economy of Praise) என்று குறிப்பிடுவது. பொருத்தமாயிருக்கும் புலமை என்பது தொழிலாக விளங்கியதால் புகழுதல் என்பது தொழிலுக்கான மூலதனமாய் அமைந்தது.

இலக்கியத்தின் பாடுபொருளாக அமைந்த புகழ்ச்சி இரு வகைப்பட்டதாய் இருந்தது. முதல் வகை, தெய்வங்கள், புனிதர்கள், புனிதத்தலங்கள் (கோவில் அல்லது நகரம்) தொடர் பான புகழ்ச்சியாகும். இரண்டாவது வகையில் சமீந்தார்கள், பெருவணிகர், நூலாசிரியன், குரு, நூலின் புரவலர் ஆகியோரைக் குறித்த புகழ்ச்சி அடங்கும். இரண்டாவது வகைப் புகழ்ச்சியில் குறிப்பாக அரசவை சார்ந்த இலக்கியத்தில் போற்றுதலும், சிருங்கார ரசமும் (சிற்றின்பமும்) இணைந்து காணப்படும்.

தானியம், பணம், தங்க அணிகலன்கள், நிலம் எனப்பல வடிவங்களில் புரவலர்கள் புலவர் களுக்கு உதவினர். இவை தவிர 'பல்லக்கு' 'பட்டாடை' வழங்கல் என்பன சிறப்புக்குரியன வாய் அமைந்தன. இராமனாதபுரம் பாஸ்கர சேதுபதி விலை யுயர்ந்த பட்டாடைகளை உ.வே.சாவுக்கு வழங்கிச் சிறப்பித்தார். இப் பட்டாடைகளுடன் திருவாடுதுறை மடத்திற்குச் சென்று மடாதிபதியிடம் அவற்றைக் காட்டினார். பின் முந்நூறு ரூபாய்க்கு அவற்றை மடத்துக்கு விற்று விட்டார். அத் தொகையைக் கொண்டு சிலப்பதிகாரம் அச்சிட்டது தொடர் பாகத் தமக்கு ஏற்பட்டிருந்த கடனை அடைத்துவிட்டதாக உ.வே.சா. தம் சுயசரிதையில் எழுதியுள்ளார்.

புகழ்ச்சிப் பொருளாதாரத்தின் வீழ்ச்சி

தெய்வங்கள், ஆதினங்கள், சமீன்தார்கள், பெருநிலக் கிழார்கள் ஆகியோரை மையமாகக் கொண்டு தலபுராணங்கள், சிற்றிலக்கியங்கள், தனிப்பாடல்கள் சீட்டுகவிகள் என்ற இலக்கிய வகைமைகளைப் படைத்தும் இவற்றின் வாயிலாகத் துதி செய்தும் பொருள் பெற்று வாழ்ந்த புலவர்களின் புகழ்ச்சிப் பொருளாதாரம் காலனிய ஆட்சியில் வீழ்ச்சியை எதிர் கொண்டது.

இவ்வீழ்ச்சிக்கான காரணங்களாகப் பின்வருவன அமைந்தன.

1) மடாதிபதிகள், சமீந்தார்கள் ஆகியோரின் பொருளியல் வீழ்ச்சி

2) அச்சு இயந்திரத்தின் அறிமுகம்

3) புத்தகச் சந்தை - நூலகம் - பத்திரிகைகள் - மௌன வாசிப்பு என்பனவற்றின் அறிமுகம்.

பழைய புரவலர்களின் இடத்தில் அரசு அதிகாரிகள், வழக்கறிஞர்கள், வட்டித்தொழில் செய்வோர், ஆசிரியர்கள், வணிகர்கள், ஆகியோர் இடம்பெற்றனர். இவர்கள் நூலாசிரி யரைப் பேணும் புரவலர்களாக விளங்கினர். நூல்களை அச்சிடப் பண உதவி செய்தும் அவற்றை விலைக்கு வாங்கியும் நூலாசிரி யருக்கு இவர்கள் உதவினர். அரங்கேற்றம் என்ற நிகழ்வு படிப்படியாக மறையலாயிற்று. சிறப்புப்பாயிரம் நூலின் முன் பக்கம் அச்சு வடிவில் இடம் பெறத் தொடங்கியது. தடித்த, வேறுபாடான அச்சு வடிவில் புரவலர்களின் பெயர்கள் நூலின் தொடக்கத்தில் இடம் பெறலாயின. இவ்வகையில் புகழ்ப் பொருளாதாரம் வேறு வடிவில் தொடர்ந்தது. ஆசிரியர் களாகவும், நூல்களின் பதிப்பாசிரியர்களாகவும் தமிழ்ப் புலவர்கள் மாறினர். ஆறுமுக நாவலர், இராமலிங்க அடிகளார், உ. வே. சாமிநாதையர், சி.வை. தாமோதரம்பிள்ளை, முகவை இராமானுச கவிராயர் ஆகியோர் இவ்வரிசையில் குறிப்பிடத் தக்கவர்கள்.

19 ஆம் நூற்றாண்டுத் தமிழகம் மாறுதல் நிகழும் காலமாக விளங்கியது. இம்மாறுதல்களின் ஒரு பகுதியாக நவீனக் கல்விமுறையும் அச்சு இயந்திரங்களின் வருகையும் ஆகியன வற்றைத் தாண்டி தமிழ் இலக்கியப் பண்பாடு சென்னை நகரை மையம் கொண்டதாக ஸ்டுவர்ட் பிளாக் பேர்ன் குறிப்பிடுகிறார். இதில் ஓரளவு உண்மையிருந்தாலும் இதை அப்படியே ஏற்றுக் கொள்ள முடியாது.

அச்சுப் பண்பாட்டினால் நிகழ்ந்த மாறுதல்கள் எவற்றிற்கும் ஆட்படாத முக்கிய தமிழ் அறிஞராக மகா வித்துவான் மீனாட்சி சுந்தரம் பிள்ளை வாழ்ந்து மறைந்தார். அவர் கல்வி கற்ற முறை - கற்பித்த முறை - அவரது நூல்களின் உள்ளடக்கம் - அவர் சார்ந்திருந்த திருவாடுதுறை ஆதினம் என்பனவெல்லாம் காலனிய ஆட்சிக்கு முன்னரும் காலனிய ஆட்சியின் தொடக்கத்திலும் நிலவிய பழைய மரபின் எல்லைக்குள் இருந்தன. நவீனத் துவத்தின் உள் வாங்கல் எதையும் இவரிடம் காணமுடியாது.

(1868-ல் 'கல்லாடம்' நூலை இவர் பதிப்பித்து வெளியிட்டது மட்டுமே விதிவிலக்கு).

இதற்கு நேர்மாறானவராக இவரது மாணவர் உ.வே. சாமிநாதையர் விளங்கினார். நவீனக் கல்விக் கூடங்களில் ஆசிரியராக விளங்கியதுடன் தமிழின் மரபிலக்கியங்களைத் தேடிப் பிடித்து அவற்றைப் பதிப்பித்து அச்சிட்டு வெளியிடும் பணியைத் தம் வாழ்நாள் முழுவதும் மேற்கொண்டிருந்தார்.

நாவல்

புராணம், காப்பியம், கதைப்பாடல் என்பன கதையை உள்ளடக்கியனவாகத் தமிழ் மரபில் இடம்பெற்றிருந்தாலும் இவற்றில் இருந்து முற்றிலும் வேறுபட்ட இலக்கிய வகைமை நாவலாகும். **நிகழ்கால சமூக அரசியல் விவகாரங் களை விவாதிக்கும் தளமாக நாவல் விளங்கியது. இப்பண்பு முந்தைய புகழ்ச்சிப் பொருளா தாரத்தில் இடம் பெறாத ஒன்றாகும்.**

இது தொடர்பான வரலாற்றை, தமிழ் நாவல் இலக்கியத்தின் முன்னோடிகள் வரிசையில் இடம்பெறும் வேதநாயகம் பிள்ளை இராஜம் அய்யர் என்ற இருவரை முன்னிருத்தி ஆராய்வது பொருத்தமாகயிருக்கும்.

வேதநாயகம்பிள்ளை (1826-1889)

திருச்சி நகருக்கு ஏழு மைல் தொலைவில் உள்ள வேளாண் குளத்தூர் என்ற கிராமத்தில் 1826 அக்டோபர் 11ல் பிறந்த இவரது முழுப்பெயர் சாமுவேல் வேதநாயகம் என்பதாகும். கத்தோலிக்கக் குடும்பத்தில் பிறந்த இவர் திண்ணைப்பள்ளிக் கூடத்தில் பயின்று, பின்னர் திருச்சி சென்று ஆங்கிலக் கல்வி பயின்றார். இக்காலத்தில் ஆங்கிலக் கல்வி பெறுவதென்பது பயனுடைய ஒன்றாகக் கருதப்பட்டது. இது தொடர்பாக சாமிநாதையர் தம் சுயசரிதையில் கூறியுள்ள செய்தி வருமாறு:

சாமிநாதையரின் வீட்டிற்கு வந்த ஒருவர் அவர் தமிழ்ப் படிப்பதை அறிந்ததும் பின்வருமாறு குறிப்பிட்டாராம். ஆங்கிலம் படித்தால் உலகியல் பயன் கிட்டும். சமஸ்கிருதம் படித்தால் மறு உலகப் பயன் கிட்டும். தமிழ்ப் படித்தால் இவ்விரு பயன்களும் கிட்டாது.

ஆனால் வேதநாயகம், ஆங்கிலத்துடன் தமிழையும் கற்றறிந்தார். அவ்வப்போது செய்யுள் எழுதும் அளவுக்கு அவரது தமிழ் அறிவு இருந்தது.

1848 சனவரி நான்காம் நாள் தமது இருபத்தொன்றாவது வயதில் கிழக்கிந்தியக் கம்பெனியில் நீதிமன்ற எழுத்தராக நுழைந்தார். பின்னர் குற்றவியல் ஆவணங்களைப் பராமரிப்பவராகப் பதவி உயர்வு பெற்றார். இதையடுத்து நீதிமன்றத்தில் மொழிபெயர்ப்பாளராக பணியாற்றினார். 1856 இல் வழக்கறிஞர் தேர்வில் தேர்ச்சி பெற்று அதே ஆண்டில் நீதி மன்றத்தில் அதிகாரியானார். 1860 இல் மாயவரம் (மயிலாடு துறை) நீதிமன்றத் திற்கு நீதிபதியாக நியமிக்கப்பட்டார். 1872 இல் பதவியில் இருந்து ஓய்வு பெற்றார். 1860 தொடங்கி 1889 இல் அவர் மறையும் வரை இங்கேயே வாழ்ந்தார். இதனால் இவரது பெயருக்கு முன் மாயவரம் என்ற அடைமொழி இடம் பெற்றது.

நீதித் துறையில் பதவி வகித்தாலும் தமிழ்க் கல்வியின் மீதும் தமிழ் அறிஞர்கள் மீதும் அவருக்கு மரியாதையிருந்தது. திருவாடு துறை மடத்தின் மடாதிபதியும், தமிழறிவுமிக்கவருமான சுப்பிர மணிய தேசிகரிடமும் மகாவித்துவான் மீனாட்சி சுந்தரம் பிள்ளையிடமும் இவருக்கு நெருக்கமான தொடர்பிருந்தது. கத்தோலிக்கர் சைவர் என்ற சமய வேறுபாட்டைத் தமிழ் உணர்வு வென்றது.

சீர்காழியில் இவர் நீதிபதியாகப் பணியாற்றிய போது நீதி நூல் என்ற நூலை வெளியிட்டார். இந்நூலுக்கு 180 அடிகள் கொண்ட சிறப்புப் பாயிரத்தை மீனாட்சி சுந்தரம்பிள்ளை எழுதினார். இவ்வளவு நீண்ட சிறப்புப் பாயிரத்தை அவர் வேறு யாருக்கும் எழுதியதில்லை. இந்நூலுக்கு நல்ல வரவேற்பிருந்ததை யடுத்து இந்நூலை விரிவுபடுத்தி அடுத்த ஆண்டில் இரண் டாவது பதிப்பை வெளியிட்டார்.

600 செய்யுட்களின் தொகுப்பான இந்நூல் 44 இயல் களாகப் பகுக்கப்பட்டிருந்தது. இவை பெண் கல்வி, போலிக் குருக்கள், மது அருந்தல், மட்டுமீறிய உறக்கம், தேவதாசிகள், விலங்குவதை செய்யாமை போன்ற தலைப்புகளைக் கொண் டிருந்தன. இந் நூலுக்கு ஆங்கிலத்தில் முன்னுரையொன்றும்

எழுதியுள்ளார். இம்முன்னுரையில் அவரது சமுதாயச் சீர்த் திருத்தம் குறித்த சிந்தனை வெளிப் படுகிறது. உரைநடையைவிட செய்யுளே இந்துக்களிடம் செல்வாக்குப் பெற்றிருப்பதால் எளிமையான செய்யுட்களைக் கொண்டதாகத் தாம் இந் நூலை இயற்றியுள்ளதாகத் தம் ஆங்கில முன்னுரையில் அவர் குறிப்பிட்டுள்ளார். அவர்கால மரபுவழிப் புலவர்களின் பண்டிதத்தன்மை கொண்ட செய்யுட்களுக்கு மாறாக எளிய நடையிலான செய்யுட்களை அவர் எழுதியுள்ளார். இவ் வகையில் அவர் காலத்தில் பரவலாக வழக்கில் இருந்த இறுக்க மான செய்யுள் முறையை உடைத்தவராக அவர் விளங்குகிறார்.

***

நீதி நூலையடுத்து வேறுசில நூல்களையும் அவர் எழுதி யுள்ளார். **1805ஆம் வருஷம் முதல், 1861ஆம் வருஷம் வரையில் உள்ள சட்டக் கோர்ட்டார் அவர்களின் சித்தாந்த சங்கிரகம்** என்ற நூலை 1862 ஆம் ஆண்டில் வெளியிட்டார். இதனை அடுத்து சென்னை உயர்நீதிமன்றத்தின் 1862, 1863 ஆம் ஆண்டுத் தீர்ப்புகளின் சுருக்கத்தை வெளி யிட்டுள்ளார்.

1879 ஆம் ஆண்டில் வெளியான அவரது முதல் நாவலான பிரதாப முதலியார் சரித்திரத்தில் 42 ஆவது இயலில் ஆங்கிலத் திற்குப் பதில் தமிழை நீதிமன்றங்களில் பயன்படுத்துவதை ஆதரித்துக் கருத்துக் கூறியுள்ளார்.

இதனால்தான் அவரது வாழ்க்கை வரலாற்றை எழுதியுள்ள பாண்டுரங்கன்,

> "தமிழ் நாவல் இலக்கியத்திற்கு அவர் தந்தை என்று கருதப்படுவதைப் போன்று சட்டத் தமிழ்த் தந்தையாகவும் வேதநாயகரை இனங்கண்டு மதிப்பிட இயலும்."

என்று மதிப்பிட்டுள்ளார். 1869 இல் பெண்மதி மாலை, பெண்கல்வி என்ற இரு நூல்களை வெளியிட்டுள்ளார்.

வேதநாயகம்பிள்ளை எழுதிய கட்டுரைகள்; கவிதையில் இருந்து உரைநடைக்குத் தமிழ் மாறுவதைக் குறிப்பிடுவன. மேலும் தமிழ் மொழியில் மேற்கொள்ளும் சீர்த்திருத்தங்கள் தனிமனிதனின் சிந்தனையில் செல்வாக்கை ஏற்படுத்தும் என்ற அவரது நம்பிக்கையையும் வெளிப்படுத்துகின்றன. அவரது

பிரதாப முதலியார் சரித்திரத்தில் இடம் பெறும் ஒரு பாத்திரத்தின் நீண்ட உரையின் ஒரு சிறுபகுதியை இதற்குச் சான்றாகக் குறிப்பிடலாம்.

இங்கிலீஷ் பிரான்சு முதலிய பாஷைகளைப் போலத் தமிழில் வசன காவியங்கள் இல்லாமலிருப்பது பெருங் குறை என்பதை நாம் ஒப்புக்கொள்ளுகிறோம்.

ஐரோப்பிய பாஷைகளில் வசன காவியங்கள் இல்லா மலிருக்குமானால் அந்த தேசங்கள் நாகரீகமும் நற்பாங்கும் அடைந்திருக்கக் கூடுமா? அப்படியே நம்முடைய சுய பாஷை களில் வசன காவியங்கள் இல்லாமலிருக்கிற வரையில் இந்தத் தேசம் சரியான சீர்த்திருத்தம் அடையா தென்பது நிச்சயம்.

பிரதாப முதலியார் சரித்திரம்

வேத நாயகம் பிள்ளையை அடையாளம் காட்டுவதாக அமைவது அவர் எழுதிய பிரதாப முதலியார் சரித்திரம் என்ற நாவலாகும். இதற்கு முன்னரும் பின்பும் அவர் எழுதிய நூல்களைவிட இந்நாவலே அவருக்கு ஓர் அடையாளத்தை வழங்கியுள்ளது.

நாவல் என்ற இலக்கிய வகைமையானது இங்கிலாந்தில் இருந்து இறக்குமதி செய்யப்பட்ட ஒன்றாக வெகுகாலம் கருதப் பட்டது. மேலும் மேற்கத்திய நாவலை முன் மாதிரியாகக் கொண்டே நம் நாவல்களைப் பார்க்கும் வழக்கம் உருவானது. இதன் அடிப்படையில் பிரதாப முதலியார் சரித்திரத்தை நாவலாக சிலர் ஏற்றுக்கொள்வதில்லை.

'நாவலுடன் நெருங்கி வருவது', 'சுவராஸ்யமற்ற உபயோக மற்ற நீளமான போதனை' என்ற முத்திரைகள் இந்நாவலின் மீது இடப்பட்டுள்ளன. தொடக்ககால நாவல்கள் நவீனத்துவம், மரபு என்ற இரண்டுக்குமான ஊடாட்டத்தில் உருவானவை. யதார்த்தமும், கற்பனையும், அறிவுறுத்தலும், பொழுதுபோக்கும் இவற்றில் கலந்து காணப்படும். மிகைல் பக்தினின் சொற்களில் கூறுவதானால், "பல குரல் பனுவல்கள்." தமிழ் நாவலானது ஆங்கிலத்தில் இருந்து இறக்குமதி செய்யப்பட்ட சரக்கல்ல. முற்றிலும் மேற்கத்தியத் தாக்கத்திற்கு உட்பட்டதல்ல. கதை கூறல் என்பது இந்திய மரபில் இடம்பெற்ற ஒன்று.

இக்கருத்தின் பின்புலத்தில் வேதநாயகம் பிள்ளையின் ‘பிரதாப முதலியார் சரித்திரம்’ (1879) ‘சுகுண சுந்தரி சரித்திரம்’ இராஜம் அய்யரின் ‘கமலாம்பாள் சரித்திரம்’ என்ற மூன்று நாவல்களைக் காணலாம். பிரதாப முதலியார் சரித்திரத்தை ஏன் எழுதினேன் என்பது குறித்து இந்நாவலின் ஆங்கில முன்னுரையில்,

> “தமிழில் உரைநடை நூல்கள் இல்லையென்பது ஒப்புக் கொள்ளப்படுகிறது. இந்தக் குறைபாட்டைப் பற்றி எல்லோரும் வருந்துகின்றனர். இக்குறையை நீக்கும் நோக்கத்துடன்தான் இந்தக் கற்பனை நூலை எழுத முன்வந்தேன். மேலும் நீதிநூல் பெண்மதி மாலை சமரசக் கீர்த்தனம் முதலியன ஏற்கெனவே வெளிவந்துள்ளன. எனது நூல்களில் குறிப்பிடப்பட்டிருக்கும் அற நெறிக் கொள்கைகளுக்கு உதாரணங்கள் காட்டவும் இந்த நவீனத்தை எழுதினேன்.”

என்று வேதநாயகம்பிள்ளை குறிப்பிட்டுள்ளார். இதன் வாயிலாக அவரது இப்புதிய படைப்பின் உருவத்தையும் உள்ளடக்கத் தையும் சுட்டிக்காட்டியுள்ளார். தமிழில் உரைநடை இல்லாததை, பண்பாடு மற்றும் நாகரிகத்தில் பின்னடைவாக அவர் கருதி யுள்ளார். அத்துடன் சமூகத்தைச் சீர்த்திருத்தி முன்னேற்றும் ஆற்றல் கொண்டதாக உரைநடையை அவர் கருதியுள்ளார். இதனால் தான் இந்நாவலும் இதையடுத்து அவர் எழுதிய சுகுணசுந்தரி சரித்திரம் நாவலும், கல்வி, கையூட்டின் விளைவு, தாய் மொழியின் முக்கியத்துவம், பெற்றோர்களின் உயரிய பண்பு ஆகியனவற்றை மையமாகக்கொண்ட அறிவுரை கூறும் தன்மை யிலான உரையாடல்களையும் உரைகளையும் கொண்டுள்ளன. தமது முதல் நாவலின் முன்னுரையிலும் இக்கருத்தை,

> “உலகத்தோரிடம் பொதுவாகக் காணப்படும் பலஹீனங் களும் குறைபாடுகளும் ஆங்காங்கே கேலி செய்யப் பட்டிருக்கின்றன. நான் கடவுள் பக்தி புகட்டியிருக்கிறேன். குடும்பத்திற்கும் சமூகத்திற்கும் யாவரும் செய்ய வேண்டிய கடமைகளையும் வற்புறுத்தியிருக்கிறேன். நல்வழியின் இயல்பான சிறப்பையும் தீய வழியில் உள்ள கொடூரங் களையும் நான் விவரிக்க முயற்சித்திருக்கும் முறையில்

> வாசகர்கள் நல்லதை விரும்பித் தீயதை வெறுக்க முன் வருவார்கள்...
>
> *சில நாவலாசிரியர்கள் மனித இயல்பை உள்ளது உள்ள படியே வருணித்திருக்கிறார்கள். இவர்கள் மனிதரில் கடையவர்களை வருணிப்பதால் அனுபவமற்ற இளைஞர்கள் இந்த உதாரணங்களைப் பின்பற்றுகின்றனர். இந்த கதை எழுதுவதில் இந்த முறையை நான் பின்பற்றவில்லை."*

என்று வெளிப்படுத்தியுள்ளார். இதையடுத்து 1887இல் இவர் எழுதிய சுகுணசுந்தரி சரித்திரம் இம்முதல் நாவலைப் போல் வரவேற்பைப் பெறவில்லை.

கமலாம்பாள் சரித்திரம்

சுகுண சுந்தரி சரித்திரம் வெளியாகி ஆறு ஆண்டுகள் கழித்து, (1893) வத்தலகுண்டு ஊரைச் சேர்ந்த பி.ஆர். இராஜம் அய்யர் (1871-1898) 'ஆபத்துக்கிடமான அபவாதம் அல்லது கமலாம்பாள் சரித்திரம்' என்ற நாவலை வெளியிட்டார். ஸ்மார்த்த பிராமணக் குடும்பத்தைச் சேர்ந்த இவர் சென்னை கிறித்தவக் கல்லூரியில் பயின்று பி.ஏ. பட்டம் பெற்றவர். கம்பன், தாயுமானவர் பாடல்களில் ஆழ்ந்த ஈடுபாடு கொண்டவர். ஆங்கில இலக்கியத்தில் சேக்ஸ்பியர், மறுமலர்ச்சிக்கால கவிஞர்களைப் பயின்ற இவர் வேதாந்தத்துவத்தில் மிகுந்த ஆர்வமும் பயிற்சியும் கொண்டவர்.

> *"இவ்வுலகில் உழன்று தவிக்கும் ஒரு அமைதியற்ற ஆத்மா பல கஷ்ட நஷ்டங்களை அனுபவித்து கடைசியாக நிர்மலமான ஒரு இன்ப நிலை அடைந்ததை விவரிப்பதே இந்த நவீனத்தின் முக்கிய நோக்கம்"*

என்று இந்நாவலின் நோக்கம் குறித்து அவர் கூறியுள்ளார்.

> *"மதுரை ஜில்லாவில் 'சிறுகுளம்' என்ற ஒரு கிராமம் உண்டு. அந்த கிராமத்தின் நடுத்தெருவின் மத்தியில் பெரிய வீடு என்று பெயருள்ள ஒரு வீடு இருந்தது."*

என்று தொடங்கும் இந்நாவல், உண்மையான ஊர்ப் பெயர்களுடன் இயல்பான தன்மையுடன் கூடிய கதை மாந்தர்களைக் கொண்டு இயக்குகிறது. இவ்வகையில் பிரதாப முதலியார் சரித்

திரத்தில் இருந்து இந்நாவல் மாறுபடுகிறது. இந்நாவலின் முதற்பகுதி நாவலாகவும் இரண்டாம் பகுதி கனவாகவும் விளங்குவதாகப் புதுமைப் பித்தன் குறிப்பிடுகிறார்.

வேதநாயகமும் ராஜம் அய்யரும்

தம் வாசகர்களுக்கு அறிவுறுத்தும் கருவியாகவே நாவலை வேதநாயகரும், ராஜம் அய்யரும் கருதியுள்ளனர். அதே நேரத்தில் நகைச்சுவை வாயிலாகத் தம் வாசகர்களை மகிழ்விக்க விரும்பி யுள்ளனர்.

குழந்தைத் திருமணத்தால் ஏற்படும் தீமைகள் குறித்து வேதநாயகம் பிள்ளை தமது 'சுகுணசுந்தரி', நாவலில் விவரித் துள்ளார்.

புரளி கூறல் என்ற தீச்செயலை மையமாக வைத்தே ராஜம் அய்யர் தம் நாவலைக் கட்டமைத்துள்ளார். இந்நாவலின் தலைப்பாக **ஆபத்துக்கிடமான அபவாதம்** என்ற சொல்லை அவர் பயன்படுத்தியுள்ளார். இந்நாவலில் இடம் பெறும் சென்னை கடற்கரை குறித்த வருணனையில்.

> "பொம்மெனப் புகுந்த ஆங்கிலேயே மாதர்கள் தோகை போன்ற உடையும் அன்னம் போன்ற நடையும் கிள்ளை போன்ற மொழியுங் கொண்டு தங்களுடைய (அல்லது பிறருடைய) நாயகர்களோடு கை கோர்த்து உரையாடி நகையாடினர் ஒரு சிலர்."

என்று குறிப்பிடுகிறார். இவ்வருணனையில் அடைப்புக் குறிக்குள் இடம்பெறும் 'அல்லது பிறருடைய' என்ற சொல் பண்பாட்டு மோதலைச் சுட்டுவதாய் உள்ளது.

இதுவரை நாம் பார்த்த மூன்று நாவல்களும் அவை எழுதப்பட்ட காலத்திய மேல்தட்டுப் பிரிவை மையமாகக் கொண்டுள்ளன. அதே நேரத்தில் போத்திரி குண்ணம்பு என்ற தலித் எழுத்தாளர் 1892 ஆம் ஆண்டில் மலையாளத்தில் எழுதிய 'சரஸ்வதி விஜயம்' என்ற நாவலில், கீழான நிலையில் இருந்து தலித்துகள் விடுபட ஆங்கிலக் கல்வி துணைபுரியும் என்ற கருத்தை முன் வைத்துள்ளார்.

முடிவுரை:

இவ்வாறு 19 ஆம் நூற்றாண்டில், ஆங்கிலக் காலனியம், புலவர்களின் படைப்புகள், புலவர் புரவலர் உறவு என்பன வற்றில் படிப்படியாக மாறுதல்களை உருவாக்கியுள்ளது. இம் மாறுதல்கள் மேற்கின் வளர்ச்சி நிலையையும், கிழக்கின் பண் பாட்டு மரபையும் இணைத்தே நிகழ்ந் துள்ளன. அதே நேரத்தில் பழைய சிற்றிலக்கிய மரபு முற்றிலும் மறைந்துவிடவுமில்லை. அதன் எச்சங்கள் இன்னும் கூடத் தொடர்கின்றன.

* * *

அச்சு இயந்திரப் பயன்பாடு, நவீனக்கல்வி கற்ற மத்தியதர வர்க்கத்தினரிடம் மட்டுமின்றி குறைந்த கல்வியறிவுடைய அல்லது ஏட்டுக் கல்வியறிவை அறவே பெறாத அடித்தள மக்களிடமும் தாக்கத்தை ஏற்படுத்தியுள்ளது. பெரிய எழுத்து நூல்கள், புராணக்கதைப் பாடல்கள் என்பன வற்றின் அச்சாக்கம் பிறர் வாசிக்கக் கேட்கும் பழக்கமுடைய அடித்தள மக்களின் பயன்பாட்டிற்குத் துணைநின்றுள்ளது. இது இந் நூலில் இடம்பெறவில்லை. ஒருவேளை தன் ஆய்வின் எல்லைக்குள் இதைக் கொண்டுவர ஆசிரியர் விரும்பாமை காரணமாயிருக்கலாம். ஏராளமான தரவுகளின் அடிப் படையில் உருவான இந்நூல் இது தொடர்பாக மேலும் ஆய்வு களை மேற்கொள்ளத் தூண்டும் தன்மையது.

தென்னிந்தியத் தமிழ் இலக்கியத்தில் 19 ஆம் நூற்றாண்டில் நிகழ்ந்த மாறுதல்கள்:

Sascha Ebeling (2013) Colonizing the Realm of words: The transformation of Tamil literature in 19th century - South India, Dev Publishers & Distributors, New Delhi.

உங்கள் நூலகம், செப்டம்பர் 2014

18

பெருமாள்முருகனின் மாதொரு பாகன்

இன்றையத் தமிழ்ச் சூழலில் பெருமாள்முருகன் என்ற பெயர் பரபரப்பான ஒன்றாக இடம்பெற்றுள்ளது. கல்லூரிப் பேராசிரியரான இவர் அப்பணியுடன் நின்றுவிடாமல் நாவலாசிரியர், சிறுகதை ஆசிரியர், கவிஞர், ஆய்வாளர், பதிப்பாசிரியர் எனப் பன்முகத் தன்மை வாய்ந்த எழுத்தாளராக விளங்கி வருகிறார். இவரது ஐந்தாவது நாவல் 'மாதொரு பாகன்.' இந்நாவலைக் குறித்த திறனாய்வாக அன்றி, ஓர் அறிமுகமாக இக்கட்டுரை அமைகிறது.

இன்றைய பரபரப்பான விவாதச் சூழலில் இந்நூலை வெளியிட்ட காலச்சுவடு பதிப்பகம் நாவலாசிரியரின் வேண்டுகோளுக்கிணங்கி நாவலின் விற்பனையை நிறுத்திவிட்டது. இச்சூழலில் 'படித்துப் பாருங்களேன்' என்ற தலைப்பில் இந்நாவலை அறிமுகப்படுத்துவது பொருத்தம்தானா? என்ற வினா எழுவது இயற்கை. ஆர்வம் மிக்க இலக்கியவாதிகள் சிலரின் முயற்சியால் இந்நாவல் வலைத்தளத்தில் பதிவிறக்கம் செய்யப் பட்டு வாசிக்கக் கிடைக்கிறது என்பதே இவ்வினா விற்கான விடையாகும்.

* * *

கடந்த கால வரலாற்றுக்குள் ஊடுருவிப் பார்த்து வரலாற்று நாவல் ஒன்றை எழுதுவது என்பது

வழக்கமான ஒன்று. ஆனால் கடந்த காலத்திற்குள் பயணித்து சமூக நாவல் ஒன்றையும் எழுத முடியும் என்பதற்கு எடுத்துக்காட்டாக இந்நாவல் அமைந்துள்ளது.

* * *

நாவலின் காலமும் களமும்

இந்திய விடுதலைக்கு முந்தைய காலமே நாவலின் கதை நிகழும் காலம். ஆடவர்கள் குடுமி வைத்திருத்தலே மரபு என்ற நிலை. கிராப்பு வைத்திருத்தல் சமூக மீறலாகக் கருதப்பட்டது. மின்சாரம் கிராமப்புறங்களில் அறிமுகமாகவில்லை. எண்ணெய் விளக்குகள் பயன்பாட்டில் இருந்தன. பெண்கள் ரவிக்கை அணி வதில்லை. கடைத் தெருவிற்குப் பதில் சந்தைகள் செல்வாக்குப் பெற்றிருந்தன. மாட்டு வண்டிப் பயணம் பரவலாக இருந்தது. இவையெல்லாம் இடம்பெற்று, நாவல்நிகழும் காலத்தை உணர்த்தி நிற்கின்றன. ஓரளவு துல்லியமாகக் கூற வேண்டுமானால் தமிழ்நாட்டின் பிரதம அமைச்சராக (முதலமைச்சரின் அப்போதைய பெயர்) இராஜாஜி இருந்த காலம். இதனடிப்படையில் சென்ற நூற்றாண்டின் முப்பதுகளில் நாவலின் கதை நிகழ்ந்துள்ளது என்று கருதலாம்.

இன்றைய நாமக்கல் மாவட்டத்தின் திருச்செங்கோடும் அதன் சுற்றுப்புறக் கிராமப்புறங்களும் நாவலின் களமாக அமைந்துள்ளன.

நாவலின் கரு

காளி, பொன்னா (பொன்னாயி) இணையரின் மகப்பேறில்லாக் குறையே நாவலின் சிக்கலாகும். 16 வயது பொன்னாவை காளி மணமுடித்து பன்னிரண்டு ஆண்டுகள் கழிகின்றன. 28 வயதாகியும் பொன்னா கருவுறவில்லை. நீண்டகாலமாகக் குழந்தைப் பேறு இன்றி இருந்தமையால் கணவன் மனைவி இருவரும் எதிர் கொண்ட அவமானங்கள், மனஉளைச்சல்கள் நாவலில் விரிவாக இடம் பெறுகின்றன. இதைத் தீர்க்க பொன்னா மேற்கொண்ட வழிமுறை நாவலின் கதையை முடிவுக்கு எடுத்துச் செல்கிறது.

பொன்னாவின் அவலம்

திருமணமாகி மூன்று மாதத்தில் பொன்னாவின் வீட்டுக்கு வந்த காளி, தன் வீட்டிலிருந்து பூவரசங் கட்டை ஒன்றைக் கொண்டுவந்து நட்டான். அது 'இலையும் தழையுமா' வளர்ந்து

பூவுடன் காயும் காட்சியளிக்கிறது. பன்னிரெண்டு ஆண்டுக் காலத்தில் அதன் வளர்ச்சியைக் கண்டு பொன்னாவின் உள்ளத்தில் ஓடும் எண்ணங்கள்:

> 'பன்னிரண்டு வருசத்தில் மரம் காய்த்துச் செழிக்கிறது. இந்தப் பாழும் வயிற்றில் ஒரு புழு பூச்சிக்குக்கூட வழி யில்லையே என்று யோசித்திருப்பாள். எதைப் பார்த்தாலும் தன் குறை நினைவுக்கு வந்து தொலைகிறது.'

கல்யாணமானபோது அவள் அப்பனிடம் சண்டை போட்டு மாட்டுக்கிடாரி ஒன்றைப் பிடித்து வந்தாள். அது ஏழெட்டு முறை ஈன்றுவிட்டது. அதன் வருக்கம் தொண்டுப்பட்டி நிரம்பிக் கிடக்கிறது. அந்த மாட்டைப் பார்க்கும்போதெல்லாம் கண்ணீர் தானாக வரும். 'இந்த வாயில்லாச் சீவன் வாங்கி வந்திருக்கிற வரம் நான் வாங்கலியே' என்று வாய்விட்டுக் கதறியும் இருக்கிறாள். அவள் அழுகை பொறுக்காமல் அந்த மாட்டு வர்க்கத்தையே அடியோடு ஒழித்துவிட வேண்டும் என்று அவனுக்கு வெறி வரும். ஆனால் அதன் முகத்தைப் பார்த்ததும் 'நம்ம கஷ்டத்துக்கு இது என்ன பண்ணும், பாவம்' என்று நெகிழ்ந்து விடுவான் (பக்.19). இரண்டு முறை காளைக்குச் சேர்த்து சினைபிடிக்காத கிடாரிக் கன்று ஒன்று காளியிடமிருந்தது. அதை வாங்க வருகிறார் செல்லப்பக் கவுண்டர். தொழுவத்தில் வேலை செய்து கொண்டிருந்த பொன்னாவைப் பார்த்து,

> 'கெரகம் சில மாடுங்க இப்படித்தான் மாப்ள. எத்தன மொற போட்டாலும் செனையாகித் தொலைக்காது. பேசாம. மாட்ட மாத்திப்புடுங்க. நீங்க செரின்னா இன்னொரு மாட்ட ஒடனே புடுச்சாந்தலாம்.'

என்று சாடை பேசுகிறார் (பக்.21). காளியின் குடுமியை மையமாகக் கொண்டு பொன்னா செய்யும் சேட்டைகளை "எப்போதும் அவன் குடுமிமேல் அவளுக்குப் பிரியம் அதிகம். அவிழ்த்துச் சடை போட்டு விளையாடுவாள். 'என்னோடத விட உனக்குத்தான் மயிரு அடம்பு மாமா' என்பாள். 'இதப் புடிச்சு இழுத்துத் தோள்மேல ஏற ஒரு பூங்கையில இல்லையே' என்று முடிப்பாள்" என்று கூறும் ஆசிரியர் எதையும் 'குழந்தை யோடு முடிச்சுப்போடுவது அவளுக்கு வழக்கமாகி விட்டது' என்கிறார் (ப.26).

காளியின் தாய்மாமனின் மகனான கதிர்வேல் என்ற சின்னப்பையன் விருந்தாளியாக வந்தவன், விளையாட்டின் போது சக சிறுவன் மீது கல்லெறிகிறான். அவன் பதிலுக்கு, கூர்நுனி கொண்ட கல்லை எறிய அவன் மீது காயம்பட்டு இரத்தம் வடிந்தது. இது அவனாகத் தேடிக்கொண்ட வினை. செய்தியறிந்து ஓடிவந்த அப்பையனின் தாய்,

> 'பிள்ளப் பெத்திருந்தான்னா அரும தெரியும். பையன் மண்ட ஓடஞ்சு ரத்தம் கொட்டற அளவுக்கு உட்ருக்கறா. பிள்ளப் பெத்த எந்தப் பொம்பளயாச்சும் இப்பிடி உடுவாளா?'

என்று பொரிந்து தள்ளுகிறார் (ப.56). பொட்டுப் பாட்டி என்பவள் மீது இரக்கம் கொண்டு சந்தைக்கு அவளை அழைத்துப் போகிறாள் பொன்னா. அவளோ பேச்சின் ஊடாக 'புருசனில்லாத பொம்பளயும் பிள்ள இல்லாத சொத்தும் ஒண்ணும்பாங்க' என்று சொலவடை கூறுகிறாள்.

பக்கத்து வீட்டுப்பெண் சரசாவின் கொழுந்தன் திருமணத் திற்குப் பெண்கள் சிலருடன் சரசா புறப்படுகிறாள். அப்போது பொன்னா சற்று தாமதமாக வந்து சேர்ந்ததும் சரசாவின் கேள்வி,

> "நேரத்தோட வரச் சொல்லி அவ்வளவு சொல்லியும் இப்ப வர்ற. பிள்ள குட்டிவளச் சீவிச் சிங்காரிச்சிக் கூட்டிக்கிட்டு வர இவ்வளவு நேரமாயிருச்சா?' (ப.62).

காளிக்கு அக்கா முறையான செல்லம்மாவின் மகள் வயதிற்கு வந்துவிட்டாள். தாய்மாமன் முறைக்காரன் என்பதால் காளி பொன்னாவுடன் சென்றான். இது தொடர்பான சடங்கில் அச்சிறுமிக்கு ஆராத்தி சுற்றி, செஞ்சோற்றை எறிந்து பொட்டு வைக்க மாமன் பொண்டாட்டிகளை அழைத்தார்கள். தன்னுடன் ஓரமாக நின்று கொண்டிருந்த பொன்னாவை 'நீயும் போ' என்று காளி தூண்டினான். அதன் பின் நடந்தது குறித்து,

> "முந்தானையைச் செருகிக்கொண்டு முன்னால் போய் நின்றபோது 'நீ அந்தப் பக்கம் தள்ளியிரு' என்ற தாய்மாமன் பெண்டாட்டி கையைப் பிடித்திழுத்துப் பின்னால் விட்டாள்."

என்று கூறும் ஆசிரியர் 'பிள்ளை பெறாதவள் சோறு சுற்றினால் அந்தப் பெண்ணுக்குமா குழந்தை இல்லாமல் போய்விடும்? இது கூட அமங்கலமா?' என்ற சிந்தனை பொன்னாவிடம் தோன்று வதைச் சுட்டிக் காட்டுகிறார். (ப.97)

தங்கவேல் என்பவனின் வயலில் கடலை விதைப்பு. அவன் மனைவிக்குக் கால்வலி என்பதால் ஓடிஓடி பருப்பைக் கொடுக்க முடியாது. கால்கள் ஓய, ஓடிஓடி பருப்பள்ளிக் கொடுத்து உதவினாள் பொன்னா. தங்கவேல் நிலத்தில் கடலைச்செடி நன்றாக முளைக்கவில்லை. முளைத்தாலும் காய் அதிகம் பிடிக்க வில்லை. இது தொடர்பாக 'வறடி பருப்பள்ளிக்கிட்டு ஓடிஓடிக் குடுக்கறா. அவ கையால தொட்ட பருப்பு எங்கிருந்து மொளைக்கும்?' என்று விமர்சனம் ஒலிக்கிறது. இதைக் கேள்விப்பட்ட பொன்னா.

> 'நான் வேண்ணா வறடியா இருக்கலாம்; என் கை பட்டு எதும் வறண்டதில்ல. நான் வெச்ச செடி பூத்து நிக்குது. நான் நட்ட மரம் காச்சுக் கெடக்குது. நான் கொண்டாந்த கன்னுக்குட்டி பெருகி நிக்கிது, நா அடவெச்ச மொட்டு பொறிச்சுச் சிரிக்குது... எங் கைபட்டு வெளங்காததில்ல. ஈரமில்லாத காட்டுல, ஆரு பருப்பள்ளிக் குடுத்தாலும் அப்படித்தான் போவும். புருசனும் பொண்டாட்டியும் வெடிய வெடியப் போயி நின்னுக்கிட்டு மண்டிருந்தா ஈரம்பட்டு மொளச் சிருக்குமோ என்னமோ' என்று குமுறுகிறாள் (ப.99)

மாட்டுவண்டிப் பயணத்தின் போது கன்னாயா என்ற பெண்ணின் கைக்குழந்தை ஆய்போக அதன் ஈரம் பொன்னாவின் மடியில் படிந்து புடவையை நனைத்தது. இதுகுறித்து 'கொடலப் பொரட்டறாப்ல இப்படி நாறுது' என்ற பொன்னாவின் கூற்றுக்கு எதிர்வினையாக

'பீன்னா நாறத்தான் செய்யும். எங்கொழந்த பீதான் நாறுதா? உங்க பீயெல்லாம் மணக்குமா? கொழந்த பெத்து வளத்திருந்தா அரும தெரியும். என்னமோ நாறுது நாறுதுன்னு மொழங்குற?' என்ற கன்னாயாவின் கூற்று பொன்னாவிடம் விசும்பலைத் தோற்றுவித்தது (ப.131).

காளியின் அவலம்

பொன்னா மட்டுமே இத்தகைய அவலங்களை அனுபவிக்க வில்லை. தன் பங்கிற்கு காளியும் இதுபோன்ற குத்தல்களை அனுபவிக்கத்தான் செய்தான். கோயிலாட்டம் பழகும்போது சரிவர ஆடாத முருகேசனை காளி விமர்சித்தபோது பாலியல் தன்மையுடன் கூடிய உடல்மொழியுடன் அவன் ஆற்றிய எதிர்வினை ஆண்மையற்றவன் என்று காளியைச் சித்திரிக்கின்றது. (ப.74).

இத்தகைய கருத்து ஊர் இளைஞர்களிடம் பரவத் தொடங்குகிறது. 'கொஞ்சம் முயற்சி செய்து அழைத்தால் அவள் வந்துவிடுவாள் என்று நினைத்தார்கள்' (பக்.88-89). இதில் பனங்காட்டு காளி என்பவன் முன்னாடி நின்றான். ஒரு கட்டத்திற்கு மேல் இதை பொறுக்கமுடியாத நிலையில்,

> 'எனக்கு ஒரு பிள்ள இல்லீன்னுதான எல்லாரும் இப்பிடிப் பாக்கறாங்க. எனக்கு அந்த கொடுப்பின வாச்சுதுன்னா இந்தக் கேவலம் வருமா? முட்டுச் சந்துல நிக்கற கல்லுன்னு என்ன நெனச்சு எந்த நாய் வேண்ணாலும் வந்து மோண்டுட்டுப் போலாம்னு நெனைக்குதுவ மாமா' என்று அழுதாள். (ப.89)

அவலம் போக்கும் முயற்சி

இத்தகைய அவமானங்களிலிருந்து விடுபடும் வகையில் குழந்தைப் பேறு வாய்க்குமா என்பதை அறிய கிளி ஜோசியம், கோடு பார்த்தல், கூழாங்கல், கொட்ட முத்து போட்டுப்பார்த்தல் என அலைந்தனர். அனைவரும் நல்லபலன் கூறினாலும் குழந்தைப் பேறு என்னவோ! கிட்டவில்லை. திருச்செங்கோட்டின் அறுபதாம் படி முருகனுக்கு அறுபது படிகளிலும் எண்ணெய் விளக்குகளை ஏற்றுகிறார்கள். முருகனுக்கு எண்ணெய் நீராட்டுச் செய்கிறார்கள். மலைமீதுள்ள வனபாவாத்தா கோவிலை வழிபடுகின்றனர். மலை உச்சியிலுள்ள பாண்டிஸ்வரர் கோவிலில் உயிரைப் பணயம் வைத்து வறடிக் கல்லைச் (மலடிக்கல்) சுற்றுகிறார்கள். (பக்.50-51)

வயிற்றிலுள்ள புழு இறந்து போனால் மகப்பேறு கிட்டும் என்ற நம்பிக்கையில் வேப்பிலையை அரைத் தெடுத்த சாறைக் குடிக்கிறாள் பொன்னா. இவ்வளவு செய்யினும் பயன் கிடைக்க வில்லை.

சாமி கொடுத்த பிள்ளை

பன்னிரண்டு வருட காலமாக பிள்ளைவரம் வேண்டி பொன்னாவும் காளியும் மேற்கொண்ட முயற்சிகள் எவையும் வெற்றிபெறாத நிலையில் தொல் சமயச் சடங்கினை நோக்கி நாவல் நகர்கிறது. இது குறித்து நாவலின் முன்னுரையிலேயே:

> "சுற்று வட்டார ஊர்களில் 'சாமிகுடுத்த பிள்ளை' என்றும் 'சாமி கொழந்த' என்று குறிப்பிட்டுச் சொல்லப் படுபவர் பலருண்டு. அவர்கள் எல்லாம் சாமியிடம் வேண்டிப் பிறந்தவர்கள் என்பது நம்பிக்கை எனக் கருதியிருந்தேன். ஆனால் கோயில் திருவிழாவுக்கும் சாமி குழந்தைக்கும் இருக்கும் தொடர்பை எதேச்சையாகக் கண்டறிந்தேன்" *(ப.10)*

என்று பூடகமாகச் சொல்லியுள்ளார் நாவல் ஆசிரியர். வரை முறையற்ற 'பாலுறவு (Promiscuity) என்று மானுடவியலாளர் குறிப்பிடும் நிகழ்வு மிகவும் தொன்மையான ஒன்று. மனித சமூக வளர்ச்சி என்பது ஒரு சமூகத்தில் வாழும் மனிதர்களின் எண்ணிக் கையை அடிப்படையாகக்கொண்டு தொடக்கத்திலிருந்தது. இதனால் மானுடச் செழிப்பை மையமாகக் கொண்ட சடங்கு களும் விதிமுறைகளும் உருவாயின. பாலியல் உறவு தொடர்பான இறுக்கமான விதிமுறைகளுக்கு இடையில் நெகிழ்ச்சியான விதிமுறைகளும் வழக்கில் இருந்தன. தொழில்நுட்ப அறிவு வளர்ச்சி பெறாத சமூகங்களில் மானுடச் செழிப்பின் வெளிப் பாடாகவே குழந்தைப் பேறு அமைந்தது. சான்றாக மனுதரும சாஸ்திரத்தில் இடம் பெற்றுள்ள பின்வரும் ஸ்லோகங்களைக் குறிப்பிடலாம். நெகிழ்ச்சியான பாலுறவில் பிறக்கும் குழந்தை யாருக்கு உரிமையானது என்பது குறித்து மனுதர்ம சாஸ்திரம் பின்வருமாறு தீர்ப்பளிக்கிறது.

> 'எப்படியென்றால், ஒருவனுடைய பசு, குதிரை, ஒட்டகம், தாசி, எருமை, ஆடு முதலியவற்றை மற்றொருவன் தனது பொலி மிருகங்கள் முதலியவற்றைக் கொண்டு பொலிந் தாலும், அதனால் பிறந்தவை எப்படிப் பொலிந்தவனுக் குடைமையாகாதோ அது போன்ற பிறன் மனையிடமாகப் பிறந்ததும், சொந்தமாகாது. (இயல்-*9*: ஸ்லோகம் - *48*)

'தன்னிடத்தில் விதையிருக்கிறதென்பதனால் பிறன் நிலத்திற் சென்று ஒருவன் விதைத்துவிட்டால் அதன் விளைவு எதையும் விதைத்தவன் அடைகிறான் என்பது யாண்டுங் கிடையாது' (இயல் - 9: ஸ்லோகம் - 49).

'ஒருவனுடைய பசுவை மற்றவனுடைய பொலி காளையைக் கொண்டு நூறு கன்றுகளை உண்டாக்கினாலும், கன்றுகளும் பசுவின் சொந்தக்காரனுக்கன்றி, பொலிகாளையின் எஜமானுக்குச் சேராது. அவனுக்கு வீண் வீர்ய விரயம்தான் மிச்சம்.' (இயல் - 9: ஸ்லோகம் - 50).

மேலும் தகாபுணர்ச்சிக்கான (incest) தேவை குறித்தும் மனுதர்ம சாஸ்திரம் பின்வருமாறு வரை யறுக்கிறது.

'சந்ததியின்றிக் குலமே முடிவடையுமானால், அப்போது ஒரு பெண், தனது கணவன், மாமனார் முதலியோரின் ஒப்புதலின் மேல் தனது மைத்துனன் அல்லது கணவனுக்கு ஏழு தலைமுறைக்குட்பட்ட பங்காளி இவர்களுடன் மேற்சொல்லியிருக்கும் விதிமுறைப்படி கூடியிருந்து குலத்தின் வளர்ச்சியை முன்னிட்டுத் தக்க பிள்ளையைப் பெறலாம் (இயல் 9: ஸ்லோகம் - 59)

தொழில்நுட்ப அறிவும் உற்பத்திக் கருவிகளும் வளர்ச்சி பெறாத பண்டையச் சமூக அமைப்பில் மனித ஆற்றல் அதிகளவில் தேவைப் பட்டது. போர்களும், இயற்கைச் சீற்றங்களும், தொற்றுநோய்களும் மனித சமூக வளர்ச்சிக்குத் தடையாக அமைந்தன. இக்காரணங்களால் மானுடச் செழிப்பு முக்கியத்துவம் பெற்றிருந்தது.

மனித இனப்பெருக்கத்திற்கு உதவும் வகையிலேயே மேற்கூறிய மனுநீதி ஸ்லோகங்கள் உருவாகியுள்ளன. ஒருபுறம் குடும்பம் என்ற அமைப்பு உருவாகி பாலியல் உறவுமுறைகளும் வரைமுறைகளும் வகுக்கப்பட்டன. மற்றொரு பக்கம் இம் முறைக்குப் புறனடை போன்று மேற்கூறிய விதிமுறைகளும் உருவாயின. மனித சமூகம் முழுவதுமே ஏதோ ஒரு கால கட்டத்தில் 'ஆடையின்றி வாடையில் மெலிந்து' வாடியது போன்றே இத்தகைய உறவுகளைக் கடந்துள்ளது என்பது மானுடவியல் அறிவுத்துறை கூறும் உண்மை. கடந்த காலத்தின் எச்சமாக இன்றும் கூட சில உறவுச் சொற்களும் வசவுச்

சொற்களும் வாய்மொழிப் பாடல்களும் புராணக் கதைகளும் வழக்கில் உள்ளன. இச்செய்திகளின் பின்புறத்தில், மாதொரு பாகன் நாவலின் இறுதிப் பகுதியில் இடம்பெறும் திருச்செங்கோட்டுக் கோவிலில் நிகழும் தேரோட்ட விழாவில் பதினான்காம் நாள் விழாவினைக் காணவேண்டும்.

காளி - பொன்னாவின் உறவின் விரிசலை உருவாக்கியதுடன் நாவலின் முடிவுக்கு வாசகனை அழைத்துச் செல்வதில் இத்திருவிழா முக்கியப் பங்கு வகிக்கிறது. பொன்னாவின் ஆத்தாவிற்கும் காளியின் ஆத்தாவிற்கும் பொன்னா குழந்தைப் பேறு அடைவதற்கான வழியாக இத்திருவிழா பட்டது. இரு அம்மாக்களும் கலந்து எடுத்த முடிவை காளியிடம் அவன் தாய் கூறிச்செல்கிறாள். (ப.85) இதன்பின் 'பொழுது விடிந்த போது சிவந்திருந்த கண்கள் அதன்பின் நிரந்தரமாயின' என்கிறார் ஆசிரியர் (ப.85).

> அவன் மனநிலைக் குறித்து, 'அவனோடு கலந்த உடம்பு. அவன் வாசத்தைப் பத்தாண்டுகளாகச் சேர்த்துக் கொண்டிருக்கும் உடம்பு. அதன் ஒவ்வொரு துளியும் தனக்கே சொந்தம் என்று நினைத்தான். இன்னொரு வாசம் அதிலேறினால் களங்கம்தான். களங்கத்தின்மேல் தன் கை படாது என்று மனதில் உறுதியாகச் சொல்லிக்கொண்டான். எல்லா ஆண்களும் சாமிதான். இந்தக் காளியின் உடலிலும் அந்தச் சாமி வந்து குடி கொள்ளட்டும். அவள் மேல் அவனுக்கு நம்பிக்கை இருந்தது' என்கிறார் (ப.88).

இத்தகைய மனநிலையைத்தான் பொன்னாவிடம் அவன் எதிர்பார்த்தான். இரவில் அவளைத் தழுவியவாறே அவளைக் கேட்ட கேள்வியும் அவள் அளித்த பதிலும் இரு நல்ல உள்ளங்களுக்கு இடையேயான முரணை வெளிப்படுத்துகின்றன.

'உங்கம்மா எங்கம்மால்லாம் சொல்றாப்பல நீ சாமி மலையேர்றன்னிக்குப் போறியா' என்றான். அவள் சொல்வதைக் கேட்க மனம் துடித்தது. அவளும் காதுகளில் கிசுகிசுத்தாள். 'இந்தக் கொழந்தச் சனியனுக்காக நீ போன்னு சொன்னாப் போறேன்' என்றாள்.

அவன் அணைப்பிறுக்கம் தளர்ந்தது. எதிர்பார்த்த பதில் இது இல்லை. அவளை விட்டு ஒதுங்கினான். கல்யாணத்திற்கு முன் அவன் போன விசயத்திற்குப் பழி வாங்கும்படி ஒரு பேச்சுக்கு

இப்படிச் சொல்லியிருப்பாளோ என்று ஒரு கணம் தோன்றியது. வானம் பார்த்துக் கட்டிலில் மல்லாந்தான். அவன் எதிர்பார்த்த பதிலைத் தான் சொல்லவில்லை என்று அவளுக்குப் புரிந்தது. பதற்றத்தோடு ஓடி அவன் மேல் பரவி கன்னம் இழையச் சமாதான வார்த்தைகளை அவள் தேடினாள். சமாதான வார்த்தைகளைப் பயன்படுத்துவதில்தான் இந்த உறவே அடக்கம்.

> 'மாமா... கொழந்தைக்காவ நீ சொல்றியோன்னு நெனச்சன் மாமா. உனக்குப் பிரியம் இல்லாத எதையாச்சும் நான் செய்வனா? நீதானே மாமா எனக்கு எல்லாம். ஊரு ஓறவும் எல்லாம் சொல்லியும் ரண்டாங் கலியாணம் வேண்டாம்னு இருக்கறியே. அதனால நீ சொன்னாச் செய்றன்னன். கோவிச்சுக்காத மாமா' என்று குழைந்து பேசினாள். (ப.95)

பொன்னாவின் அண்ணன் முத்துவிடம் 'என்ன பெரியவங்க மசுத்தராங்க. பெத்த பிள்ளயக் கூட்டிக் குடுக்கத் திட்டம் போட்டுட்டு அதையும் வெக்கமில்லாம எங்கிட்ட வந்து சொல்றாங்க. பெரியவங்களாம் பெரியவங்க'

> 'நீ சொல்லு. உனக்குப் பிள்ள இல்லாத இருந்தா உம் பொண்டாட்டியக் கண்டவனோட அனுப்புவியா?' என்று குமுறுகிறான் காளி (ப.117).

இக்குமுறலில் அவனது தீண்டாமை உணர்வும் வெளிப் படுவதைக் காண்கிறோம் (ப.118).

ஆனால் தாய் என்ற தகுதியைத் தன் தங்கை அடைய வேண்டும் என்பதிலேயே குறியாய் இருந்த முத்து,

'மாப்ள எல்லாத்துக்கும் செரின்னுட்டாரு பொன்னா. சாமி காரியம்னு எடுத்துச் சொல்லி ஒத்துக்க வெச்சிட்டன். அவருக்கு உம்மேல அத்தன பிரியம் போ' (ப.119)

என்று பொய்கூறி தன் வீட்டிற்குப் புறப்படும்படி கூறு கின்றான். முத்துவின் பொய்யை அறியாத பொன்னா தாயுடன் புறப்படுகிறாள். பின்னர் அங்கிருந்து திருச்செங்கோடு பயண மாகின்றனர்.

திருவிழாக் கூட்டத்தில் அவள் கைபற்றி அழைத்துச் சென்ற இளைஞன் உடன் இணைகின்றாள். இந்நிகழ்வை (ப.180) மிகச்

சுருக்கமாக எவ்வித விரசமு மின்றி ஆசிரியர் பதிவு செய்துள்ளார். (சாண்டில்யன், சுஜாதா பாணியிலான வருணனைக்குள் நுழையவில்லை). வறடி, மலடி என்ற பட்டங்களுடன் பொன்னா அனுபவித்த வேதனைகளை அறிந்த நமக்கு அவளின் இச்செயல் குறித்து வெறுப்போ கோபமோ ஏற்படாது அனுதாப உணர்வு ஏற்படும்படி ஆசிரியர் செய்துள்ளார். திருவிழாவிற்கு பொன்னா வந்ததற்கு காளியின் அவலம் குறித்த சிந்தனையும் ஒரு காரணம். திருச்செங்கோடு நெருங்கும்போது வண்டியில் இருந்தவாறே,

> "என் புருசனுக்கு மனப்பூர்வமான சம்மதம் இல்லை, என் அண்ணனுக்காக ஒத்துக் கொண்டிருக்கிறான். உன்னைப் போல அவனும் என்னைத் தன் உடம்பிலேயே வைத்துக் கொள்ள விரும்புகிறவன். பிய்த்தெடுத்து வேறொருவருக்குக் கொடுக்க அவன் ஒருபோதும் விரும்பமாட்டான். எனினும் நான் உன்னைத் தேடி வருகிறேன். நான்கு பேருக்கு முன்னால் அவன் தலைநிமிர்ந்து நிற்கட்டும். தொண்டுப் பட்டிக்குள் அடங்கிக் கிடக்கும் அவன் துள்ளல்கள் திரும்பட்டும். அவன் அணைப்பில் முன்னிருந்த காதல் பெருகட்டும். எல்லாரையும் போல நாங்களும் எங்கும் போகவும் எதிலும் கலக்கவும் நீதான் உதவ வேண்டும். அப்பனே செங்கோட்டையா... அம்மையே பாவாத்தா..."

என்ற அவளது வேண்டுதல். அவளது பயணத்தின் நோக்கத்தையும் காளி மீது அவள் கொண்டுள்ள மட்டற்ற அன்பையும் வெளிப் படுத்தி நிற்கிறது.

* * *

காளியை தன்னுடன் இறுக்கிவைத்துக் கொள் வதற்காக தென்னங்கள் குடிக்க அழைத்துச் செல்கிறான் முத்து. கள் அருந்திய காளி, போதை உணர்விலும் கூட பொன்னாவை மறக்காது அவளைக் காண மாமனார் வீடு வருகிறான். வீடு பூட்டியிருந்ததைக் கண்டதும் நடந்ததை யூகித்துக் கொள்கிறான். அங்கிருந்து தன் வீட்டிற்குத் திரும்புகிறான்.

நாவலின் முடிவு

நாவலின் தொடக்கத்தில் பொன்னாவின் வீட்டில் அவன் வைத்த பூவரசமரம் இடம்பெறுகிறது. நாவலின் இறுதியில் அவன்

வீட்டு பூவரச மரம் இடம்பெறுகிறது. இதுகுறித்து நாவலின் இறுதிப் பகுதியில் இடம்பெறும் பகுதிகள்:

'நீ தவிச்சுக் கெட்டகோனும்டி. ஏமாத்திட்டயேடி தேவ்டியா முண்ட...' அப்படியே கீழே சாய்ந்தான். போரிலிருந்து சோளத் தட்டு உருவிக் கட்டிக் கொண்டு வந்து போட்ட கயிறு முதுகில் அழுந்தியது. மேலே பார்த்தான். பூவரசங் கிளைகள் வானில் விரிந்து பரவியிருந்தன. *(ப.190)*

பொன்னாவின் மீது கொண்ட ஆத்திரத்தால் அவளைப் பழி வாங்குவதாகக் கருதி பூவரச மரக் கிளையில் தூக்கிட்டு தற்கொலை செய்துவிடுவானோ என்ற எண்ணத்தை வாசகனிடம் தோற்று வித்து நாவல் முடிவடைகிறது.

* * *

வேளாண் குடும்பம் ஒன்றின் கலகலப்பான வாழ்வை மையமாகக் கொண்ட இந்நாவலின் சோக முடிவுக்கு காரணமாக அமைவது குழந்தைப்பேறு இன்மைதான். குழந்தைப்பேறு என்பது சொத்துடன் பிணைக்கப்பட்டுள்ளது என்பதை ஆங்காங்கே பாத்திரங்களின் உரையாடல் வாயிலாக நாவலாசிரியர் சுட்டிக் காட்டுகின்றார். காளியின் சொத்து தமக்குக் கிடைக்கும் என்ற எதிர்பார்ப்பு உறவினரிடம் மட்டுமன்றி அண்டை வீட்டாரிடமும் கூட இடம்பெற்றுள்ளது.

எதிர்நிலைப் பண்புடன் கூடிய சிறுபாத்திரங்கள் நாவலில் ஆங்காங்கே இடம் பெற்றாலும் எவையும் எதிர்நிலைப் பாத்திரங்கள் அல்ல. குழந்தைப்பேறு வாய்க்காத கணவன் மனைவிமீது ஏவப்படும் வன்முறைத் தன்மை கொண்ட சொல்லாடல்களும், குழந்தைப் பேற்றைச் சொத்துடன் இணைத்து நோக்கும் நில வுடைமைப் பண்பாடும் எதிர்நிலைப் பாத்திரத்தின் இடத்தை வகிக்கின்றன.

இதுவே திருவிழாவிற்குப் பொன்னாவை அனுப்பும் முடிவை பொன்னாவின் தாயையும் மாமியாரையும் எடுக்கத் தூண்டி யுள்ளது. இம்முடிவை நிறைவேற்றும் துணைக் கருவியாக அவள் அண்ணன் முத்துவை மாற்றியது. இம்முடிவுக்கு உடன்படும்படி பொன்னாவைத் தூண்டியது.

* * *

ஒரு மூடைக் கொட்டைமுத்துவிற்காக பொய்யான சத்தியம் செய்த நாச்சமுத்துக் கவுண்டரும் நிலவுடைமை மரபு தொடர் பாகக் கலகம் எழுப்பும் நல்லான் சித்தப்பாவும், பாலியல் தன்மை கொண்ட அவரின் பகடிப் பேச்சுக்களும் வேளாண் சமூக வாழ்வின் ஒரு பகுதியைச் சுட்டுகின்றன. வனவாசிகளின் சாபம், வனப் பாவத்தா வழிபாடு என்பன மரபுசார்ந்த வாய்மொழிப் புராணங் களைக் கொண்டுள்ளன.

திருவிழாவில் நிகழும் கூத்தில் இடம்பெறும் கோமாளியின் வசனங்களும், திருவிழா குறித்தும் அதில் பங்கேற்கும் மக்கள் கூட்டம் குறித்தும் நாவலில் இடம் பெறும் வருணனைகளும் நுணுக்கமான பதிவுகளாகும்.

* * *

இந்நாவலின் தொடர்ச்சி போன்று கருதும் வகையில் இரு நாவல்களை நாவலாசிரியர் படைத்துள்ளார். காளி தற்கொலை செய்துகொண்டான் என்ற முடிவைக் கொண்டு 'ஆலவாயன்' (2014) என்ற நாவலையும், தற்கொலை முயற்சியிலிருந்து காளி காப்பாற்றப் பட்டதையும் அதன் பின்னர் அவன் வாழ்வு குறித்தும் 'அர்த்தநாரி' (2014) என்ற நாவலையும் பெருமாள்முருகன் எழுதியுள்ளார். இவ்விரு நாவல்களையும் மாதொரு பாகன் நாவலின் தொடர்ச்சியாகவும் கொள்ளலாம். தனித்தனி நாவல் களாகவும் கொள்ளலாம். இவ்விரு நாவல்களிலும் இடம்பெற்றுள்ள ஒரு செய்தி, பொன்னா கருவுற்று ஆண்குழந்தைக்குத் தாயானது.

நன்றி

இந்நாவலில் இடம்பெறும் கொங்கு வட்டாரச் சொற்களைப் புரிந்துகொள்ள உதவிய தோழர் என். பெரியசாமி (முன்னாள் சட்டமன்ற உறுப்பினர் பெருந்துறை) அவர்களுக்கு நன்றி.

உங்கள் நூலகம், பிப்ரவரி 2015